நாஞ்சில் நாட்டு

மருமக்கள்வழி மான்மியம்

நாஞ்சில் நாட்டு

மருமக்கள்வழி மானியம்

கவிமணி தேசிக விநாயகம் பிள்ளை (1876 – 1954)

நாஞ்சில் நாட்டு வேளாளரின் ஒரு பிரிவினராகிய மருமக்கள் வழியினரைப் பற்றிய எள்ளல் கவிதை நூல் 'மருமக்கள்வழி மான்மியம்'. இது 'தமிழன்' பத்திரிகையில் வெளிவந்தது (1916 – 1917). நூல் வடிவில் 1942இல் வந்தது.

'காலச்சுவடு' வெளியிடும் இந்தப் பதிப்பு ஆய்வுநோக்கில் அமைந்தது. முந்திய பதிப்புகளில் இல்லாத மூல நூற்களின் தகவல்களும், நீண்ட ஆராய்ச்சியுரையும் கொண்டது இந்த ஆய்வுப் பதிப்பு. நாஞ்சில்நாட்டில் மருமக்கள்வழி எதிர்ப்பு குறித்து நடந்த போராட்டச் செய்திகளும், நாஞ்சில்நாட்டு வேளாளர் பற்றிக் கவிமணி எழுதிய ஆங்கிலக் கட்டுரையும் முதல்முறையாக இந்நூலில் இடம்பெற்றுள்ளன.

பதிப்பாசிரியர்

அ.கா. பெருமாள் (1947)

நாட்டார் வழக்காற்றியல் ஆய்வாளர். கிராமங்களில் சிதறிக் கிடக்கும் பன்முகத்தன்மை கொண்ட பண்பாட்டைச் சேகரித்து ஆராய்வது இவரது பணி. இவர் பதிப்பித்ததும் எழுதியதுமான நூல்கள் எண்பத்தி மூன்று. தமிழக அரசின் சிறந்த நூலாசிரியர் விருதை 'தென்னிந்தியத் தோல்பாவைக் கூத்து' (2003), 'தென்குமரியின் கதை' (2004) நூல்களுக்காக இருமுறை பெற்றிருக்கிறார்.

இவரது முக்கியமான நூல்கள், 'நாட்டார் நிகழ்த்துக் கலைக் களஞ்சியம்' (2001), 'தெய்வங்கள் முளைக்கும் நிலம்' (2003), 'ஆதிகேசவப் பெருமாள் ஆலயம்' (2006), 'தாணுமாலயன் ஆலயம்' (2008), 'இராமன் எத்தனை ராமனடி' (2010), 'வயல்காட்டு இசக்கி' (2013), 'முதலியார் ஓலைகள்' (2016), 'சீதையின் துக்கம் தமயந்தியின் ஆவேசம்' (2018) 'தமிழறிஞர்கள்' (2018), 'தமிழர் பண்பாடு' (2018), 'பூதமடம் நம்பூதிரி' (2019) ஆகியன.

மனைவி : லேகா; மகள்: ரம்யா பகவத்

முகவரி : 471 – 53B2, 'ரம்யா',
தெ.தி. இந்துக் கல்லூரி தெற்கு,
நாகர்கோவில் 629 002

தொடர்புக்கு : 9442077029

மின்னஞ்சல் : perumalfolk@yahoo.com

கவிமணி தேசிக விநாயகம் பிள்ளை

நாஞ்சில் நாட்டு

மருமக்கள்வழி மான்மியம்

பதிப்பாசிரியர்
அ.கா. பெருமாள்

காலச்சுவடு பதிப்பகம்

● **அன்பார்ந்த வாசகருக்கு,**

வணக்கம்.

காலச்சுவடு நூலை வாங்கியமைக்கு நன்றி.

நூலின் உள்ளடக்கம், உருவாக்கம், அட்டைப்படம் இன்ன பிற அம்சங்கள் பற்றிய உங்கள் கருத்துகளையும் ஆலோசனைகளையும் காலச்சுவடு வரவேற்கிறது. தகவல், எழுத்து, வாக்கியப் பிழைகள் தென்பட்டால் கட்டாயம் தெரிவித்து உதவுங்கள். நூல் தயாரிப்பில் கடும் குறைபாடு இருப்பின் மாற்றுப் பிரதி உங்களுக்குக் கிடைக்கக் காலச்சுவடு ஏற்பாடு செய்யும்.

மின்னஞ்சல்: ***publisher@kalachuvadu.com***

காலச்சுவடு நாகர்கோவில் தலைமையகத்துக்கும் கடிதம் அனுப்பலாம்.

தங்கள்
எஸ்.ஆர். சுந்தரம் (கண்ணன்)
பதிப்பாளர் — நிர்வாக இயக்குநர்

நாஞ்சில் நாட்டு மருமக்கள்வழி மான்மியம் • குறுங்காவியம் • பதிப்பாசிரியர்: அ.கா. பெருமாள் • © அ.கா. பெருமாள் • முதல் பதிப்பு: டிசம்பர் 2008, ஆறாம் (குறும்) பதிப்பு: டிசம்பர் 2022 • வெளியீடு: காலச்சுவடு பப்ளிகேஷன்ஸ் (பி) லிட்., 669 கே. பி. சாலை, நாகர்கோவில் 629001

naañcilnaaTTu marumakkaLvazi maanmiyam • Minor Epic • Editor: A.K.Perumal • © A.K. Perumal • Language: Tamil • First Edition: December 2008, Sixth (Short) Edition: December 2022 • Size: Demy 1 x 8• Paper: 18.6 kg maplitho • Pages: 248

Published by Kalachuvadu Publications Pvt.Ltd., 669 K.P. Road, Nagercoil 629 001, India • Phone : 91 - 4652 - 278525 • e-mail: publications@kalachuvadu.com • Printed at Clicto Print, Jaleel Towers, 42 KB Dasan Road, Teynampet Chennai 600018

ISBN : 978-81-89945-63-3

12/2022/S.No. 272, kcp 4186, 18.6 (6) 1k

அன்புடன்
டாக்டர் **தெ.வே. ஜெகதீசனுக்கு**

உள்ளுறை

I

வாழ்த்துரை

நாஞ்சில் மக்கள் கொண்டாடும்படியான ஒரு செயலைச் செய்திருக்கிறது 'காலச்சுவடு'. இந்த 'மரு மக்கள்வழி மான்மியம்' புத்தகமாகக் கொண்டுவந்ததின் மூலம். எனது நீண்டநாள்க் கனவு இது.

அடுத்த பாராட்டு, பெருமைக்குரிய முனைவர் திரு. அ.கா. பெருமாள் அவர்களுக்கு.

சொல்லப்போனால் இந்த 'மான்மியம்'தான் கவிமணி அவர்களின் 'மாஸ்டர் பீஸ்' என்பேன். இலக்கிய உலகத் தின் மேடைகளில் அடிக்கடி மேஜையைத் தட்டிப் பேசும் போது, "எழுத்து என்று வந்தால் அது இந்தச் சமுதாயத் தைப் புறட்டிப்போட வேண்டும்" என்பார்கள். இந்த 'மரு மக்கள்வழி மான்மியம்' நாஞ்சில் நாட்டில் அதை நிகழ்த்தியிருக்கிறதே!

அறுபது ஆண்டுகளுக்கு முன்னால் இந்தச் சிறிய்ய 'நூதன இலக்கிய' நூல் வெளிவந்த போது, கு. அழகிரி சாமியும் அவனுடைய நண்பர்களாகிய நாங்களும் இந் நூலைப் படித்துச் சிரித்து அனுபவித்தோம்.

"வில்லியப்ப பிள்ளையின் 'பஞ்சலச்சணத் திருமுக விலாச'த்தையே இது 'பீட்' பண்ணிட்டதப்பா" என்றான் கு.அ.

ஏற்கெனவே இந்த நாஞ்சில் நாட்டுக்காரர்கள் மிகுந்த நகைச்சுவை உணர்வு கொண்டவர்கள். அவர்களுடைய அடிமனசின் ஆழத்தில் நகைச்சுவை உணர்வு பூமிக்கு அடியில் ஓடும் நதிகள்போல ஓடிக்கொண்டே இருக்கும் போல. (அவசரத்துக்கு ஒரு எடுத்துக்காட்டு கலைவாணர் என்.எஸ்.கே. யைச் சொல்லலாம்.)

அறுபது எழுவது ஆண்டுகளுக்கு முன்னால், சிரங்கு என்ற தொற்றுநோய் சிறுவர்களின் உடம்பில்ப் படர்ந்து பாடாய்ப் படுத்தும்; கொப்பளம், சீழ், ரெத்தம் இப்படி இப்படி. அந்த நோயைப் பற்றி இப்போது வர்ணித்தால் நம்பமாட்டார்கள். கவிமணி அவர்கள் தனக்கு வந்த அந்தச் சிரங்குநோய் பற்றி நையாண்டி யாக நாலைந்து வெண்பாக்கள் பாடிப் பதிவு பண்ணியிருக்கிறார்.

சிரங்குகளில் அம்மை நோய் போல சில வகைப்பாடுகள் உண்டு. (அம்மை நோயில் தட்டம்மை, மணல்வாரி, சின்னம்மை, பெரியம்மை, வடக்குத்தி அம்மை என்று உண்டு.)

கவிமணியின் வர்ணிப்பைப் பார்க்கும்போது அது ‘வடக் குத்திச் சிரங்கு’ என்றே எண்ணவேண்டியதிருக்கிறது.

“அய்யோ, பிள்ளைக்கு சிரங்குவந்துட்டது போலிருக்கே!” என்று தன்னைப் பார்த்துச் சொன்னவர்க்கு, மறுத்து பதில் சொல்லுகிறதுபோல இருக்கும் அந்த வெண்பாக்கள். மாதிரிக்கு இங்கே ஒன்று:

முத்து பவளம் முழுவயிரம் மாணிக்கம்
பத்துஒளி வீசு பதக்கமெலாம் – சித்தன்
சிரங்கப்ப ராயன் சிறியேன் எனக்குத்
தரம்கண்டு தந்த தனம்!

வெண்பா என்கிற புலி கவிமணி அவர்களைக் கண்டுவிட்டால் ‘அர்ச்சுனன் பேர் பத்து’ என்று சொல்லி ஒரு வணக்கம் வைக்கு மாம்.

○○○

இந்நூலின் முகவுரைகளில் ஒன்றில்,

சாதிகளைக் கண்டு, கேட்டு அறிவதில் உள்ள இடர்ப்பாடு களைப் பற்றிப் பேசுகிறது.

அக்காலத்துப் பெரியவர்களிடமிருந்து நான் கேட்டறிந்த தகவல்களில் இங்கே ஒன்று.

அந்தப் பெண்கள் அணிந்துகொண்டிருக்கும் தாலியைப் பார்த்து சாதியைத் தெரிந்துகொள்ளலாம் என்பது. ஆனால் இது அவ்வளவு சுலபமல்ல!

நமக்குத் தெரிய, கண்ணுக்குத் தெரியாத தாலிகளையும் கண்டுகொண்டவர் இருவரைப் பற்றி கதைகளில்த் தெரிகிறது. ஒருத்தர்: அரிச்சந்திரன், மற்றவர்: திருமங்கை ஆழ்வார்.

சுடுகாட்டில்க் கண்ட சந்திரமதியை அரிச்சந்திரனுக்கு அடை யாளம் தெரியவில்லை; சந்திரமதிக்கும் அரிச்சந்திரனை அடை

யாளம் தெரியவில்லை! ஏழ்மையிலும் ஏழ்மை அவர்களை அப்படி உருக்குலைத்துவிட்டிருந்தது. (குரல்களையும்கூட ஒழித்து வைத்திருந்தது போலும்!)

ஆயுள்தண்டனையை முடித்து சிறைச் சாலையைவிட்டு வெளியே வருகிறார் செக்கிழுத்த சிதம்பரம் பிள்ளை. தன்னை வரவேற்க ஒரு சுடுகுஞ்சைக்கூடக் காணோம்! "அய்யா . . ." என்று தீனமான குரல்மட்டும் காதில் விழுகிறது. சற்றுத்தள்ளி ஒதுங்கிய நிலையில் ஒரு தொழுநோய்ப் பிச்சைக்காரன். அந்தக் குரல் எனது நண்பன் சிவாவின் குரல் அல்லவா? தெளிகிறார் பிள்ளை.

சந்திரமதியின் கழுத்தில் மின்னும் தாலி எப்போது அரிச் சந்திரனுக்குத் தெரிந்ததாம் . . .,

"கால்ப் பணத்துக்கும் முழம் கோடித் துணிக்கும் இந்த ஏழை எங்கே போவேன் அய்யனே" என்று அழும்போதுதான் தெரிகிறது. அடுத்து,

சாலை வழியாக ஒரு கூண்டுவண்டி வருகிறது. அதில் மகாலட்சுமியும் திருமாலும் வருகிறார்கள். கொள்ளைக்காரன் திருமங்கையாழ்வான் வழி மறித்து இறங்கச் சொல்லி, இருவரிடமும் அவர்கள் அணிந்திருக்கிற நகைகளைக் கழற்றச் சொல்லி வாங்கிக்கொண்டான்.

இன்னும் என்ன என்று கேட்கிறார் திருமால். ஓம் பெண்டாட்டி கழுத்தில் மின்னுகிறதே; அது என்ன அதையும் கழற்றச் சொல்லு என்கிறான் திருமங்கை ஆழ்வான்!

ரொம்ப நாளைக்கு முன்னால், நான் சிறுவனாக இருந்த போது, எங்கள் ஊர்க் காட்டில் ஒரு பாங்கிணற்றில் யாரோ ஒரு வெளியூர்ப் பெண்பிள்ளை வந்து விழுந்து செத்துப் போனாள். பிரேதத்தைத் தூக்கி வெளியே போட்டு, யார் எவர் என்று தெரிந்துகொள்ள முடியவில்லை. எந்த மச்சமும் தெரியவில்லை. ஒரு பெரியவர் சொன்னார். அந்தத் தாலியைப் பாருடா என்றார். கூட்டத்தில் இருந்த ஒரு பத்தர் முன்வந்து, இது இன்ன சாதியைச் சேர்ந்த பெண்பிள்ளை என்று அடையாளம் சொன்னார். எனக்கும் அப்போதுதான் தெரிந்தது சாதியைத் தெரிந்துகொள்ளத் தாலி ஒரு அடையாளம் என்று. சில ஆபரணங்களை வைத்தும் இதைத் தெரிந்துகொள்ளலாம்.

○○○

இந்நூலை ஆய்வுப் பதிப்பாக, திருத்தமாகத் திட்டமிட்டுக் கொண்டுவந்திருப்பது மேலும் ஒரு சிறப்பு.

தமிழ்க் கவிதை இலக்கியத்தில் வழக்குமொழியிலும் பாத்திரப் படைப்பிலும் சொல்முறையிலும் ஒரு காலப்பதிவாக விளங்கு கிறது அருமையான இந்நூல்.

காலச்சுவடு பதிப்பகக்காரர்களை எவ்வளவு பாராட்டினாலும் தகும்.

புதுவை - 8 — *பாராட்டுக்களுடன்*

25.10.2008 — ***கி. ராஜநாராயணன்***

II

பதிப்புரை

கவிமணி தேசிக விநாயகம் பிள்ளையின் ‘நாஞ்சில் நாட்டு மருமக்கள்வழி மான்மியம்’ என்ற நூலின் இந்தப் பதிப்பு ஆய்வு அடிப்படையிலானது.

1916இல் திருவனந்தபுரத்திலிருந்து வெளிவந்த ‘தமிழன்’ பத்திரிகையில் தொடராக வந்த ‘மான்மியம்’ 26 ஆண்டுகள் கழித்துத்தான் புத்தக வடிவம் பெற்றது. ‘மான்மியம்’ தொடராக வெளிவந்து பத்து ஆண்டுகளில் மருமக்கள்வழி ஒழிப்புச் சட்டம் வந்துவிட்டது. இதன்பிறகும் ‘மான்மியம்’ நூல்வடிவம் பெற 16 ஆண்டுகள் ஆகியிருக்கின்றன.

‘தமிழன்’ பத்திரிகையில் ‘மான்மியம்’ வெளிவந்த போது வையாபுரிப் பிள்ளை திருவனந்தபுரத்தில் இருந்தார். 1942இல் காரைக்குடி புதுமைப் பதிப்பகம் ‘மான்மிய’த்தை நூல் வடிவில் கொண்டுவந்தபோது வையாபுரிப் பிள்ளை சென்னைப் பல்கலைக்கழகத்தின் தமிழ் ஆராய்ச்சித் துறைத் தலைவராக இருந்தார். அவரிடம் கவிமணி கேட்டுக் கொண்டபடி ‘மான்மிய’த்துக்குச் சென்னையிலிருந்தே ஒரு முகவுரை அனுப்பியிருக்கிறார்.

இந்தக் காலகட்டத்தில் கவிமணி புத்தேரி என்ற ஊரிலிருந்தார். ‘மான்மி’யத்தை எழுதத் தொடங்கியபோது அவருக்கு வயது 40. மருமக்கள்வழி ஒழிப்பு தொடர்பான செயல்பாடுகளில் அவர் ஆர்வமாக இருந்த காலம் அது. ‘மான்மியம்’ நூல்வடிவில் வந்தபோது கவிமணிக்கு வயது 66. அவர் உடல்நிலை தளர்ந்த சமயம், மருமக்கள்வழி முறை ஓய்ந்து போன காலம். அதனால் அதன் பதிப்பைப் பற்றி அவர் கவலைப்படவில்லை.

'மான்மிய'த்தின் முதல் பதிப்பை (1942) புதுமைப் பதிப்பகம் வெளியிட்ட பின்பு இரண்டாம் பதிப்பை (1951) பாரி நிலையம் வெளியிட்டது. 1951இல் கவிமணியின் எல்லா நூற்களின் பதிப்புரிமையையும் பாரி நிலையம் பெற்றிருந்தது.

நூலின் 'கோடேறிக் குடிமுடித்த படலம்', 173ஆம் வரியில் குறிப்பிடப்படும் 'முளையநல்லூர்' என்ற ஊர் பற்றி பாரி நிலையப் பதிப்பில் ஒரு அடிக்குறிப்பு உள்ளது. இந்த ஊரில் உள்ள ஒருவன் நாஞ்சில் நாட்டு மக்களுக்குப் பெரும் துன்பம் கொடுத்தானாம். இது பற்றிய பாடல்:

தாழக்குடியில் வைரவனும்
  தமிழ்த்தே ரூரில் சந்திரனும்
கூழம் பெருத்த முளையநல்லூர்க்
  குறும்பன் அணஞ்ச பெருமாளும்
நாளை இவர்கள் தலைதெறித்தால்
  நன்றாய் வாழும் நாஞ்சில் நாடு.

பாரி நிலையப் பதிப்பு (1951 : பக்.95)

நான் 'கவிமணியின் இன்னொரு பக்கம்' நூலை எழுதுவதற்குச் செய்தி சேகரிக்கச் சென்றபோது (1990) வீரபத்திரச் செட்டியாரைச் சந்தித்தேன். கேரளப் பல்கலைக்கழகப் பேராசிரியராக இருந்து ஓய்வுபெற்ற அவர் கவிமணியின் நெருங்கிய நண்பர். அவரிடம் முளையநல்லூர் பற்றிய பாடலைக் காட்டி இந்த ஆசிரிய விருத்தத்தில் ஒரு வரி குறைகிறதே என்று பேச்சுவாக்கில் சொன்னேன். அவர் இந்தப் பாடலின் முதல் வரி,

கோளை மூட்டும் கடுக்கரையில்
  கொச்சு மாடன் சங்கரனும்

என்று வரும் என்றார்.

இதுபோன்று 'மான்மிய'த்தின் அடிக்குறிப்புகள் சிலவும் விடுபட்டுள்ளன என்றார் அவர்.

'மான்மியம்' நூல் வடிவம் பெறுவதற்கு முன்பே தேசிக விநாயகம் பிள்ளை 'கவிமணி' என்ற பட்டத்தைத் தமிழவேள் உமா மகேசுவரனாரிடமிருந்து பெற்றுவிட்டார் (1940). இதற்கு முன்பே இவரது 'மலரும் மாலையும்' தொகுப்பு மு. அருணாசலத்தின் முயற்சியால் வந்துவிட்டது (1938). கவிமணிக்கு இப்படி ஒரு பின்னணி உருவான பின்புதான் 'மான்மிய'த்தைப் பதிப்பிக்கும் முயற்சி நடந்திருக்கிறது.

'தமிழன்' பத்திரிகையில் 1916 மார்ச் முதல் 1917 பெப்ரவரி வரை 'மான்மியம்' தொடராக வந்தது. புதுமைப் பதிப்பக முதல்

பதிப்பிலும், பாரி நிலையத்தின் எல்லாப் பதிப்புகளிலும் 'மான் மியம்' கிடைத்தது பற்றி பண்டித முத்துசாமிப் பிள்ளை 'தமிழன்' பத்திரிகையில் எழுதிய சுவராஸ்யமான கட்டுரை (மலையாள வருஷம் 1091, மாசி 1916 பக். 98 – 99) சேர்க்கப்படவில்லை. இப்பதிப்பில் அந்த முகவுரை சேர்க்கப்பட்டுள்ளது.

கவிமணி 'நாஞ்சில் நாட்டு வேளாளர் பாகவழக்கு' என்னும் தலைப்பில் எழுதிய 36 பாடல்களும் 'மலரும் மாலையும்' தொகுப் பில் 'கதம்பம்' என்னும் தலைப்பில் சேர்க்கப்பட்டுள்ளன. இந்தப் பாடல்கள் மருமக்கள்வழி ஒழிப்புத் தொடர்பானவை. இவற்றை எழுதுவதற்கும் பின்னணி உண்டு.

நாஞ்சில் நாட்டு வேளாளர்களின் மருமக்கள்வழி முறை ஒழிப்பிற்காக அரசு சார்பாக ஒரு குழு திருவிதாங்கூரில் பயணம் செய்த சமயம் தறவாட்டுச் சொத்துக்களைச் சாகைவழி பங்கு வைப்பதா, ஆள்வழி பங்கு வைப்பதா என்ற சர்ச்சை பரவலாக எழுந்தது. நாஞ்சில் நாட்டவருக்கு மருமக்கள்வழி ஒழிப்புப் பற்றிய கருத்தில் மாறுபாடில்லை. தறவாட்டுச் சொத்தைச் சாகை வழி பங்கு வைப்பதா, ஆள்வழி பங்கு வைப்பதா என்பதில்தான் சிக்கல்.

காரணவர்கள் சாகைவழி வேண்டும் என்று குரல் எழுப்பி னார்கள். இது தறவாட்டு உறுப்பினர்களில் பெரும்பாலானவரைப் பாதிக்கும் என்பது எல்லோருக்கும் தெரியும். இந்தப் பிரச்சனை யால் சட்டசபையில் அரசு அறிக்கையைச் சமர்ப்பிப்பதில் கால தாமதம் ஆயிற்று. கவிமணி சாகைப் பாகத்துக்கு எதிரானவர். இதைப் பின்னணியாக வைத்து அவர் 36 பாடல்கள் எழுதினார்.

'நாஞ்சில் நாட்டு வேளாளர் பாக வழக்கு' என்னும் தலைப் பில் கவிமணி எழுதிய பாடல்கள் திருவனந்தபுரத்திலிருந்து வெளி வந்த 'வேளாள மித்திரன்' என்ற இருமொழிப் பத்திரிகையில் (மலையாளம், தமிழ்) வந்தன (1923 சித்திரைச் சிறப்பிதழ்). இப்பாடல்கள் கவிமணியின் பெயரில் வரவில்லை. 'மெய்கண்டார்' என்ற புனைபெயரில் வந்தன.

1924இல் நாயர் சாதியினருக்கான மருமக்கள்வழி மசோதா (Bill) வந்தபோது, நாஞ்சில் நாட்டில் சாகைவழிக்கு எதிர்க்குரல் வந்தது. அப்போது நாஞ்சில் நாட்டுக் கிராமங்களில் வினியோகிக்கப் பட்ட 'சாகைவழியா – ஆள்வழியா' என்ற தலைப்பிலான துண்டுப் பிரசுரத்தில்,

சாகை பாகம் அனியாயப் பாகம் – அது
சண்டைகள் மூட்டும் வழக்குப் பாகம்
நோக மனதைப்புண் ணாக்கும் பாகம் – ஒரு
நூல்வழி சென்றிடா நொண்டிப் பாகம்

என்ற கவிமணியின் பாடல் முதலில் இருந்தது. இதிலும் பாடலை எழுதியவர் மெய்கண்டார் என்றே இருந்தது.

பாகவழக்குப் பாடல்களின் தொடக்கத்தில் 'ஸ்ரீ கிருஷ்ணன் துதி' என்ற ஒரு பாடல் உள்ளது. பாரி நிலையப் பதிப்பில் இது கண்ணன் துதி என மாற்றப்பட்டுள்ளது. இந்தத் துதிப் பாடலை அடுத்து அவையடக்கம் என்னும் தலைப்பில்,

உள்ளக் கருத்தை உள்ளபடி யானிந்த
வெள்ளைக் கவியில் விளம்பினேன் – தெள்ளுதமிழ்
வெண்பாப் புரியும் விகடகவி யுமெனக்
கண்பார்த்து காத்தல் கடன்

என்ற வெண்பாவும் உண்டு. இப்பாடல் பாரி நிலையப் பதிப்பில் இல்லை.

பாகவழக்குப் பாடல்கள், மருமக்கள்வழி தொடர்புடையன என்பதாலும், 'மான்மியம்' எழுதிய நோக்கத்தைப் போன்றே இப்பாடல்களும் எழுதப்பட்டதாலும் இவை இப்பதிப்பின் பின்னிணைப்பாகச் சேர்க்கப்பட்டுள்ளன.

கவிமணி திருவனந்தபுரம் மகாராஜா கல்லூரியில் பணியாற்றிய போது *Malabar Quarterly Review* என்ற ஆராய்ச்சிப் பத்திரிகையில் *(Vol. III No. 3, September 1909 pp 259 - 278)* எழுதிய *Nanchi Nadu Vellala* என்ற கட்டுரையின் மூலவடிவம் இந்நூலின் பின்னிணைப்பாகக் கொடுக்கப்பட்டுள்ளது. நாஞ்சில் நாட்டு மருமக்கள்வழி வேளாளர் தொடர்பான இந்த ஆங்கிலக் கட்டுரை முதல் முறையாக இப்போது தான் நூல் வடிவில் வருகிறது.

கவிமணி தன் நூற்களைத் தன் மருமகன் குமாரசாமிப் பிள்ளை பெயருக்கு உரிமையாக்கிப் பதிவு செய்தபின் *(28.10.1950)* பாரி நிலையம், அவரது நூற்களை வெளியிடும் பொறுப்பை ஏற்றுக்கொண்டது. கவிமணியின் படைப்புகளைப் பதிப்பிப்பதில் பாரி நிலையத்திற்கு வித்துவான் மு. சண்முகம் பிள்ளை உதவி செய்தார். இதை 'மலரும் மாலையும்' தொகுப்பில் *(1956)* பாரி நிலையத்தார் குறிப்பிட்டுள்ளனர்.

பாரி நிலையம் 'மான்மிய'த்தை முதலில் வெளியிட்டபோது சண்முகம் பிள்ளையே உதவியிருக்கிறார். ஆனால் பதிப்பகத்தார் அவர் பெயரைக் குறிப்பிடவில்லை. 'மான்மிய'த்திற்காக அவர் அடிக்குறிப்புகளைத் தொகுத்தபோது ஆர். வீரபத்திரச் செட்டியார், சதாசிவம் பிள்ளை ஆகிய இருவரும் ஆலோசனை சொல்லி யிருக்கின்றனர்.

பாரி நிலையம் 'மான்மிய'ப் பதிப்பில் 248 அடிக் குறிப்புகள் உள்ளன. இந்த ஆராய்ச்சிப் பதிப்பில் பாரி நிலையப் பதிப்பின்

அடிக்குறிப்புகளில் சிலவற்றை மாற்றியுள்ளேன். 12 அடிக்குறிப்பு களை நீக்கியுள்ளேன். மேலும் புதிதாக 263 அடிக்குறிப்புகளைச் சேர்த்துள்ளேன். இப்போது இப்பதிப்பில் 498 அடிக்குறிப்புகள் உள்ளன.

'மான்மிய'த்தின் யாப்பு வடிவம், கவிமணியின் வாழ்க்கைக் குறிப்பு, மருமக்கள்வழி ஒழிப்பிற்காக முயற்சி செய்தவர்களின் பெயர்கள், 1921ஆம் ஆண்டு நாட்குறிப்பின் பகுதிகள், சில புகைப் படங்கள் போன்றனவும் பின்னிணைப்பாகக் கொடுக்கப்பட்டுள்ளன.

❍ ❍ ❍

'மான்மியம்' நூலைப் பதிப்பிக்க வேண்டும் என்று 'காலச் சுவடு' கண்ணன் சொன்னபோது உடனே பதிப்பு முயற்சியை ஆரம்பித்துவிட்டேன். கவிமணி தொடர்பாகக் கடந்த 25 ஆண்டு களாக நான் சேகரித்து வைத்திருந்த செய்திகள் எனக்கு இப்போது உதவின. நான் பதிப்பு முயற்சியில் ஈடுபட்டிருக்கும்போது 'காலச் சுவடு' கண்ணனுக்கு எழுத்தாளர் கி. ராஜநாராயணன் எழுதிய ஒரு கடிதத்தில் 'மருமக்கள்வழி மான்மியத்தைப் பதிப்பிக்கலாமே' என்று குறிப்பிட்டிருந்தார், காலச்சுவடு பதிப்பகம் இந்த முயற்சி யில் செயல்படுகிறது என்று தெரியாமலேயே.

இதனாலேயே ராஜநாராயணனிடம் ஒரு வாழ்த்துரை வாங்க வேண்டும் என்றார் கண்ணன். அவரும் நல்லதோர் வாழ்த்துரை தந்துள்ளார்.

'மான்மிய'த்தைப் பதிப்பிப்பதற்குத் தேவையான புத்தகங் களைப் பெற நாகர்கோவில் தெ.தி. இந்துக் கல்லூரி ஆங்கிலத் துறைத் தலைவர் பேரா. மா. சுப்பிரமணியம், தமிழ்ப் பேராசிரியர் டாக்டர் தெ.வே. ஜெகதீசன், பாளையங்கோட்டை தூய சவேரியார் கல்லூரி நாட்டார் வழக்காற்றியல் பேராசிரியர் டாக்டர் என். ராமச் சந்திரன், ஆரல்வாய்மொழி அறிஞர் அண்ணா கல்லூரி வரலாற்றுத் துறைப் பேராசிரியர் டாக்டர் எஸ். கலையரசு ஆகியோர் உதவினர்.

எழுத்தாளர் நாஞ்சில் நாடன் கவிமணியின் *Nanchi Nadu Vellala* கட்டுரையை மும்பையிலிருந்து பெரும் சிரமத்துடன் எடுத்துத் தந்தார். 'தமிழன்', 'வேளாள மித்திரன்' பத்திரிகைகளின் நகலைச் சென்னையிலிருந்து பெறப் பேராசிரியர் எஸ். கலையரசு உதவினார்.

'மருமக்கள்வழி மான்மிய'த்தின் தாக்கம் என்னும் தலைப் பில் எம்.ஃபில். ஆய்வு செய்த மாணவி திருமதி அ. ப. அம்மு ஒருமுறை மருங்கூர் தாணப்பன் (காந்தி) என்பவரின் தந்தை தாணுமாலையனின் 1921ஆம் ஆண்டு நாட்குறிப்பைக் கொண்டு வந்தார். அதில் மருமக்கள்வழி ஒழிப்புத் தொடர்பாக 1921இல்

நாஞ்சில் நாட்டில் நடந்த விழிப்புணர்வுக் கூட்டம் பற்றியும், அரசு சார்பாக ராஜராஜ வர்மா குழு நடத்திய 'மொழி கேட்டல்' நிகழ்ச்சி பற்றியும் தகவல்கள் இருந்தன. அவற்றை முழுவதும் இந்நூற்பதிப்பில் பயன்படுத்தியுள்ளேன்.

அந்த நாட்குறிப்பில் மாதிரிக்காகச் சில பக்கங்களைப் பின்னிணைப்பில் கொடுத்துள்ளேன்.

நாகர்கோவில் வடிவீஸ்வரம் பூதலிங்கம் பிள்ளையின் மகன் பூ. அய்யம்பெருமாள் பிள்ளை தன் தந்தையின் வாய்வழி கேட்ட பல தகவல்களைச் சொன்னார். மருமக்கள்வழி ஒழிப்பில் முனைப்புடன் செயலாற்றிய பூதலிங்கம் பிள்ளை தன் மகனிடம் விரிவாகவே அதுபற்றிப் பேசியிருக்கிறார் என்பதை அய்யம்பெருமாளிடம் நான் உரையாடியபோது அறிந்தேன். அவர் தந்த தகவல்கள் முந்திய ஆராய்ச்சி நூற்களை ஒத்துப்பார்க்க உதவின. இவர் சில அரிய புகைப்படம் ஒன்றும் தந்தார்.

கவிமணி தொடர்பான என் முயற்சிக்கு எப்போதும் உதவிக் கொண்டிருப்பவர் கவிமணியின் தம்பி மகன் பேராசிரியர் டாக்டர் தே. வேலப்பன்.

என் ஆராய்ச்சிக்கு ஆசி வழங்கித் தொடர்ந்து உதவி வருபவர் கல்வெட்டியல் அறிஞர் செம்பவளம் ஆய்வுத்தளம் தலைவர் செந்தீ நடராசன்.

நூலின் அச்சுப்பிழையைத் திருத்த நண்பர்கள் எம்.எஸ்ஸும் ராஜமார்த்தாண்டனும் உதவினர். நெய்தல் கிருஷ்ணன் மூலப் பதிப்புடன் நூலை ஒத்துப்பார்க்க உதவினார்.

இந்த நூலை மிகப் பொறுமையாய்க் கணிப்பொறியில் வடிவமைத்தவர்கள் செல்வி பிரேமா, காயத்ரி, திருமதி கலா ஆகியோர்.

அறிஞர் அண்ணா கல்லூரிப் பேராசிரியர் (ஓய்வு) எஸ். வேலாயுதப் பெருமாள் அரிய புகைப்படம் ஒன்றைத் தந்தார்.

இவர்கள் எல்லோருக்கும் என் நன்றியைத் தெரிவித்துக் கொள்கிறேன்.

53 B2 – 471 **அ.கா. பெருமாள்**
கவிமணி நகர்
தெ.தி. இந்துக் கல்லூரி அருகே
நாகர்கோவில் – 2.

III

பதிப்பாசிரியரின் முகவுரை

திருவிதாங்கூர் ராஜ்யத்தின் தென்பகுதியான நாஞ்சில் நாடு, இடநாடு என்று அழைக்கப்பட்டது. இப்பகுதிகள் பொதுவாகத் தெக்கன் திருவிதாங்கூர் எனப்பட்டன. இதில் கல்குளம், விளவங்கோடு வட்டங்கள் இடநாடு என்றும், தோவாளை, அகஸ்தீஸ்வரம் வட்டங்கள் நாஞ்சில் நாடு என்றும் அழைக்கப்பட்டன. அன்றைய தென்திருவிதாங்கூரான இன்றைய கன்னியாகுமரி மாவட்டம் 1956 வரை கேரளத்துடன் இணைந்திருந்தது.

16ஆம் நூற்றாண்டு ஆவணம் ஒன்று மங்கலம் முதல் மணக்குடி வரை நாஞ்சில் நாடு என அதன் எல்லையை வரையறை செய்கிறது (*Kerala Society Papers II 1932 p. 19*). இன்றைய கல்குளம் வட்டத்தில் குலசேகரம் ஊரின் அருகே இருப்பது மங்கலம். அகஸ்தீஸ்வரம் வட்டம் கடற்கரை அருகில் உள்ள கிராமம் மணக்குடி. மங்கலம் இப்போது நாஞ்சில் நாட்டின் எல்லை அல்ல.

இன்று நாஞ்சில் நாட்டின் எல்லையாகக் கூறப்படும் கன்னியாகுமரி பகுதிகூட 11ஆம் நூற்றாண்டில் புறத்தாய நாடு என அழைக்கப்பட்டது. இது நாஞ்சில் நாட்டினின்று வேறுபட்டது. இப்படியாக நாஞ்சில் நாட்டின் எல்லை காலந்தோறும் மாறியிருக்கிறது. இது வரையறைக்கு உட்பட்டதல்ல.

நாஞ்சில் என்னும் சொல் மிகப் பழைய நூலான புறநானூற்றில் குறிக்கப்படுகிறது (பாடல் 137, 139). கலப்பை, கோட்டை, நஞ்சை என்னும் சொற்களுடன் நாஞ்சில் என்னும் பெயரைத் தொடர்புபடுத்திச் சொல்கின்றனர்.

நாஞ்சில் நாடு சங்க காலத்திலிருந்தே தமிழ் இலக்கியங்களுடனும், தமிழ்ப் பண்பாட்டுடனும் தன் உறவைத் தொய்வின்றித் தொடர்ந் திருக்கிறது.

நாஞ்சில் நாட்டில் ஓடும் பழையாறு மகேந்திரகிரி மலையில் உற்பத்தியாகித் தோவாளை, அகஸ்தீஸ்வரம் வட்டங்களில் தெற்கு தென்மேற்காக 37 கி.மீ. ஓடி மணக்குடிக் கடலில் கலக்கிறது. இந்த ஆற்றின் கரையில் பூதப்பாண்டி, தாழக்குடி, கோட்டாறு, சுசீந்திரம் போன்ற புகழ் பெற்ற ஊர்கள் உள்ளன.

நாஞ்சில் நாட்டு வேளாளர்களில் மிகப்பெரும்பாலானவர்கள் அகஸ்தீஸ்வரம், தோவாளை வட்டங்களில் உள்ள கிராமங்களில் வாழ்கின்றனர். இடநாட்டுப் பகுதியில் இவர்களின் எண்ணிக்கை குறைவு. 2005ஆம் ஆண்டுக் கணக்கின்படி கன்னியாகுமரி மாவட்டத் தில் இவர்கள் சுமார் 1,50,000 அளவில் உள்ளனர். இந்த மாவட்ட மக்கள் தொகையில் இது 9 விழுக்காடு அளவுதான். இவர்களில் 78 சதவீதத்தினர் நிலமற்றவர்கள். 3.8 சதவீதத்தினரே அரசுப் பணியில் இருப்பவர்கள். தொழிலதிபர்களை எண்ண ஒரு கை விரல்கள் போதும்.

குடிப்பெயர்ச்சி

நாஞ்சில் நாட்டு வேளாளர்கள் மருமக்கள்வழியை இடைக் காலத்தில்தான் மேற்கொண்டனர். ஆரம்பகாலத்தில் இங்கு எல்லோரும் மக்கள்வழியினராய்த்தான் இருந்தனர். இதற்கு இவர் களின் குடியேற்றம் தொடர்பான செய்திகளை முக்கியச் சான்று களாக எடுத்துக்கொள்ளலாம்.

சங்ககாலச் சோழர்களின் தலைநகரமான காவிரிப்பூம் பட்டினத்தின் அழிவிற்குப் பின்னர் வேளாளர்கள் தென் மாவட்டங் களில் குடியேறினர் என்ற கருத்து உண்டு. சங்க காலத்தின் ஆரம்பத்தில் பாண்டிநாட்டுப் பகுதிகளிலிருந்து நாஞ்சில் நாட்டிற்கு வேளாளர்கள் குடியேறினர் என 1931ஆம் ஆண்டு இந்திய மக்கள் தொகைக் கணக்கெடுப்பு அறிக்கை கூறும் *(Pazhani 2003 p. 31)*.

வேளாளர்கள் கேரளத்தில் கி.பி. 9ஆம் நூற்றாண்டுக்கு முன்பே குடியேறிவிட்டதாக கே.வி. கிருஷ்ணய்யர் குறிப்பிடுகிறார். வேணாட்டு அரச குடும்பத்து அதிகாரி அய்யனடிகள் என்பவர் கேரளத்தில் உள்ள புனித தெரசா ஆலயத்திற்கு நிலம் நிபந்தமாகக் கொடுத் துள்ளார் (கி.பி. 849). இந்த நிலம் நான்கு வேளாளர் குடும்பத்தினரிட மிருந்து பெறப்பட்டுக் கொடுக்கப்பட்டது. இதனால் இந்த நிலம் இவர்களுக்குச் சொந்தமானதல்ல என்று ஊகிக்க முடியும். இந்த நிலத்தை வேளாளக் குடும்பம் குத்தகைக்கு எடுத்திருக்க வேண்டும். எனவே கேரளத்தில் வேளாளர்கள் 9ஆம் நூற்றாண்டுக்கு முன்பே இருந்தனர் என்று கருதலாம் *(K.V. Krishna Ayer 1966 p. 60)*.

பிற்காலச் சோழர்களின் ஆரம்பகால ஆட்சியின் போது வேளாளர்களுக்கும் கள்ளர் சாதியினருக்கும் இடையே நடந்த கலவரத்தில் வேளாளர்கள் தமிழகத்தின் பல்வேறு இடங்களுக்குக் குடிபெயர்ந்தனர். அப்படிப் பெயர்ந்த இடங்களில் நாஞ்சில் நாடும் ஒன்று. அப்போது இவர்கள் கிழக்குக் கடற்கரை ஓரம் வந்திருக்க லாம். இது கி.பி. 9ஆம் நூற்றாண்டின் நிகழ்வு என்கிறார் எட்கார் தர்ஸ்டன் *(1987 Vol. II p. 243).*

தர்ஸ்டன் மேலும், கி.பி. 824ஆம் ஆண்டில் எழுதப்பட்ட சிரியன் கிறிஸ்தவர்களின் செப்புப் பட்டயம் ஒன்று நான்கு வேளாளக் குடும்பங்களும், விசுவகர்மாக் குடும்பம் ஒன்றும் கிழக்குக் கடற்கரையில் உள்ள ஒரு ஊரிலிருந்து நாஞ்சில் நாட்டிற்குக் குடியேறியதைக் குறிப்பிடுகின்றது என்கிறார் *(1987 P. 242).*

பிற்காலச் சோழர்களின் தென் மாவட்டப் படையெடுப்பின் போது வேளாளர், முத்தரையர், கைக்கோளர் (செங்குந்த முதலியார்) போன்ற சாதியினர் நாஞ்சில் நாட்டுக்கு வந்தனர். தஞ்சை பெரிய கோவில் பதியிலாரின் நாஞ்சில் நாட்டுக் குடியேற்றமும் இக்காலத் தில் நடந்ததுதான் என்ற கருத்து உண்டு *(V. Nagam Aiya 1989 P. 373).*

எல். அனந்தகிருஷ்ண அய்யர், வேளாளர்கள் தென் பாண்டிப் பகுதியிலிருந்து (குறிப்பாகத் திருநெல்வேலி மாவட்டம் நாங்குநேரி) நாஞ்சில் நாட்டில் குடிபெயர்ந்தனர்; ஒரு காலத்தில் நாங்குநேரி, நாஞ்சில் நாட்டுடன் இணைந்திருந்தது என்பதை இங்கு யோசித்துப் பார்க்கலாம் என்பார் *(L.A. Krishna Iyer 1970 P. 4).* இதே கருத்தை ஒத்துக்கொள்ளும் நாகம் அய்யா, இவர்கள் பிற்காலப் பாண்டியர் காலத்தில் நாஞ்சில் நாட்டிற்கு வந்தனர்; இக்காலத்தைச் சரியாக வரையறை செய்ய முடியாது என்கிறார் *(V. Nagam Aiya Vol II 1989 P. 373).*

காவிரிப்பூம்பட்டினத்துக்கும் நாஞ்சில் நாட்டிற்கும் உள்ள தொடர்பு குறித்து வாய்மொழிக் கதைகள் உண்டு. இதன்படி காவிரிப்பூம்பட்டினத்திலிருந்து செட்டியார், வேளாளர் ஆகிய சாதியினர் நாஞ்சில் நாட்டிற்குக் குடிபெயர்ந்தனர் எனக் கொள்ள லாம். நாகப்பட்டினத்திலிருந்து நாஞ்சில் நாட்டில் குடியேறிய வேளாளர்களை நாகப்பட்டினம் வகையறா என்று குறிப்பிடும் வழக்காறு பத்து ஆண்டுகளுக்கு முன்புவரை பேசப்பட்டதை நான் கேட்டிருக்கிறேன்.

பாளையங்கோட்டை தூய சவேரியார் கல்லூரி நாட்டார் வழக்காற்றியல் துறைப் பேராசிரியர் ராமச்சந்திரனுடன் நாஞ்சில் நாட்டுத் தோவாளை வட்டம் கிராமங்களுக்குப் பண்டைய புழங்கு பொருட்களைத் தேடி அலைந்தபோது, 'நாகப்பட்டினம் வகை யறா... இன்னாருக்குரிய' என்று பொறித்திருந்த பித்தளைப் பாத்திரங்களையும், கைப்பெட்டிகளையும் பார்த்திருக்கிறேன்.

கவிமணி தேசிக விநாயகம் பிள்ளையின் அம்மா ஆதி லட்சுமியின் தந்தையார் நாகப்பட்டினத்தைச் சார்ந்தவர். அங்கு அவர் நடத்திய வியாபாரத்தில் ஏற்பட்ட சரிவின் காரணமாக நாஞ்சில் நாட்டிற்குக் குடிபெயர்ந்திருக்கிறார் (எம்.கே. பாவா *1948* பக். *3*). நாகர்கோவிலில் *1948* மே *14*இல் நடந்த மூன்றாம் தமிழ் எழுத்தாளர் மாநாட்டில் கவிமணி உரையாற்றியபோது, 'நாஞ்சில் நாட்டவர்களின் பூர்வீகம் பாண்டிநாடு; என் அம்மா நாகப்பட்டினத்துடன் தொடர்புடையவள்' என்று பேசியிருக்கிறார் (மகாலிங்க முதலியார் 'தேவி' சிறப்பு மலர், ஜூலை *1948*).

தமிழக வேளாளர் தொடர்பு

தமிழக வேளாளர்களுக்கும், நாஞ்சில் நாட்டு வேளாளர் களுக்கும் உள்ள சில ஒற்றுமைகள், இவர்களின் குடியேற்றக் காரணங்களை உறுதிப்படுத்துகின்றன.

தமிழகத்து வேளாளர்களைப் போலவே இங்குள்ளவர்களும் சைவச்சார்புடையவர்கள். இவர்கள் ஸ்ரீவைகுண்டம் உமையொரு பாகக் குருக்களின் வழியினர். நாஞ்சில் நாட்டவர்கள் கும்பகோணம் பாம்புப் பஞ்சாங்கத்தையே பின்பற்றுகின்றனர்.

நாஞ்சில் நாட்டு வேளாளர் நெற்றியில் திருநீறு பூசும் முறை பாண்டி நாட்டை ஒத்துள்ளது. அதுபோலவே இங்குள்ள பெண் களின் மஞ்சள் குளிப்பும் பாண்டி நாட்டை ஒத்துக் காணப்படு கிறது. நாயர் பெண்களுக்கு மஞ்சள் குளிப்பு கிடையாது.

இந்தக் காரணங்களைத் தனக்கு ஆதாரமாகக்கொண்ட எட்கார் தர்ஸ்டன், பாண்டியர்களுக்கும் திருவிதாங்கூர் மன்னர் களுக்கும் நாட்டின் எல்லை குறித்த தகராறு இருந்த காலத்திலும் வேளாளர் சிலர் இங்கே குடிவந்திருக்கலாம் என்கிறார். மேலும் இவர்கள் ஊர்க்கணக்குப் பணிக்கு அமர்த்தப்பட்டிருக்கலாம். இப்படி வந்தவர்கள் கேரளத்தின் திருவல்லா வரை உள்ள பகுதி களில் குடியேறியிருக்கின்றனர் என்கிறார் *(V. Nagam Aiya Vol V 1987 P. 244)*.

இவர்களின் பண்டைய கிராம நிர்வாக முறைகூடத் தமிழகத்தை ஒத்துப்போவது.

நாட்டார் வழக்காற்றியல் ஆய்வாளர்கள் நாட்டார் தெய்வ வழிபாடு, குலதெய்வ வழிபாடு ஆகியவற்றின் அடிப்படையில் ஒரு சாதியின் குடிப்பெயர்ச்சியை ஊகிக்க முடியும் என்பர். குடிப்பெயர்ச்சிக்குரிய பல காரணங்களில் இதுவும் ஒன்று.

நாஞ்சில் நாட்டு வேளாளர்களுக்குரிய குலதெய்வங்கள் திருநெல்வேலி, தூத்துக்குடி மாவட்டக் கிராமங்களில் உள்ளன.

பாண்டி நாட்டுக் கிராமங்களில் உள்ள சாஸ்தா, நாஞ்சில் நாட்டவருக்குக் குல தெய்வமாய் உள்ளார்.

திருநெல்வேலி மாவட்டம் வள்ளியூர் பகுதியில் உள்ள சித்தூர் கிராமத்தில் இருக்கும் தென்கரை மகாராஜன் கோவில் பங்குனி உத்திர விழாவிற்கு நாஞ்சில் நாட்டுத் தோவாளை வட்டக் கிராமங்களிலிருந்து இன்றும் ஆயிரக்கணக்கான மக்கள் செல்கின்றனர்.

முந்திய காலங்களில் குலதெய்வ விழாவிற்குச் செல்வது மட்டுமன்றி தங்களின் பூர்வீக இடத்து உறவினர்களைக் கண்டு உரையாடுவதற்கு என்ற நோக்கமும் இருந்தது.

வேணாட்டு ஆட்சிக் காலத்திலும் திருவிதாங்கூர் ஆட்சிக் காலத்திலும், தென்திருவிதாங்கூரின் நாஞ்சில் நாட்டுப் பகுதியில் மட்டும் எப்போதும் தமிழ் பேசப்பட்டு வந்தது; பண்டைத் தமிழ் இலக்கியங்களைப் படிப்பது, கற்பிப்பது என்ற வழக்கம் இருந் திருக்கிறது.

தொல்லியல் அலுவலர் கோபாலும் நானும் நாஞ்சில் நாட்டில் ஏடு தேடி அலைந்த காலத்தில் *(1990 – 2000)* நாஞ்சில் நாட்டுக் கிராமங்களில் தமிழ் இலக்கிய ஏடுகளைப் பார்த்திருக் கிறோம். பறக்கை, சுசீந்திரம் இரண்டு ஊர்களிலும் சங்க இலக்கிய மான திருமுருகாற்றுப்படையின் ஒரு பிரதி எங்களுக்குக் கிடைத்தது. நாங்கள் பார்த்த சைவ ஆகம ஏடுகளில் களக்காடு, கரிவலம்வந்த நல்லூர், தென்காசி, கடையம் போன்ற ஊர்களி லிருந்த ஏடுகளைப் பார்த்துப் பெயர்க்கப்பட்டவை என்ற குறிப்பு இருந்தது.

நாஞ்சில் நாட்டார் தமிழக மக்களைப் போலவே தைப் பொங்கலும் தீபாவளியும் கொண்டாடினர். இது கேரளத்தில் காணப்படாதது. நாஞ்சில் நாட்டில் ஆள் பெயராக வரும் சிவகாமி, காந்திமதி, பொன்னம்பலம் போன்ற பெயர்களும் தமிழகத் தொடர்பைக் காட்டுவனதான். தமிழகத்தில் விவசாயம் தொடர்பாக வழங்கப்படும் ஆயக்கட்டு என்ற சொல்லும், கணக்கு தொடர்பான அருமா, ஒருமா போன்றனவும் நாஞ்சில் நாட்டிலும் வழக்கில் இருந்தன.

இந்தக் காரணங்களை எல்லாம் பார்க்கின்றபோது நாஞ்சில் நாட்டு வேளாளர்கள் பாண்டிநாட்டு வேளாளர்களுடன் தொடர் புடையவர்கள் என்றும், ஒருகாலத்தில் இவர்கள் எல்லோருமே மக்கள்வழியினராக இருந்தனர் என்றும் கூறுவதற்கான ஆதாரங் களாக எடுத்துக்கொள்ளலாம்.

நாஞ்சில் நாட்டுத் தேரூர் ஊரைச் சார்ந்த சுதந்திரப் போராட்டத் தியாகி சிவன்பிள்ளை அவரது தன் வரலாற்று நூலில், "...

தக்கலை (கல்குளம் வட்டம்) என்ற ஊரில் இருந்த மக்கள்வழி வேளாளக் குடும்பத்தினர் எங்களின் உறவினராய் இருந்தனர். மருமக்கள்வழியைச் சார்ந்த எங்கள் குடும்பமும் தக்கலை மக்கள் வழிக் குடும்பமும் சொத்து தகராறின் காரணமாக பிரிந்தன. இது தொடர்பாக வழக்குகள் இருந்தன என்று சொல்லிக் கேட்டிருக்கிறேன். இதற்குப் பத்மநாபபுரம் நீதிமன்றத்தில் ஆதாரம் உண்டு" என்கிறார் (1990; பக். 15).

நாஞ்சில் நாட்டு வேளாளரின் குடிப்பெயர்ச்சிச் செய்தியையும் அவர்கள் மருமக்கள்வழியைப் பின்பற்றிய செய்தியையும் இந்தப் பின்னணியில் பார்க்க வேண்டும்.

திருவிதாங்கூர் தொடர்பு

வேணாட்டு ஆட்சியிலும், திருவிதாங்கூர் ஆட்சியிலும் நாஞ்சில் நாட்டு வேளாளர்களுடனான தொடர்பு சித்திரைத் திருநாள் மன்னர் காலம் வரை சுமுகமாகவே இருந்திருக்கிறது. திருவிதாங்கூர் அரசர்கள் இவர்களைப் பதவியில் வைத்திருந்ததற்கும் இவர்களின் விசுவாசமான குணமே காரணம்.

வேணாட்டு அரசர்களின் தனிப்பட்ட குடும்ப விசேஷங்களிலும், பிறந்த நாட்களிலும் நாஞ்சில் நாட்டுப் பிரதானிகளின் குடும்பத்திலிருந்து காய்கறி, தயிர் போன்றவற்றைக் கொண்டு கொடுப்பது என்பது வழக்கத்திலிருந்திருக்கிறது. கி.பி. 1632ஆம் ஆண்டு முதலியார் ஆவணம் ஒன்று இந்த வழக்கம் குலசேகரர் காலத்திலிருந்தே தொடர்ந்து வருகிறது என்று கூறும் (அ.கா. பெருமாள் 2006 பக். 87). திருவிதாங்கூர் அரசர்கள் காலத்திலும் இவ்வழக்கம் தொடர்ந்திருக்கிறது (மேற்படி பக். 114, 115).

அரச குடும்பத்தில் குழந்தை பிறந்தால்கூட நாஞ்சில் நாட்டுப் பன்னிரண்டு பிடாகைப் பிரதானிகளுக்குச் செய்தி அனுப்பியதற்கு முதலியார் ஆவணங்களில் சான்று உண்டு. கி.பி. 1751, 1785, 1798, 1804 ஆகிய ஆண்டுகளில் உள்ள இந்த நீட்டுகளில் அரச குடும்பத்தில் யாருக்கேனும் உடல்நலம் இல்லை என்றால்கூட அச்செய்தியை நாஞ்சில் நாட்டவருக்குத் தெரிவிக்கும்படி கேட்டுக் கொள்ளப்பட்டிருக்கிறது (அ.கா. பெருமாள் 2006 பக். 129, 130, 138, 141).

திருவிதாங்கூரின் பிதாமகராகிய அனுஷம் திருநாள் மார்த்தாண்டவர்மா (1726 – 1758)வின் காலத்தில் நடந்த உள்நாட்டுக் கலகத்தில் நாஞ்சில் நாட்டு வேளாளர் அரசருக்கு உதவியுள்ளனர் (*Nagam Aiya Vol. II 1989 p. 325*). இதற்காகச் சிலருக்கு மூத்தபிள்ளை என்ற விருதையும் அரசர் கொடுத்திருக்கிறார் (*Pazhani 2003 p. 37*).

தென்திருவிதாங்கூரில் கல்குளம், விளவங்கோடு பகுதிகளில் நாயர்களின் அத்துமீறலின்போதும், கோவில் யோகக்காரர்

களுக்கெதிராக நாயர்கள் கிளர்ந்தபோதும் வேளாளர்களை உதவிக்கு அழைத்த நிகழ்ச்சியை முதலியார் ஆவணங்களும் கதைப்பாடல்களும் குறிப்பிடுகின்றன.

நீலகண்டன், பத்மநாபன் என்னும் இரண்டு நாயர்கள் திருவட்டாறு ஆதிகேசவப் பெருமாள் கோவில் தொடர்பாக அரசருக்குத் தொந்தரவு கொடுத்தபோது அவர்களை உதயகிரிக் கோட்டையில் பாதுகாப்பாய் வைத்திருக்கவும், காவலுக்கும் நாஞ்சில் நாட்டார் வரவேண்டும் என்று அரசர் அனுப்பிய நீட்டு உள்ளது. இது 1804ஆம் ஆண்டினது (அ.கா. பெருமாள் 2006 பக். 140).

தர்மராஜா என்னும் கார்த்திகைத் திருநாள் ராமவர்மா (1758 – 1798) ஒருமுறை (1788) ராமேஸ்வரத்திற்குத் தீர்த்த யாத்திரை சென்றபோது அரசரின் தனிமெய்க்காப்பாளராகச் சென்றவர் களில் நாஞ்சில் நாட்டுப் பிடாகைக்காரர்களும் இருந்தனர் என்பதை அச்சில் வராத தர்மராஜாவின் 'ராமேஸ்வர யாத்திரை' என்ற கதைப்பாடல் கூறும்.

கத்திசமுதாடு தானெடுப்பார்
 முரசு வெண்டயம் தான்முழங்க
முன்னே சென்றுதான் முள்விலக்கி
 கூண்டுவண்டி பின்னே தானடைந்தார்
தம்பிரான் யாத்திரை தப்பில்லாமலே
 தாவளம் அடித்துக் கணவிழித்தார்
தாழக்குடி பிடாகை ஆட்களெல்லாம்
 தனியே இருந்து கண்விழித்தார்
கோட்டாற்றுப் பிடாகை வீரரெல்லாம்
 கூவிழி செய்து கூடினரே

என்று கூறும் இதே செய்தியை நாகம் அய்யாவும் திருவிதாங் கூர் ஸ்டேட் மேனுவலில் கூறுகிறார். மேலும், விசாகம் திருநாளின் வெளியூர்ப் பயணத்திற்கு நாஞ்சில் நாட்டவர் துணைக்குச் சென்ற செய்தியையும் இவர் கூறுகிறார் (*V. Nagam Aiya Vol II 1989 P. 375*).

வேலுத்தம்பித் தளவாயின் குண்டறை அறிக்கையின் எதிர் விளைவாகக் கிழக்கிந்தியக் கம்பெனி வீரர்கள் தென்திருவிதாங் கூரில் நுழைந்தபோது தாழக்குடி ராமன்பிள்ளையின் தலைமை யில் 12 பிடாகைக்காரர்களும் எதிர்ப்புத் தெருவிக்க ஒழுகினசேரியில் கூடியிருந்தனர். ஆனால் ஜெனரல் லீஜர் என்ற கிழக்கிந்தியக் கம்பெனித் தலைவனால் அவர்கள் தடுத்து விரட்டப்பட்டனர் (*T.K. Velupillai Vol. II 1943 P. 449*).

திருவிதாங்கூரின் உயர் அதிகாரியான சங்கரன் நம்பூதிரி, வேலுத்தம்பி என்ற வருவாய்த்துறை அதிகாரியிடம் (அவர் அப்போது தளவாய் ஆகவில்லை) நிலவரியாக அதிகப் பணம் வசூலிக்கக்

கேட்டுக்கொண்டபோது தம்பி, பிடாகைக்காரர்களைச் சந்தித்துப் பேசி, அவர்களையும் அழைத்துக்கொண்டு அரசரைச் சந்தித்தார் (*V. Nagam Aiya Vol. II 418 - 23*).

நிர்வாகத் தொடர்பு

நாஞ்சில் நாட்டவருக்கும், திருவிதாங்கூர் அரசு நிர்வாகத்துக்கு மான தொடர்பு வேணாட்டரசர்கள் காலத்திலிருந்து கி.பி.19ஆம் நூற்றாண்டின் ஆரம்பம்வரை தொடர்ந்திருக்கிறது.

நாஞ்சில் குறவன் கதையுடன் சேர்த்துச் சொல்லப்படும் செய்திகளில் குறவனின் நாட்டை நிர்வகிக்கக் களக்காட்டு ஊரிலிருந்து வேளாளர் குடும்பம் இங்கே வந்தது என்பதும் ஒன்று. இந்தக் குடும்பத்தில் ஒருவர் 12 பிடாகைகளிலும் வரி பிரிப்பது தொடர்பான பொறுப்பைக் கவனித்திருக்கிறார். இதுவும் கர்னல் மன்றோ காலத்துடன் முடிந்தது.

திருவிதாங்கூர் ராஜ்யத்துடன் காயங்குளம், அம்பலப்புழை பகுதிகள் இணைக்கப்பட்டபோது அந்தப் பகுதிகள் தொடர்பான வருவாய்த் துறை ஆதாரங்கள் அழிக்கப்பட்டன. புதிய நிர்வாகத்தை அங்கு தொடங்கியபோது இப்பகுதியில் நாயர்களும், நாஞ்சில் நாட்டு வேளாளர்களும் கணக்கர்களாக நியமிக்கப்பட்டனர் (*V. Nagam Aiya Vol. II 1987 P. 378*). இருபதாம் நூற்றாண்டின் இறுதியில் இப்பகுதியில் வாழ்ந்த வேளாளர் குடும்பங்களில் சிலர் நாயர் சாதியினராக மாறினர்.

மார்த்தாண்டவர்மா நாஞ்சில் நாட்டவரின் நிர்வாகம், விசுவாசம் இரண்டிற்காகவும் சில உயர் பதவிகளைக் கொடுத்திருக்கிறார். இந்த அரசரின் காலத்தில் தோவாளை ஆறுமுகம்பிள்ளை, இவரது தம்பி தாணுபிள்ளை, தாழக்குடி சௌந்தரபாண்டியன் பிள்ளை ஆகியோர் தளவாயாக இருந்தனர்.

திருவிதாங்கூர் ராஜ்யம் விரிவுபடுத்தப்பட்ட காலத்தில் நாஞ்சில் நாட்டு வேளாளர்கள் நிர்வாகப் பொறுப்பிற்காகத் திருவனந்தபுரம், இடநாடு, மாவேலிக்கரை, சங்கனாச்சேரி, வைக்கம், கொச்சி போன்ற இடங்களில் குடியேறினர்.

திருவிதாங்கூர் சமஸ்தானம் வடிவம் பெற்ற பிறகு நாஞ்சில் நாட்டாரில் சிலர் வலியமேலெழுத்து (*Accountant General*) பதவியில் கூட இருந்தனர். அதோடு மேலெழுத்துக் கணக்கு, ராயசம், சம்ப்ரதி என்னும் பொறுப்பிலும் இருந்தனர். அரசர் இவ்வாறாக நேரடியாக அழைத்துப் பொறுப்பைக் கொடுத்த நிகழ்ச்சி 1909 வரை இருந்தது (சிவன் பிள்ளை 1990 பக். 12).

நாஞ்சில் நாட்டவர் கணக்குவழக்குகளில் தொடர்புடையவர் என்பதற்கு இவர்களின் திருமணச்சடங்கு தொடர்பான நிகழ்ச்சி ஒன்று சான்றாகும்.

நிர்வாகத்திலும், வரிபிரிப்பதிலும் கொடூரமான முறையில் அதிகாரம் செலுத்தியதை எதிர்த்து ஒருமுறை (1632) பிடாகைக் கூட்டம் கூடியது. இக்கூட்டத்தில் இந்த அதிகாரிக்கு ஒத்துழைப்பு தரக்கூடாது என முடிவு செய்யப்பட்டது.

பன்னிரண்டு பிடாகைகளுக்கும் பொதுவான நாட்டுக் கூட்டத்தின் முடிவுகளில் அரசு பெரும்பாலும் தலையிடாது என்றாலும், அரசுக்குக் கட்டுப்பட்டுதான் அது செயல்பட்டது. இந்தக் கூட்டம் வேளாளர்களின் மரபுவழி ஒழுங்கு கெட்டுவிடக் கூடாது என்பதில் கவனமாக இருந்தது.

பிடாகையின் தலைவராகத் தறவாட்டுக்காரர்கள் மட்டுமே வரமுடியும். இது மரபுவழி வரும் பதவி. இதனால் 12 பிடாகைகளும் 12 குடும்பங்களின் கைகளில் இருந்தன என்றும் கொள்ளலாம். ஆரம்பகாலக் கிராமச் சபையே பிற்காலத்தில் பல சபைகளின் இணைப்புடன் பிடாகை ஆகியிருக்க வேண்டும் என்ற ஊகம் உண்டு.

பிடாகையின் தலைவரான தறவாட்டுக் காரணவருக்குக் காரியஸ்தர் (Assistant), முதல் பிடி (Treasurer), கணக்கர் (Accountant), கரையாளர் (Revenue Collector), முறையான் பிள்ளை (Petty Servent), காவலர் (Guard), ஊர்க்காவலர் (Village Gaurd) போன்றோர் உதவினர். இவர்களில் காரியஸ்தர், முதல்பிடி, கணக்கர், கரையாளர், முறையான் பிள்ளை ஆகியோர் வேளாளச் சாதியினராய் இருப்பர். காவலரும், ஊர்க்காவலரும் தேவர், கவுண்டர், யாதவ சாதியினராய் இருந்தனர்.

பிடாகைத் தலைரவரான நாட்டு, வருவாய் தொடர்பான காரியங்களை மட்டுமன்றி வட்டார ரீதியான சிறு வழக்குகளையும் கவனித்தார். பிடாகைக்குக் கீழடங்கிய ஊர்ச்சபை, ஊர்க் கூட்டம் எனப்பட்டது. ஊர்க்கூட்டத்தின் தலைவரும் தறவாட்டுக் காரணவராகவே இருப்பார். இவர் மூத்தபிள்ளை என்னும் விருது பெற்றவர். பிடாகைக்கு உட்பட்ட இந்த ஊர்ச்சபை (ஊர்க்கூட்டம்) நாட்டுக் கூட்டத்துக்கு உட்பட்டது.

ஊர்ச்சபையின் தலைவரான மூத்தபிள்ளையின் பதவி நிரந்தரமானதல்ல. ஒரு ஊரின் தலைவரான தறவாட்டுக் காரணவர் (மூத்தபிள்ளை) நொடித்துப் போனால் அதே ஊரில் உள்ள இன்னொரு தறவாட்டுக் காரணவர் பிடாகைத் தலைவரிடம் 140 பணம் (இருபது ரூபாய்) கொடுத்து மூத்தபிள்ளை பட்டத்தை வாங்கிக்கொள்ளலாம். நொடித்துப்போன மூத்தபிள்ளைகூட, எனக்கு இந்தப் பட்டம் வேண்டாம்; 140 பணத்தைத் திருப்பித் தாருங்கள் எனப் பிடாகைத் தலைவரிடம் கேட்பார் எனக் கிண்டலாகச் சொல்வதுண்டு. இதனைத் தறவாட்டுக் காரணவரின் சரிவைக் காட்டும் பழைய வழக்காறாக எடுத்துக்கொள்ளலாம்.

ஊர் மூத்தபிள்ளைக்கு ஊர்க் கோவிலில் இரட்டை வரி உண்டு. ஊர் உறுப்பினர்களைவிட ஒரு பங்கு பணம் கோவிலுக்குக் கூடுதலாகக் கொடுப்பதுதான் இரட்டைவரி. முத்தாரம்மன் கோவில் பிரசாதம்கூட இரண்டு பங்காக இவரது வீட்டுக்கு வரும்.

ஊர்ச்சபையின் தலைவரான மூத்தபிள்ளைக்கும் காரியஸ்தன், மூத்தபிடி, கணக்கு, முறையான் பிள்ளை என்ற உதவியாளர்கள் இருந்தனர்.

பிடாகைத் தலைவருக்கு (நாட்டுக் கூட்டம்) தனியான வெங்கல முரசு, பொந்து, கொம்பு, வெண்டயம் (பித்தளையால் ஆன உள்ளீடுள்ள வளையம்) ஆகியன இருந்தன. வெண்டயம் பிடாகைத் தலைவரின் விசுவாசத்திற்காக அரசரால் கொடுக்கப்படுவது. நாஞ்சில் நாட்டு ஒப்பாரிப் பாட்டில், "என்னப் பெத்த அம்மா நீ போனாக்க வெள்ளி வெண்டயம் ஓசையிடும்" என ஒரு வரி உண்டு.

முரசு உட்பட எல்லாப் பொருட்களுமே அரசரால் இவர்களுக்குக் கொடுக்கப்பட்ட தானமானச் சின்னங்கள். இவர்களுக்கென்று தனிக் கொடியும் உண்டு. கொடியில் பதிந்த படம் பற்றிய விவரங்கள் கிடைக்கவில்லை.

பிடாகைக் கூட்டம் முத்தாரம்மன் கோவிலிலோ அம்பலத்திலோ நடந்தது. அம்பலம் என்பது ஊருக்குச் சொந்தமான கூட்டம் நடக்கும் இடம். இரவிபுதூர் தெற்குத் தெரு, தேரூர் கவிமணி நிலையத்தின் பின்புறம், தாழக்குடிக் கீழத்தெரு ஆகிய இடங்களில் ஐம்பதுகளில்கூடப் பழைய அம்பலங்களின் தடயங்கள் இருந்தன (தகவல்: டாக்டர் தே. வேலப்பன்).

நாஞ்சில் நாட்டில் எல்லா ஊர்களிலும் முத்தாரம்மன் கோவில் உண்டு. இக்கோவில்களுக்கென்று சொத்துக்கள் இருந்தன. முத்தாரம்மன் கோவிலுக்கும் ஊர் மக்களுக்கும் உள்ள உறவு பக்தி சார்ந்தது மட்டுமல்ல; சமூக உறவு, நிர்வாகம், பிரச்சனைகளைத் தீர்க்குமிடம் என்னும் நிலைகளை உடையதாயும் இருந்தது. இக்கோவிலின் தர்மகர்த்தாவாக ஊர்த் தலைவரான தறவாட்டுக் காரணவரே இருப்பார்.

பிடாகைக்கு அடங்கிய பகுதியில் உள்ளவர்கள் தங்கள் குடும்பத் திருமணத்தின்போது ஊர்ச்சபைக்கு 25 பணம் கொடுக்க வேண்டும் என்ற நியதி இருந்தது. இந்தப் பணமும் முத்தாரம்மன் கோவிலின் வருமானமும் ஊரின் பொதுவான காரியங்களுக்குச் செலவிடப்பட்டன.

ஒவ்வொரு பிடாகையிலிருந்து 2 அல்லது 3 பேர்கள் நாட்டுக் கூட்ட ஆலோசனைக்குத் தேர்ந்தெடுக்கப்படுவர். இந்த உறுப்பினர்கள் தறவாட்டுக் காரணவர்களாகவே இருந்தனர்.

நாட்டுக் கூட்டங்களில் நாஞ்சில் நாட்டு விவசாயம் தொடர் பான செய்திகள் பரிமாறப்பட்டன. முக்கியமாகப் பழைய குளங்கள் தூர் வாருதல், புதிய குளங்கள் தோண்டுதல் பற்றி விவாதிக்கப் பட்டன.

சுசீந்திரம் கோவில் மார்கழித் திருவிழாவில் பிடாகைக் கூட்டம் கூடியது. இந்த நாளில் 12 பிடாகைத் தலைவர்கள், உறுப்பினர்கள், ஊர்க்கூட்ட உறுப்பினர்கள் எல்லோருமே கூடினர். இவர்கள் எல்லோருமே தறவாட்டுக் காரணவர்கள். அதாவது நாஞ்சில் நாட்டுத் தறவாட்டுக் காரணவர்களின் கூட்டமாகவும் இது இருந்தது. சுசீந்திரம் ஊர் கிழக்குத் தெருவிலோ, கோவில் சத்திரத்திலோ இது நடந்தது. இந்தக் கூட்டத்தினர் எல்லோருக்கும் கோவில் வகையில் சாப்பாடும் போடப்பட்டது.

1785ஆம் ஆண்டு முதலியார் ஆவணம் (2006 பக். 135), சுசீந்திரம் கோவில் மார்கழித் தேரோட்டத் திருவிழா அன்று நாட்டார் கூடி விவாதித்ததையும் வரிஓலை எழுதியதையும் குறிப்பிடு கிறது.

இதில்,

> பரளியாற்றில் நிந்நும் வருகிற வெள்ளம் இப்போது முளு ஆற்றிலும் பாஞ்சு வருகிற படியினாலேயும் குளங்கள் வெட்டு இல்லாத்ததுகொண்டு பெருத்து வெள்ளக் கெட்டு இல்லாத்தினாலேயும் தீய்வு கரிவு வருகிறதுனாலேயும்

என வருகிறது.

இந்த ஆவணத்தில் நாஞ்சில் நாட்டுக் குளங்களைப் பழுது பார்க்க வேண்டுமென்றும் பங்குனி மாதத்தில் அதிகாரிகள் குளங்களைக் கவனிக்க வேண்டும் என்றும் கேட்டுக்கொள்ளப் பட்டுள்ளது.

நாட்டு என்ற அமைப்பு திருவிதாங்கூர் அதிகாரிகளின் கட்டுப் பாட்டில்தான் இயங்கியது. 1804 வரை இது நடைமுறையில் இருந்தது. 1811இல் பத்மநாபபுரத்தில் முறைப்படியான நீதிமன்றம் அமைக்கப்பட்ட பின்பு, நாட்டுக்கூட்டத் தலைவர்கள் சிவில், கிரிமினல் வழக்குகளில் தலையிடுவதை நிறுத்திக்கொண்டனர்.

குத்தகைக்காரர்கள்

நாஞ்சில் நாட்டு வேளாளர்கள் வயல் விவசாயத் தொழிலின் நுட்பத்தை அறிந்தவர்கள்; இந்தத் தொழிலை மட்டுமே செய்தவர் கள் என்ற டம்பம்தான் இந்தச் சமூகத்தின் வீழ்ச்சிக்குக் காரண மானது என்பது 400 ஆண்டுகால வரலாறு. இவர்களின் விவ சாய வீழ்ச்சிக்கு மருமக்கள்வழி முறையும் ஒரு காரணம்.

ஆரம்பகாலத்தில் நாஞ்சில் நாட்டு வேளாளர்களில் பெரும் பாலோர் நிலச்சுவான்தர்களாக இருந்தனர் என்று கூறப்படுவது மிகைப்படுத்தலான தகவல். 12 பிடாகைத் தலைவர்களான காரண வர்களும் ஊர்க்கூட்ட (ஊர்ச்சபை) காரணவர்களும் எனச் சிலர் மட்டுமே நிலஉடைமையாளராக இருந்தனர். இவர்களிடமும் பண்டாரவகைச் சொத்துக்களே அதிகம் இருந்தன. 140 பணத்தைத் தந்தால் மூத்தபிள்ளை பட்டம் வேண்டாம் என்று சொல்லும் வழக்காறு அன்றைய காரணவர்களின் நிலையை உணர்த்தும்.

நாஞ்சில் நாட்டில் இருந்த பெரும் அளவிலான வயல்களும் தோப்புகளும் திருவனந்தபுரம் மார்த்தாண்ட மடம், திருவனந்த புரம் பத்மநாபசுவாமி கோவில், புதுமடம், திருவட்டாறு ஆதி கேசவப் பெருமாள் கோவில், முஞ்சிறை மடம், மணலிக்கரை மடம் போன்றவற்றிற்குச் சொந்தமாக இருந்தன (முதலியார் ஆவணங்கள் 2006 பக். 97, 127). இவைதவிர திருவிதாங்கூர் அரச குடும்பத்தினரின் நிலங்களும் நாஞ்சில் நாட்டில் இருந்தன. இந்த நிலங்களின் குத்தகைக்காரர்களாகவே நாஞ்சில்நாட்டு வேளாளர் வாழ்ந்தனர்.

நாஞ்சில் நாட்டு நிலக் குத்தகைக்காரர்களுக்கும் மடங் களுக்கும் இடையே சுமுகமான நிலை எப்போதும் இருக்க வில்லை. 17ஆம் நூற்றாண்டு முதலியார் ஆவணங்களில் இதற்கு நிறையச் சான்றுகள் உள்ளன.

1654ஆம் ஆண்டு ஆவணம், கோவில்களுக்கும் மடங் களுக்கும் சொந்தமான நிலங்களின் செயல்பாடுகளைக் கவனிக்க நரசிங்க கிருஷ்ணன் என்னும் அதிகாரியை நியமித்ததைக் கூறும்.

1687ஆம் ஆண்டு ஆவணம், வேணாட்டு அரசரான ரவி வர்மா (1611 – 1661) பூதப்பாண்டி ஊருக்கு வந்தபோது குத்தகைக் காரர்களின் பிரச்சனைகளைக் கேட்டதைக் கூறும்.

திருவட்டாறு மார்த்தாண்டம் மடத்து நம்பூதிரியான சுவாமிப் போத்தி நாஞ்சில் நாட்டு நடுப்பிடாகை (பூதப்பாண்டி)யில் உள்ள ஊர்களுக்கு முரசு அடிக்கும் அணஞ்சான் பணிக்கன் என்பவரின் கையை வெட்டிவிட்டார். நடுப்பிடாகைக்குரிய முரசை உடைத் தார்; வெண்டயத்தைச் சிதைத்தார். இதனால் 12 பிடாகைக் காரர்களும் கூடி திருவட்டாறு ஊருக்குச் சென்று சுவாமிப் போத்தியின் மடத்துக்கு நெருப்பு வைத்தனர். இந்த நிகழ்ச்சியை இராமவர்மா பூதப்பாண்டியில் வைத்து விசாரித்து பிடாகைக்காரர் களைச் சமாதானப்படுத்தியிருக்கிறார் (அ.கா. பெருமாள் 2006 பக். 90, 91).

அனுஷம் திருநாள் மார்த்தாண்ட வர்மாவை எதிர்த்துக் கலகம் செய்த பப்புத்தம்பி, இராமன்தம்பி ஆகிய இருவருக்கும்

நாஞ்சில் நாட்டில் சொத்துக்கள் இருந்தன. இந்த நிலங்களைப் பற்றிய விவரங்களைத் 'தம்பிமார் கதை' என்ற கதைப்பாடல்,

தாழக்குடி கேள்வி தன்னில் சந்தை முதலெடுப்பும்
கொடுத்தாரே மன்னவரும் குஞ்சுதம்பி எந்தனெக்கு
அழகெஞ்சி மாடம்மைக்கு பரிவட்டம் கட்டிநிறக
மணக்குடி உப்பளமும் அதிலேயுள்ள முதலெடுப்பும்

என்று கூறும். இந்தச் சொத்துக்களை இராமவர்மாவே தம் மக்களுக்குக் கொடுத்துள்ளார்.

தம்பிமார்கள் கொலை செய்யப்பட்ட பின்பு அவர்களின் நிலங்களை நாஞ்சில் நாட்டு வேளாளர்களுக்கே குத்தகைக்கு விட்டிருக்கிறார் மார்த்தாண்டவர்மா. இதை 'எட்டுகூட்டத் தம்புரான் கதை',

பறக்க முதலெடுப்பும் மணக்குடி உப்பளமும்
தோர்க்குளத்துப் பெரும்பற்றும் சேமன விளையும்

இப்படி எல்லாவற்றையும் சுசீந்திரம் தோத்திருவிழாவின்
மாலை நேரத்தில்

பிடாகையைக் கூட்டி ஆங்கே
பவிசான பட்டும் கொடுத்து

குத்தகைக்குக் கொடுத்தார் மார்த்தாண்ட வர்மா

என்று கூறும்.

'தம்பிமார் கதை'யும், 'எட்டுகூட்டத் தம்புரான் கதை'யும் கூறும் இச்செய்தியை ஆரம்பகாலத் திருவிதாங்கூர் வரலாற் றாசிரியரான சங்குண்ணி மேனனும் குறிப்பிடுகிறார் *(A. Shungunny Menon 1983 P. 97).*

இவ்வாறாக நிலக் குத்தகைக்காரர்களாக இருந்த காரணவர் கள், திருவிதாங்கூர் அரசர்கள் மேற்கொண்ட மருமக்கள்வழியைத் தொடர்ந்து தக்கவைக்க வேண்டிய சூழ்நிலை இருந்தது.

திருவிதாங்கூர்க் கோவில்களின் சபையை நிர்வகித்த நம்பூதிரிகள், மடங்களை நிர்வகித்த நம்பூதிரிகளின் கைகளில் தான் திருவிதாங்கூர் அரசே இருந்தது. இது மறைமுகமான நிலை. இதனால் நிலக் குத்தகையாளர்களான வேளாளர்களும் நம்பூதிரிகளையும் திருவிதாங்கூர் அரசர்களையும் அனுசரித்துப் போக வேண்டிய நிலையில் இருந்தனர்.

இந்தப் பின்னணியில் மருமக்கள்வழித் தொடர்ச்சியைப் பார்க்க வேண்டும்.

1654 முதல் *1739* வரையுள்ள முதலியார் ஆவணங்களில் குத்தகைக்காரர்களுக்கும் நிலச் சொந்தக்காரர்களுக்கும் உள்ள

மாறுபாடும், வரி வாங்குவதற்காக அதிகாரிகள் குத்தகைக்காரர்களான வேளாளர்களை நெருக்கியதும் ஆன செய்திகள் நிறையவே வருகின்றன.

சுசீந்திரம் சுற்றுப்பிரகார மண்டபம் கட்டுவதற்கு 12 பிடாகைகளிலிருந்தும் ஆட்களைத் திரட்ட வேண்டும்; வராதவர்களுக்கு அபராதமும், முதுகில் கல்லைச் சுமந்து நிற்கும் தண்டனையும் உண்டு. கி.பி. 1798ஆம் ஆண்டு நீட்டு இச்செய்தியைக் கூறுகிறது.

கோவிலைச் சார்ந்து பொருளாதார வாழ்வில் கட்டுப்பட்ட நிலை ஒருபுறம். வரி பிரிப்பதில் அரசு அதிகாரிகள் நடந்துகொண்ட மோசமான முறையைச் சந்திப்பதில் கிடைத்த அனுபவம் இன்னொருபுறம். இந்த நிலையில் மருமக்கள்வழியையும், இது தொடர்பான நிலங்களையும் தக்க வைப்பதில் ஏற்பட்ட சிக்கல்கள் ஒருபுறம். இது தொடர்ந்து நிகழ்ந்ததுதான் இவர்களின் வீழ்ச்சிக்குக் காரணம்.

கி.பி. 1719ஆம் ஆண்டு ஆவணம், வடமீதி கிராமங்களில் அனந்தோசி நாயக்கரின் அடியாட்கள் தண்ணீர்க் குடம் முதல் தாலி வரை பறித்துச் சென்றதைக் கூறும். இப்படியாக நடந்த சீர்கேட்டில் வேணாட்டரசர்களின் பங்கும் உண்டு.

பூதப்பாண்டித் தேர்த்திருவிழாவில் தேர் அச்சு பழுது பார்க்கவும் வேறு பணிகள் செய்யவும் பிடாகைக்காரர்கள் பொறுப்பேற்க வேண்டும் என்று ஒரு முதலியார் ஆவணம் கூறும் (2006 பக். 148).

இப்படியாகச் சீரழிந்த சூழ்நிலையில் கூட்டுக் குடும்பமாக வாழ்ந்த மருமக்கள்வழிக் காரணவர், தன் அமைப்பு சிதறாதவாறு பார்த்துக்கொள்ள வேண்டிய அவசியமும் இருந்தது.

முரசு உடைந்தது

நாஞ்சில் நாட்டின் பன்னிரண்டு பிடாகைகளிலும் ஆட்சி செய்த வேளாளர்களுக்கும், நாட்டுக்கூட்டத் தலைவரான முதலியாருக்கும் முற்றுப்புள்ளி வைக்கும் நிகழ்ச்சியைத் திவான் உம்மிணித்தம்பி வழி கர்னல் மன்றோ நிறைவேற்றிக்கொண்டார்.

நாட்டுக்கூட்டம் சார்பாக அழகியபாண்டியபுரம் முதலியார் திருவிதாங்கூர் கர்னல் மன்றோவுக்கு அனுப்பிய இரண்டு ஓலைகள் கிடைத்துள்ளன. இதில் ஒன்றில் தேதியில்லை. இந்த ஓலையில்,

திவான் உம்மணித்தம்பி நாட்டுக்கூட்ட அந்தஸ்துக்காகக் கொடுக்கப்பட்ட வெங்கல முரசு, வெள்ளிப் பொந்தி ஆகிய இரண்டையும் ஆட்களைவிட்டு உடைத்தார். இந்தச் சின்னங்களை வைத்திருந்த எல்லாப் பிடாகைக்காரர்களையும் அவமானப் படுத்தினார். மேலும் அரசாங்க அதிகாரிகளான ஐரோப்பியர்கள்

சாப்பிடுவதற்குக் கோழிகளைப் பிடிக்குமாறு நாட்டுக்கூட்டப் பிரதானிகளைக் கட்டாயப்படுத்தினார் என்று உள்ளது.

இன்னொரு ஓலை கொல்லம் 988ஆம் ஆண்டினது (1812). இதில், "... தந்திருந்த விருதுகளும் தன்மானங்களும் திவானாக இருந்த உம்மணித்தம்பி அன்னிதமாக தள்ளி விட்டார்" என வருகிறது.

இதனால் கி.பி. 1812இல் திவான் உம்மணித்தம்பி நாட்டுக் கூட்ட அமைப்பைச் சிதைத்தார் என்று கொள்ளலாம்.

கர்னல் மன்றோ திருவிதாங்கூரில் கொண்டுவந்த பல மாற்றங்களில் ராஜ்யத்தில் 5 இடங்களில் ஜில்லாக் கோர்ட்டைக் கொண்டுவந்ததுதான் முக்கியமான நிகழ்வு. கிராமச்சபை அது வரை நடத்திவந்த சட்ட ஒழுங்கு அதிகாரம் இதனால் பிடுங்கப் பட்டது. நாட்டுக்கூட்ட அதிகாரம் ஒடுக்கப்பட்டதும் இதன் ஒரு பகுதிதான்.

நாட்டுக்கூட்ட பிரதானிகளின் உரிமை பறிக்கப்பட்டதும் அவர்கள் கர்னல் மன்றோவைச் சந்தித்தனர். அப்போது அவர்கள் பிடாகைத் தலைவர்கள், கிராமச்சபை (ஊர்க்கூட்டம்) மூத்த பிள்ளைகள் சகிதம் பத்மநாபபுரத்தில் உள்ள உதயகிரிக் கோட்டைக்கு அணிவகுத்துச் சென்றனர். அன்று கர்னல் மன்றோ கோட்டை யில் இருந்தார்.

கர்னலின் அனுமதியின்றி இந்த அணிவகுப்பு நடத்தப்பட்டது; பிடாகைக் கொடிகள் காற்றில் அசைய பிடாகைக் காரணவர்கள் முன் நடக்க மன்றோவைக் காணக் கோட்டையினுள் சென்றதும் அங்கே தயாராக இருந்த மன்றோவின் ஆட்கள், பிடாகைக்காரர் களின் கொடிகளைக் கிழித்து முரசை உடைத்தனர்; காரணவப் பிரதானிகளையும் கைது செய்தனர். பின் சில நாழிகை கழித்து அவர்கள் விடுவிக்கப்பட்டனர்.

இதன் பிறகு கர்னல் ஒரு அறிக்கை வெளியிட்டார். நாஞ்சில் நாட்டு நாட்டுக் கூட்டம் கலைக்கப்பட்டதாகவும், பிடாகை, தறவாட்டுக் காரணவர்கள் அரசியல் கூட்டம் நடத்தக் கூடாது என்றும் அந்த அறிக்கை கூறியது. இது 1818இல் நடந்தது *(C.M. Augur 1990 PP. 569 - 570).*

நாஞ்சில் நாட்டில் அரசியல் பிரதிநிதிகளாகவே கருதிக் கொண்டு செயலாற்றிய தறவாட்டுக் காரணவர்களின் நாட்டுக் கூட்டம் உடைபட்ட பின்பு அவர்கள் வெறும் குத்தகைக்காரர் களாகவே வாழ்ந்தனர்.

காரணவர்களுக்குத் திருவிதாங்கூர் ராஜ்யத்தின் நிர்வாகத்தில் அளவுக்கு மீறி இருந்த பங்கும் அரசியல் செல்வாக்கும் உடைந்த

பின்பு தறவாட்டுக் குடும்பங்கள் அதுவரை அவர்களுக்குக் கொடுத்துவந்த மரியாதையும் குறைந்தது; பயமும் நீங்கியது. இதன்பின் காரணவரைக் கேள்வி கேட்கலாம் என்ற துணிவு நாஞ்சில் நாட்டு அனந்திரவர்கள் மத்தியில் பரவலானது.

ஆக, ஒருவகையில் மருமக்கள்வழி ஒழிப்பிற்கு கர்னல் மன்றோ மறைமுகமாக உதவி செய்தார் என்று எடுத்துக் கொள்ளலாம்.

இந்தப் பின்னணியில் மருமக்கள்வழி ஒழிப்பு குறித்த செய்திகளைப் பார்க்க வேண்டும்.

சிக்கலான தாயம்

தந்தையின் சொத்து அவரது சகோதரி மகனுக்கு உரிமை யுடையது என்னும் முறையைப் பின்பற்றும் வழக்கமே மருமக்கள் வழி எனப்படும். கேரளத்தில் நாயர், ஈழவர் சிலர், மலபாரில் முஸ்லிம்கள் சிலர், மலையாளக் கம்மாளர் சிலர், நெய்யாற்றங் கரைப் பகுதியில் முஸ்லிம்கள் சிலர், கிறிஸ்தவர்கள் சிலர், தென் திருவிதாங்கூரில் கிருஷ்ண வகையினர், காணிக்காரர் என்னும் மலைவாழ் மக்கள், நாஞ்சில் நாட்டு வேளாளர் ஆகியோர் மருமக்கள்வழியைப் பின்பற்றினர்.

மருமக்கள்வழி முறை தாய்வழிச் சமூகத்துடன் தொடர் புடையது. இது பற்றி ஏங்கல்ஸ், “ஆரம்ப காலத்தில் கூட்டுத் திருமண முறை இருந்தது. அப்போது சொத்துக்கள், தனிப்பட்ட வருக்கு இல்லை. இக்காலகட்டத்தில் தாய்வழிச் சமூகமே நிலவியது. அப்போது மருமக்கள்வழிமுறை நடைமுறையில் இருந்தது” என்கிறார்.

கேரள வரலாற்றாசிரியர்களுக்கு இங்கு நிலவிய மருமக்கள் வழித் தோற்றம் பற்றிய செய்திகளை ஆதாரபூர்வமாகக் கூறு வதற்குத் தடயங்கள் அதிகம் இல்லை என்பதால் ஊகங்களை நிறையவே விட்டெறிந்துள்ளனர்.

இந்தியாவிலேயே துளு நாட்டிலும் கேரளத்திலும் நிலவிய மருமக்கள்வழி பற்றிய மர்மத்தை முழுவதுமாக உடைக்க முடியவில்லை. கிடைப்பவை அபூர்வமாக உள்ளவையே. துளு நாட்டில் இது 13ஆம் நூற்றாண்டின் கடைசியில் அறிமுகப்படுத்தப் பட்டது என்பதற்குச் சரியான சான்றுகள் உண்டு *(Kunjan Pillai 1970 P. 292)*. ஆனால் கேரளத்தின் நிலை வேறு.

கி.பி. 14ஆம் நூற்றாண்டிற்கு முன்பு கேரளத்துக்கு வந்த வெளிநாட்டுப் பயணிகளின் குறிப்பில் மருமக்கள்வழி பற்றிய செய்திகள் இல்லை. 14ஆம் நூற்றாண்டில் கொல்லத்தில் இருந்த பிரையர் ஜோர்டான்ஸ் என்ற வெளிநாட்டுக்காரர்தான் மருமக்கள்

வழி பற்றி முதலில் குறிப்புத் தருகிறார். இதன்பின் இபின் பதூத்தா *(1342)*, அப்துல் ரசாக் *(1442)*, நிக்கலோ காண்டி *(1444)* போன்ற பிற பயணிகளும் இந்த வழி பற்றிக் குறிப்பிடுகின்றனர். இதனால் *14*ஆம் நூற்றாண்டுக்குப் பின்னரே இந்த முறை கேரளத்தில் அறிமுகப்படுத்தப்பட்டதாகக் கொள்ளலாம்.

'உன்னியடி சரிதம்', 'சிவ விலாசம்' என்னும் இரண்டு நூற்களும் ஓடநாட்டு அரசன் ஒருவன் மருமக்கள்வழிக்கு மாறியதைக் கூறுகின்றன. இந்த நூற்கள் *14*ஆம் நூற்றாண்டில் எழுதப்பட்டவை *(Kunjan Pillai P. 293)*.

பொதுவாகக் கேரள வரலாற்றாசிரியர்கள் எல்லோருமே இந்த முறை பிற்காலத்தில் அறிமுகப்படுத்தப்பட்டதாகக் கருது கின்றனர்.

கே.எம். பத்மநாப மேனன், "நாயர்களின் இறப்புச் சடங்கில் இறந்தவரின் மக்களுக்கே உரிமை உள்ளது. ஆரம்பகாலத்தி லிருந்தே கேரளத்தில் மருமக்கள்வழி முறை இருந்திருந்தால், தந்தைக்கு மக்கள் கர்மம் செய்ய முடியுமா? மட்டுமல்ல முன்னோர் களுக்குத் திதி கொடுப்பவர் மக்களே. இதனால் மருமக்கள்வழி முறை பிற்காலத்தில் அறிமுகப்படுத்தப்பட்டதாகக் கொள்ளலாம்" என்கிறார்.

சங்க காலச் சேர மன்னர்கள் மக்கள்வழிப் பரம்பரையினரே என்பதைப் பழைய நூலான பதிற்றுப்பத்து மூலம் நிறுவ முடியும். சங்க காலத்தின் இறுதியில் வாழ்ந்த ஆய் மன்னர்களின் பரம் பரையினர் மக்கள்வழியினரே. ஆனால் இவர்களின் வழியின ராகக் கருதப்படும் ஓடநாடு, சிறைவாய், கீழப்பேரூர், திருப்பாப்பூர் வம்சத்தினர் மருமக்கள்வழியைக் கடைப்பிடித்தனர்.

கேரளத்தில் *9, 10*ஆம் நூற்றாண்டுகளில் ஆட்சிபுரிந்த ஆய் வம்சத்தினரும் குலசேகரப்பெருமாள் வம்சத்தினரும் மக்கள்வழியினரே. குலசேகரர் மக்கள்வழியினர் என்பதற்குப் பழைய ஆதாரம் உண்டு *(TAS Vol. V, P. 105)*.

தென் கேரள ஆய் வம்சத்தவரான விக்கிரமாதித்ய வரகுணன் என்பவனின் மனைவி தென்னாட்டுக் கிழவன் சேந்தி என்று குறிப்பிடப்படுவதை ஒரு செப்பேடு கூறும். இச்செப்பேட்டின் குறிப்புகளின்படி கி.பி. *10*ஆம் நூற்றாண்டில் தென் கேரளத்தில் மக்கள்வழி நடைமுறையில் இருந்ததாகக் கொள்ளலாம்.

கி.பி. *12*ஆம் நூற்றாண்டுவரை கேரளத்தில் கிடைத்துள்ள கல்வெட்டுக்களில் தாயின் பெயரை முன்ஒட்டாகக் கூறும் வழக்கம் பற்றிக் குறிப்பில்லை. மலையாள ஆண்டு (கொல்லம் வருஷம்) ஆரம்பிப்பதற்கு முன் மாமாவின் பெயரை இணைத்துக் கூறும் பெயர்கள் கல்வெட்டுக்களில் வரவில்லை.

ஆதுலன் என்பவர் இயற்றிய 'மூஷிக வம்சம்' என்னும் காவியத்தில் கொளத்து நாட்டு அரசர்கள் மக்கள்வழியினராகவே காட்டப்பட்டுள்ளனர். இந்நூலின் காலம் கி.பி. 11ஆம் நூற்றாண்டு.

13ஆம் நூற்றாண்டுத் தென் கேரளக் கல்வெட்டுக்களில் மக்கள்வழியே அமலில் இருந்தது என்பதற்குச் சான்றுகள் உள்ளன. அதே சமயத்தில் துளு நாட்டில் 1444இல் மருமக்கள் வழி இருந்திருக்கிறது *(Kunjan Pillai 1970, P. 305, 308).*

மருமக்கள்வழி வட கேரளத்திலிருந்து தென் கேரளத்துக்கு வந்தது என்பது பொதுவான கருத்து. கொச்சிப் பகுதியில் நம்பூதிரிகள் செல்வாக்கு ஏற்பட்ட பிறகு இது அறிமுகமாகிப் பின்னர் வேணாட்டுக்கு வந்திருக்க வேண்டும் என்பது கேரள வரலாற்றாசிரியர்களின் ஊகம். இதை இவர்கள், "நேத்ரா நதிக்கும் பம்பா நதிக்கும் இடைப்பட்ட பகுதியில் மருமக்கள்வழி அறிமுகப் படுத்தப்பட்டது" என விளக்குகின்றனர்.

மருமக்கள்வழியின் தோற்றத்துக்காகச் சொல்லப்படும் காரணங்களும் இதன் ஆரம்பகால ஆராய்ச்சியைப் போலவே சிக்கலாக உள்ளன.

ஒருத்திக்குப் பல கணவர் முறை கேரளத்தில் இருந்ததைப் 'பாஷா கௌடில்யம்' (கி.பி. 12ஆம் நூற்.), 'உண்ணி நீலி சந்தேசம்', 'உண்ணியடி சரிதம்' (கி.பி. 14ஆம் நூற்.) போன்ற நூற்களும் பார்போஷா போன்ற வெளிநாட்டுப் பயணிகளின் குறிப்புகளும் பதிவு செய்துள்ளன. இந்த முறை காரணமாக மருமக்கள்வழி தோன்றியது என்பது ஒரு கருத்து.

ஆனால் பல கணவர் முறை மருமக்கள்வழியைப் பின்பற்றிய எல்லாச் சாதிகளிலும் இல்லை. மேலும் சில பழங்குடி இனத்தவ ரிடமும் (தோடர்) பல கணவர் முறை உண்டு. ஆனால் அவர் களிடம் மருமக்கள்வழி உருவாகவில்லை. எனவே இக்கருத்து பொருத்தமற்றது என்பது பலரின் கருத்து.

பிற்காலச் சோழர்களின் படையெடுப்பு தொடர்ந்து நடந்த போது அதற்கு எதிராக உருப்பெற்ற சாவேற்றுப் படையின் தோற்றக் காரணத்துடன் மருமக்கள்வழியின் தோற்றத்தையும் இணைத்துப் பேசுகின்றனர்.

சாவேற்றுப் படை வீரர்களின் மனைவிகளே அவர்களின் சொத்துக்களை நிர்வகிக்க வேண்டிய கட்டாயம் வந்தபோது நம்பூதிரிகளால் அறிமுகப்படுத்தப்பட்ட புதிய பொருளாதாரக் கொள்கையாக மருமக்கள்வழி அறிமுகமானது. இது குடும்ப அளவாய் இருந்து பின் சாதி என்ற அளவில் பரவியது.

ஆரம்பத்தில் இந்த முறையை மய்யனார் கிராமத்துப் பிராமணர்களும் நாயர்களும் பின்பற்றினர். பின் ஒட்டுமொத்த

நாயர்களுக்கும் உரிமையானது. மருமக்கள்வழியைப் பின்பற்றிய இந்துக்கள் முஸ்லிமாக மாறியபிறகு இந்தவழி அவர்களைத் தொற்றிக்கொண்டது. இது போலவே கிறிஸ்தவர்களுக்கும்; இது தொடர்பான தனிப்பட்ட காரணங்கள் இல்லை.

நாஞ்சில் நாட்டு மருமக்கள்வழி

நாஞ்சில் நாட்டு வேளாளர்கள் மருமக்கள்வழியை எப்போது மேற்கொண்டனர் என்பதும் புரியாத புதிர். கல்வெட்டுக்களில் இதற்குரிய சான்றுகள் இல்லை. வாய்மொழியாகவும் முதலியார் ஆவணம் வழியும் சேகரித்தவற்றை மட்டும் வைத்துத்தான் இதை ஊகிக்க முடிகிறது.

மருமக்கள்வழி பற்றி முதலில் விரிவாக ஆராய்ந்த கேரள நூலாசிரியரும், மலையாள மொழி அறிஞருமான இளங்குளம் குஞ்சன் பிள்ளையோ, வேளாளர் பற்றி விரிவான கட்டுரை எழுதிய கவிமணியோ இதுபற்றிப் பெரிய அளவில் விளக்கவில்லை. நாஞ்சில் நாட்டு வேளாளர் பற்றி எழுதிய நாகம் அய்யா, எட்கார் தர்ஸ்டன் போன்றோரும் இதுபற்றிய தோற்றக் காரணங்களை முழுதுமாய்ச் சொல்லவில்லை.

பாண்டியன் ஒருவனின் மகளின் காதுவலியைத் தீர்த்த குறவன் ஒருவனுக்குப் பரிசாகக் கிடைத்த நாஞ்சில் நாட்டை நிர்வாகம் செய்த முதலியார் குடும்பத்துக்கும் குறவ அரசனுக்கும் பெண்கொடுத்தல் தொடர்பாக மாறுபாடு வந்தது. இதன்பின் பாதுகாப்பு வேண்டி நாஞ்சில் நாட்டவர் வேணாட்டரசர்களைப் பணிந்து மருமக்கள்வழியை ஏற்றுக்கொண்டனர்.

நாஞ்சில் குறவனின் கதைக்குப் பல்வேறு வடிவங்கள் உள்ளன. எப்படியாயினும் குறவனைப் பகைத்து வேணாட்டரசனின் ஆதரவுக்காக மருமக்கள்வழியை இவர்கள் மேற்கொண்டனர் என்பது ஒரு கருத்து.

கோவில் நிலங்களையும், பிராமண மடங்களின் நிலங்களை யும், அரச குடும்பத்தினரின் நிலங்களையும் நிர்வகிக்க வேண்டு மென்றால் மருமக்கள்வழியைப் பின்பற்ற வேண்டும் என்ற வேணாட்டரசன் ஒருவனின் வேண்டுகோளால் நாஞ்சில் வேளாளர் மருமக்கள்வழியை ஏற்றுக்கொண்டனர்.

இதன்பிறகு ஆரல்வாய்மொழி மீனாட்சி சுந்தரேஸ்வரர் கோவிலில் (மதுரை மீனாட்சி கோவில் என்றும் கூறுவதுண்டு) மருமக்கள்வழியைப் பின்பற்றுவதாகச் சத்தியம் செய்தனர். இதே சமயத்தில் விதவை மணத்தையும் ஏற்றுக்கொண்டனர்.

மருமக்கள்வழிக் குடும்பத்தில் ஒருவர் இறந்துவிட்டால் இறந்தவரின் குடும்பத்துக்குக் கொடுக்கவேண்டிய வரி பரிச்சை

அல்லது புருஷாந்தரப் பரிச்சை எனப்பட்டது. இது ஒரு வகையான ஜாதி வரி. இந்த வரியை மக்கள்வழிக்காரரான தாழக்குடிப் பிடாகை சங்கர மூர்த்தியாபிள்ளை செலுத்த வேண்டாம் என்று ஒரு முதலியார் ஆவணம் கூறும் (அ.கா. பெருமாள் 2007 பக். 114). இந்த ஆவணம் 1726ஆம் ஆண்டில் எழுதப்பட்டது. இது மக்கள் வழி, மருமக்கள்வழி ஆகிய இரண்டிற்குமுள்ள வேறுபாடான புருஷாந்திரப் பரிச்சையைக் குறிப்பிடுகிறது. இதனால் 1726ஆம் ஆண்டிற்கு முன்பே நாஞ்சில் நாட்டில் மருமக்கள்வழி வழக்கில் இருந்தது என்று எடுத்துக்கொள்ளலாம்.

கி.பி. 1661ஆம் ஆண்டு முதலியார் ஆவணம் ஒன்று, இரவி வர்மா என்ற வேணாட்டரசர் (1611 – 63) பூதப்பாண்டிக்கு வந்த போது, நாஞ்சில் நாட்டுப் பிடாகைக்காரர்கள் கோவில் நிலம் குத்தகை தொடர்பான பிரச்சனைகளைக் கூறினர்; அவர், மருமக்கள் வழி முறைப்படி அம்மாவன் காலத்து வழக்கத்தை அனுஷ்டிப்பதே நமக்கு நல்லது எனக் கூறியதாகக் குறிப்பிடுகிறது. இங்கு மருமக்கள்வழிக் காரணவரைப் பெயர் சொல்லாமல் குறிப்பிடுவ தாகக் கொள்ளலாம். இதனால் 1661க்கு முற்பட்டு இவ்வழி இங்கு இருந்ததாக ஊகிக்கலாம்.

வேணாட்டரசரின் பிறந்தநாள் விழாவிற்கும், ஓணநாள் விழாவிற்கும் காய்கறி, தயிர் போன்றவற்றை நாஞ்சில் நாட்டுக் காரணவர்கள் தலைநகரான பத்மநாபபுரத்துக்குக் கொண்டு செல்ல வேண்டும் என்பது முறை. இதைக் குறித்த அரச நீட்டு ஒன்று, "அம்மாவன் காலத்து வழக்கம் அப்படியே தொடர வேண்டும்" என்று குறிப்பிடுகிறது. இது கி.பி. 1632ஆம் ஆண்டு ஆவணம். இதனால் மருமக்கள்வழி கி.பி. 1632க்கு முன் நாஞ்சில் நாட்டில் அறிமுகப்படுத்தப்பட்டதாகக் கொள்ளலாம்.

தென்கேரளத்தில் 14ஆம் நூற்றாண்டில் அரசர்களால் பின் பற்றப்பட்டு, பின் வேணாட்டு அரசர்வழி நாஞ்சில் நாட்டுக்கு வந்தது இந்த வழி. இது தென் கேரளத்தில் நாயர்களிடம் பரவலானது 15ஆம் நூற்றாண்டு என்ற கருத்தின்படி பார்த்தால் நாஞ்சில் நாட்டவரிடம் 16ஆம் நூற்றாண்டின் இறுதியில் இம்முறை வந்திருக்க வேண்டும் என்று ஊகிக்கலாம்.

காரணவரும் காரணத்தியும்

சகோதரிக்காகச் சொத்தை நிர்வகிப்பவரே காரணவர். இந்தச் சகோதரி காரணத்தி எனப்பட்டாள். சகோதரன் இல்லாத குடும்பத்தில் காரணத்தியே சொத்தை நிர்வகிக்கலாம்.

காரணவர், அவர் சார்ந்த குடும்பத்தின் சமூகப் பொருளா தார நிலையைத் தீர்மானிப்பவர். பிறப்பால் ஒருவனைச் சாதி

ஒட்டிக்கொள்வது போன்றதுதான் காரணவர் என்ற ஸ்தானமும். தறவாட்டின் அசையும் அசையாச் சொத்துக்களின் மொத்தப் பொறுப்பும் காரணவருக்குத்தான்.

காரணவர் தறவாட்டுச் சொத்துக்களை மேற்பார்வை செய்கின்றவர். குடும்பத்தில் உள்ள எல்லோருக்குமே தறவாட்டுச் சொத்தில் உரிமை உண்டு என்பதற்கு வழக்காற்றுக் கதைகள் உண்டு. தறவாட்டு உறுப்பினர்களின் வாழ்க்கைக்குத் தேவையான பொருட்களைக் கொடுக்கவேண்டிய பொறுப்பு காரணவருக்கு.

தறவாட்டுக்குச் சொந்தமான குல தெய்வக் கோவில்களின் தர்மகர்த்தாவும் காரணவர்தான். தறவாட்டுக் குடும்பத்தில் நிகழும் புத்தரிசி, காதுகுத்து, ஏடு ஆரம்பித்தல், சீமந்தம், திருமணம், பூப்புச் சடங்கு, இறப்புச் சடங்கு என எல்லா வாழ்க்கை வட்டச் சடங்குகளின் செலவைக்கூடத் தறவாட்டிலிருந்து கொடுக்க வேண்டும் என்ற முறை கேரளத்திலும் பரவலாக இருந்தது *(K. Sreedhara Menon 1969 P. 63).*

தறவாட்டுக் குடும்பத்தின் அன்றாடத் தேவைகளுக்கும், ஆடம்பரங்களுக்கும் தறவாட்டுச் சொத்தின் வருமானத்திலிருந்தே செலவிடப்பட்டது. காரணவரின் மக்கள் அவரது வீட்டில் சம்பளம் இல்லாத வேலைக்காரர்களாய் இருந்தனர். மருமக்களோ தறவாட்டு நிலத்தின் பொறுப்பு காரணவருக்குத்தானே என்று விலகியே இருந்தனர்.

தறவாட்டு நிலம் தரிசாகக் கிடந்தாலோ, பண்படுத்தப்படவில்லை என்றாலோ மருமகன் அதைக் காரணவரிடம் கேட்க முடியும். தறவாட்டுக் குடும்ப அங்கத்தினர் கிறிஸ்தவம் அல்லது இசுலாத்துக்கு மாறினால் அதோடு தறவாட்டு உறவு துண்டிக்கப்படும். இதன்பிறகு மதம் மாறியவருக்குச் சொத்தில் உரிமை இல்லை. சட்ட ரீதியாகக்கூட நீதிமன்றத்துக்குச் செல்ல முடியாது.

தறவாட்டுக் குடும்பத்தில் முறைப்பெண்ணைத் திருமணம் புரிவது என்னும் வழக்கம் சகஜமாய் இருந்திருக்கிறது. "அத்த மகளக் கெட்டு அருவாமணயத் தீட்டு"; "கத்தரிக்காயில் சத்தும் இல்ல அத்த மகளுக்கு முறையும் இல்ல" என்னும் பழமொழிகள் நாஞ்சில் நாட்டில் வழக்கில் இருந்தவை. அத்தை அல்லது மாமன் மகளின் திருமணத்தின்போது மணமகளின் கொழுந்தன், தாலிகட்டுவதற்காக மணமேடையில் உட்காரப் போகும் மணமகனை மறித்துப் பணம் பெறுதல் என்னும் "நடை செறுப்பு" நிகழ்ச்சி எழுபதுகளில்கூட இருந்தது. இது முறைப்பெண்ணின் மீது உள்ள ஆதிக்கத்தைக் காட்டுவது.

தறவாட்டுக் குடும்பத்தினர் ஒரே வீட்டில் இருக்கலாம்; ஒரே ஊரில் தனித்தனி வீடுகளிலும் இருக்கலாம். நாஞ்சில் நாட்டு

மருமக்கள்வழித் தறவாட்டில் கூட்டுக்குடும்ப முறை 19ஆம் நூற்றாண்டின் பாதியில் உடைந்துவிட்டது.

19ஆம் நூற்றாண்டின் பிற்பாதியில், காரணவர் தனி வீட்டிலும், மருமக்கள் காரணவரின் ஊரில் தனி வீட்டிலும் வசித்தனர். இதற்கென்று சமூகக் காரணங்கள் உண்டு. அனந்திரவனின் (மருமகன்) ஜீவிதத்துக்குரிய அரிசி, பலசரக்கு, ஆடை என எல்லாவற்றையும் காரணவர் கொடுத்துவிட வேண்டும்.

ஒவ்வொரு நாளும் மருமகன் காரணவரிடம் சென்று, அன்று செய்ய வேண்டிய வயல் வேலையைக் கேட்க வேண்டும்; காரணவர் கூறியபடி பணி செய்ய வேண்டும். இது பெரும்பாலும் மேற் பார்வையாகத்தான் இருக்கும்; சில தறவாட்டுக் குடும்பத்தில் மட்டுமே உடலுழைப்பு இருந்தது.

தறவாட்டுக் குடும்பம் நிலவிய காலகட்டத்தில் திருமணத்திற்கு ஸ்ரீதனம் கொடுப்பது, கட்டாயமாகக் கேட்பது என்ற முறை வழக்கில் இல்லை. பெண் வழியில் சொத்து எவ்வளவு இருக் கிறது என்பதைத் திருமணம் உறுதிப்படுத்தும் நாளில் மாப்பிள்ளை வீட்டார் கேட்பார்கள். மருமக்கள்வழி ஒழிப்பிற்குப் பிறகு, ஒருதார மணம் நடைமுறைக்கு வந்த பிறகு ஸ்ரீதனமுறை பரவலானது.

காரணவருக்கோ காரணவரின் பிற சகோதரர்களுக்கோ தறவாட்டில் ஜீவனாம்ச உரிமை தவிர, சொத்துரிமை என்று தனியாக எதுவும் கிடையாது.

மருமக்கள்வழித் தொடர்பான 'உகந்துடைமை' என்ற சொல் லுக்குக் கவிமணி அன்பின் வழி வந்தது என்று பொருள் கொள்ளு கிறார். ஒருவகையில், இவர்கள் மக்கள்வழியினராக இருந்தபோது சொத்துகளைப் பங்கிட்டுக்கொள்ளும் பங்காளர்களின் பழைய வழக்கின் எச்சமாக உள்ளது இது. தந்தையின் சொத்தில் மகனுக்கு உரிமையில்லை; ஆனால் அவனது ஜீவனாம்சத்துக்காகக் கொடுக்கப்படுவது உகந்துடைமை ஆயிற்று.

திருவிதாங்கூர் உயர் நீதிமன்றத்தின் நீதிபதி செல்லப்ப பிள்ளை என்பவர் ஒரு தீர்ப்பில் உகந்துடைமை தொடர்பாக விளக்கியதைக் கவிமணி தன் கட்டுரையில் இவ்வாறு குறிப்பிடு கிறார்:

> நாஞ்சில் நாட்டு வேளாளர் மக்கள்வழியை உண்மையாகவே பின்பற்றியவர்கள். இவர்கள் மருமக்கள்வழியை ஏற்றுக் கொண்டாலும் பழைய வழக்கத்தைப் புறந்தள்ளவில்லை. தந்தையின் ஈமச் சடங்கை மகன் செய்யலாம். தந்தை யின் இறப்பிற்குப் பிறகு அவரது மக்கள் உகந்துடைமை யாகப் பெற்ற சொத்துக்களைச் சமமாகப் பங்கிட்டுக்கொள்ள

லாம். ஒருவரின் பல மனைவியரில், முறைப்படி திருமணம் ஆனவரின் மக்களுக்கு மட்டுமே உகந்துடைமை உரிமை உண்டு.

மருமக்கள்வழி வேளாளரின் உகந்துடைமை முறை, மக்கள்வழியினரின் குடும்பப் பாகப்பிரிவினை போன்றதுதான். உகந்துடைமைப்படி பெண்ணுக்கு உரிமையில்லை. தந்தையின் இறப்பிற்குப் பிறகு அவரது நிலமும் பிற பொருட்களும் ஒட்டு மொத்தமாக விற்பனை செய்யப்பட்டு சமமாக வழங்கலாம். ஒருவகையில் மகனுக்குக் கொடுக்கப்பட வேண்டிய பரம்பரைச் சொத்து உகந்துடைமையாகக் கருதப்படும்.

தந்தை மகன் இருவருக்குமிடையே சரியான உடன்பாடு இருந்தால், தந்தை உயிருடன் இருக்கும்போதே உகந்துடைமை கொடுக்கப்படும். தந்தை இறக்கும்போது இறப்புச் செலவிற்காகப் பணம் கொடுக்கப்படும். பின் உகந்துடைமை உரிமைப்படி மக்களின் திருப்திக்காக அவனது மக்களை அதுசேரும். இது யாப்பிய உகந்துடைமை எனப்படும்.

நங்குடைமை என்பது பெண்ணுக்குக் கிடைக்கும் சொத்து. குழந்தை இல்லாத விதவைக்கும் கொடுக்கப்படும் உதவித்தொகை. இறந்தவருக்கு இரண்டு மனைவிகள் இருந்து, இவர்களில் ஒருத்திக்குக் குழந்தை இருந்தும், மற்றவளுக்குக் குழந்தையில்லாமலும் உள்ள நிலையில் குழந்தைக்குக் கொடுக்க வேண்டிய பங்கையும் சேர்த்து விதவைக்குக் கொடுப்பதும் நங்குடமை.

நாஞ்சில் நாட்டுக் காரணவர் நாயர் பெண்ணைச் சம்பந்தம் (திருமணம்) செய்தால் அவளுக்கு உகந்துடைமை, நங்குடைமை போன்றவற்றில் உரிமையில்லை.

மருமக்கள்வழிக் குடும்பத்தில் கணவன் மனைவிக்குள்ளே விரிசல் ஏற்பட்டால் மணவுறவைத் தளர்த்திக்கொள்வதில் நெருக்கடி கிடையாது. விதவைகள் மணம் செய்ய அனுமதி உண்டு. இந்த வகை திருமணங்கள் எளிமையாக நடந்தன.

விதவை மணத்தினால் பிறந்த குழந்தைக்கும் சொத்துரிமை உண்டு. நாஞ்சில் நாட்டு வேளாளரிடையே நடந்த சம்பந்தம் என்ற திருமணமுறை பிற்காலத்தில் அறிமுகப்படுத்தப்பட்டது. இது மணப்பெண்ணுக்கு உடை (புடவை) கொடுப்பது என்பதோடு சரி. ஒருவகையில் இந்த உடை கொடுப்பு (புடவடை) திருமண உடன்படிக்கை *(Marriage Contract)* போன்றதுதான்.

மருமக்கள்வழி ஒழிப்பிற்கு முந்திய காலத்திலும் *(1926)* மக்கள்வழி, மருமக்கள்வழி வேளாளர்களுக்கிடையே மண உறவு இருந்தது. ஆனால் இவர்களுக்குப் பிறக்கும் குழந்தைக்குத்

தாய்வழிச் சொத்தில் உரிமையில்லை. இதனால் வசதியற்றவர் களிடையே மட்டும் இத்தகு மணவுறவு நடந்திருக்கிறது.

மருமக்கள்வழி ஒழிப்பு முயற்சி நடந்தபோது அதற்கு எதிர்ப்புத் தெரிவித்த சிலர் மருமக்கள்வழியின் நன்மையாகச் சில வாதங்களை வைத்தனர். அவை:

சொத்து பிரியாது; அது அளவில் பெரிதாகக் கிடக்கும்; கண்காணிக்க எளிது; வருமானமும் இதனால் பெருகும்.

அத்தை மகளை மணம் செய்ய வேண்டிய கட்டாயம் உண்டு; இதனால் உறவு விட்டுப்போகாது.

திருவிதாங்கூர் அரச குடும்பத்தினர் மருமக்கள்வழியைப் பின்பற்றப் போவதாக அறிவித்துவிட்டனர். அவரின் குடிகளாகிய நாம் அதை ஏன் மீற வேண்டும். பெண்களுக்கு உரிமை உள்ள கொள்கை இது.

ஆனால் அப்போதே இக்காரணங்கள் எடுபடவில்லை.

கேரளத்தில் சமூக விழிப்புணர்வு

மருமக்கள்வழி ஒழிப்பு என்னும் செயல்பாட்டைப் பற்றித் தெரிந்துகொள்வதற்குமுன் கேரளத்தில் 19ஆம் நூற்றாண்டில் ஏற்பட்ட பொதுவான சமூக விழிப்புணர்வை அறிய வேண்டிய கட்டாயம் இருக்கிறது.

கேரளச் சாதிகளைப் பற்றிய சுவாமி விவேகானந்தரின் காட்டமான விமர்சனத்தை முன்வைத்துக் கேரளச் சமூக வரலாற்றைப் பரிகசித்தபடியே ஆரம்பிப்பது என்ற வழக்கம் வரலாற்றாசிரியர்களிடம் இருந்தாலும், புரையோடிய வழக்கங் களை ஒதுக்கித்தள்ளிவிட்டு அடுத்த படியில் கால் வைப்பதில் இந்த மாநிலம் முன்னணியில் இருந்திருக்கிறது என்பதையும் மறுக்க முடியாது. அடிமை ஒழிப்பு (1855), மேலாடை அணியும் உரிமை (1859), தேவதாசி ஒழிப்பு (1930), கோவில் நுழைவு அனுமதி (1936) போன்றவற்றில் பிரிட்டீஷ் அரசின் கீழிருந்த பகுதிகளைவிடத் திருவிதாங்கூர் சமஸ்தானம் முந்திக்கொண் டிருக்கிறது.

கேரளத்தின் சிறந்த ஆன்மீகவாதியும் சமூக விழிப்புணர் வாளருமான ஸ்ரீ நாராயண குருவின் பெயரில் உருவான ஸ்ரீ நாராயண குரு தர்மபரிபாலனம் (1903), நம்பூதிரி சாதியின் களங்கமான பக்கங்களைத் துடைக்க வந்த யோகசேமா (1907), புலையர் சாதி விடுதலைக்காக அய்யன்காளி தோற்றுவித்த சாதிஜன பரிபாலனயோகம் (1907), மன்னத்துப் பத்மநாபன் உருவாக்கிய நாயர் தொண்டு அமைப்பு (*Nair Services Society* -

NSS; 1914) போன்றவை திருவிதாங்கூர் சமஸ்தானத்தில் பொதுவான விழிப்புணர்வை ஏற்படுத்தியுள்ளன.

ஒவ்வொரு சாதியினரும் தங்கள் சாதியின் மலினமான – பலவீனமான பகுதிகளுக்கு வைத்தியம் செய்து பராமரிக்க வேண்டும் என்ற உணர்வு 19ஆம் நூற்றாண்டில் வேகமாகப் பரவியிருக்கிறது. நாயர்களிடம் சாதிபற்றிய விழிப்புணர்வு 1914இல் அமைப்பு ரீதியாக வடிவம் பெற்றாலும், அதற்கு முன்பே அச்சாதி குறித்த விழிப்புணர்வு வந்துவிட்டது. அதன் கூறுகளில் மரு மக்கள்வழி ஒழிப்பும் ஒன்று.

மருமக்கள்வழி ஒழிப்பு முயற்சி

திருவனந்தபுரத்தில் அலுவல் காரணமாகவும் உறவின் காரணமாகவும் நிலையாக வாழ்ந்த படித்த வேளாளர்களும் திருவிதாங்கூரில் ஏற்பட்ட பொதுவான விழிப்புணர்வால் பாதிக்கப் பட்டிருந்தனர். இந்தப் பாதிப்பு நாஞ்சில் நாட்டிலும் பரவியது.

காரணவரை அனந்திரவன் எதிர்ப்பது என்னும் செயல் 1818 வரை கற்பனை செய்ய முடியாதது. கர்னல் மன்றோ நாட்டுக்கூட்ட அமைப்பை உடைப்பதற்கு முன்பு வரை பிடாகைத் தலைவரான காரணவரோ, ஊர்க்கூட்டசபையின் காரணத்தானத் தில் உள்ள மூத்த பிள்ளைகளோ அரசின் ஒரு அங்கமாகவே கருதப்பட்டனர். இதனால் அனந்தரவன் மட்டுமல்ல தறவாட்டுக் குடும்பத்தினர் எல்லோருமே அவருக்கு அடங்கியே நடந்தார்கள்.

நாட்டுக்கூட்டு உறுப்பினர்கள் எல்லோருமே காரணவர்கள் தாம். இவர்கள் தங்கள் எல்லைக்கு உட்பட்டு சட்டம் ஒழுங்கைக் கூட நிர்வகித்துக் குட்டி ஜமீன்தார்களாக இருந்த நிலையில், தென் திருவிதாங்கூரின் நீதிமன்றமே பிடாகைகளின் கையில் இருந்த நிலையில் தறவாட்டு உறுப்பினர்கள் மருமக்கள்வழி ஒழிப்பு என்பதைக் கற்பனை செய்ய முடியாத நிலையில்தான் இருந்தனர்.

கர்னல் மன்றோ 1818இல் நாட்டுக்கூட்ட முறையை உடைத் ததும், பத்மநாபபுரத்தில் நீதிமன்றம் உருவானதும், சட்டம் ஒழுங்கை வருவாய்த் துறை அதிகாரிகள் கையிலெடுத்ததும் பிடாகைக் காரணவர்களைச் சுற்றுக்கெட்டு வீட்டிலேயே ஆட்சி செலுத்தும் பழமையான சூழ்நிலையை உருவாக்கின. என்றாலும், பழைய நினைவில் காய டப்பாக்களாகவே அனந்திரவர்களை இவர்கள் நடத்தினர்; இப்படியே இவர்களின் காலம் கழிந்தது.

நாட்டுக்கூட்டக் காரணவர்களின் அரசியல் செயல்பாடு சட்டரீதியாகத் தடைபட்டபின்பு தறவாட்டுக்காரர்களுக்குத் தைரியம் ஏற்பட்டது. கோட்டாற்றில் மாட்டுச்சந்தை உருவானபோது

செம்பிறாம் பிள்ளை என்பவர் எதிர்த்திருக்கிறார் (அ.கா. பெருமாள் 2006 பக். 157). இச்செய்தியைக் கூறும் முதலியார் ஆவணத்தின்படி, அடிமைகள் வயல் விவசாயத்தைச் செய்கின்றபோது, மாடுகள் எதற்கு என்பது அந்தக் காரணவரின் வாதம்.

திருவிதாங்கூரில் அடிமைமுறை சட்டரீதியாக ஒழிக்கப்பட்ட பின்பு (1855) விவசாயத் தொழிலுக்கு ஆட்கள் எளிதாகக் கிடைத்த காலம் மலையேறியது. அடிமைகளாக இருந்த ஒடுக்கப்பட்ட மக்களின் மத மாற்றமும் அவர்களிடையே விழிப்புணர்வைக் கொடுத்தது. இந்த நிலையில் தறவாட்டு உறுப்பினர்களே வயல் தொழிலைச் செய்யவேண்டிய கட்டாயம் வந்தது. இந்தச் சூழ்நிலை காரணவருக்கும் தறவாட்டு உறுப்பினர்களுக்கும் பூசல் உருவாகக் காரணமாயிற்று.

திருவிதாங்கூரிலிருந்த எல்லாக் கோவில்களின் அசையும் மற்றும் அசையாச் சொத்துக்களை அரசு ஏற்றுக்கொண்ட (1812) சூழ்நிலையில், கோவில் நிலங்களைப் பயிரிட்ட குத்தகைக்காரர்களான காரணவர்கள் கோவில் நிர்வாகிகளான யோகக்காரர்களுடன் மோதும் நிலை இல்லாமல் ஆனது. ஆனால் நேரடியாக அவர்கள் வருவாய்த்துறை அதிகாரிகளுடன் மோதவேண்டி வந்தது. இந்தச் சூழ்நிலையும் காரணவர்களின் சமூக அந்தஸ்தைக் கீழிறக்கியது.

காரணவரின் பலதார மணத்தைத் தறவாட்டு உறுப்பினர்கள் எதிர்க்கும் சூழ்நிலை உருவானதற்கு இந்தப் பின்னணியும் ஒரு காரணம். மன்றோவால் பல்பிடுங்கப்பட்ட (1818) நாட்டுக்கூட்டக் காரணவர்களின் பொருளாதாரநிலை மோசமானாலும் 100 வருடம் கழித்தபின்புதான் அனந்தரவன் காரணவரிடம், "ஆரைக்கேட்டு நீர் ஐந்து கல்யாணம் அடுக்காகச் செய்தீர் ஐயா" என்று கேட்கும் துணிவு ஏற்பட்டிருக்கிறது.

காரணவரின் மனைவிகள் தேவையற்ற விருந்தாளிகளாகவே தறவாட்டுக் குடும்பத்தில் இருந்தனர். இது மொத்த திருவிதாங்கூரில் மருமக்கள்வழிச் சாதிகளில் இருந்த பிரச்சனை (A. Sreedhara Menon 1979, P. 70). காரணவர் இறந்த பிறகு, இறந்த காரணவரின் மனைவிகளை (அத்தைகளை) அனந்தரவன் நடத்திய முறை இன்னும் கொடுமையானது.

காரணவரிடம் புடவை வாங்கி, மனைவியான மனைவிகள், அவரின் இறப்பிற்குப் பிறகு கோவில்களில் நெல்குத்தச் செல்வது என்பது சகஜமாக இருந்தது. திருவட்டாறு ஆதிகேசவப் பெருமாள் கோவிலில் நெல்குத்தியவர்கள் எல்லோருமே, கோவில் யோகக்கார சபையின் உறுப்பினரான நாயர்களின் அச்சிகள் (வைப்பாட்டிகள்). இவர்கள் பெண்ணும் பிள்ளைமார் என்ற பெயரால் அழைக்கப் பட்டனர். இது போன்ற ஒரு நிலை நாஞ்சில் நாட்டில் இருந்தது.

திருவிதாங்கூரில் உள்ள பெரிய கோவில்களில் தினமும் பெரும் அளவில் சாதம் பொங்கப்பட்டது. சுசீந்திரம் தாணு மாலையன் கோவிலில் 1841ஆம் வருஷத்தில் மட்டும் 86,728 பிராமணர்கள் சாப்பிட்டிருக்கின்றனர். இதனால் கோவிலுக்கு வேண்டிய அரிசியை – கோவிலின் கருவறைக்கு முன்பகுதி வரை போகும் உரிமையுள்ள வேளாளர்கள்/நாயர்களே கொடுக்க வேண்டிய சூழ்நிலையில், நெல்குத்த வேண்டிய பொறுப்பு இச்சாதிப் பெண்களுக்கு ஏற்பட்டது.

காரணவரின் பலதார மணத்தால் சீரழிந்த வேளாளப் பெண்களின் போக்கிடம் கோவில் என்றானது. "கருந்தாளி உலக்கை கையில் எடுத்து" கோவில் நெல்லைக் குத்துவதற்காக அந்திரபுரத்து மந்திரம் பிள்ளையின் மனைவி போனதை 'மான்மியம்' குறிப்பிடுவது (கோடேறிக் குடிமுடித்த படலம் 186 – 87) கற்பனை அல்ல.

1860இல் நாஞ்சில் நாட்டில் பெரும் வறட்சி ஏற்பட்டது. வயல்களில் வேலை செய்ய அடிமைகளும் கிடையாது. பேச்சிப் பாறை அணை கட்டப்படாத காலம் அது. இந்த நிலையில் தறவாட்டு வருமானம் போதாமல் திண்டாடிய காரணவர் – அனந்தரவர்களுக்கிடையே பூசல் மூண்டது. இக்காலகட்டத்தை அடுத்து திருவிதாங்கூர் திவானாக இருந்த மாதவராவ் காலத்தில் (1858 – 1885) மருமக்கள்வழித் தறவாட்டு வழக்குகளை நீதிமன்றம் எடுத்துக்கொள்ளலாம் என்று உத்தரவு போடப்பட்டது. இதனால் மருமக்கள் குடும்பத்தில் வழக்குகள் பெருக ஆரம்பித்தன.

1805இல் தென்குமரியில் புராட்டெஸ்டென்ட் கிறிஸ்தவர்களின் வரவிற்குப் பின் கல்வி பரவலானது. நாகர்கோவிலில் கல்விக் கூடங்கள் பெருகின. நாஞ்சில் நாட்டுக் கிராமங்களிலிருந்து படிக்க வேண்டும் என்பதற்காகவே வேளாளக் குடும்பங்கள் சில நாகர்கோவிலுக்குக் குடிபெயர்ந்தன. இப்படியாகப் படித்த இளைஞர்களிடம் ஏற்பட்ட விழிப்புணர்வு மருமக்கள்வழி ஒழிப்பிற்குக் காரணமாயிற்று.

நாஞ்சில் நாட்டில் படித்தவர்களின் மத்தியில் மருமக்கள் வழி ஒழிப்புக் குறித்த தீவிரம் இருந்ததற்குப் பொருள்நிலை தொடர்பான காரணம் மட்டுமல்ல, வேளாளப் பெண்களைக் குறித்துப் பிற சாதியினர் வெளிப்படுத்திய கிண்டல் பேச்சும் அவர்களை யோசிக்க வைத்தது.

சட்டசபையில் ஒலித்த குரல்

மருமக்கள்வழி ஒழிப்புக் குறித்த விழிப்புணர்வு அரசியல் ரீதியாகச் செயல்பட ஆரம்பித்தது 1908இல்தான். ஸ்ரீமூலம் பாப்புலர் அசம்பிளியின் மூன்றாம் கூட்டத் தொடரில், உறுப்பினரான பி. மாதவன் பிள்ளை மருமக்கள்வழி ஒழிப்புப் பற்றிய கருத்தை

முன்வைத்தார். அது தொடர்பாக ஒரு கமிட்டி அமைக்கவும் கேட்டுக்கொண்டார். அரசும் அதற்கு இணங்கியது *(Pazhani 2003 P. 107).*

சட்டசபையில் இது குறித்த பேச்சு விவாதிக்கப்பட்ட போது *(1908)* கவிமணி *Malabar Quarterly Review* இதழில் *(1909) Nanchi nadu Vellala* என்ற தலைப்பில் *30* பக்க அளவில் ஒரு கட்டுரை எழுதினார். இந்தக் கட்டுரை, "இப்போதும் நாஞ்சில் நாட்டவர்கள் விழித்துக்கொள்ளவில்லை என்றால் – அவர்கள் தங்கள் சமூகத்தை உயர்த்திக்கொள்ளவில்லை என்றால் நிச்சயமாக அவர்கள் அருகே உள்ள சுவரில் முட்டிக்கொள்ள வேண்டிய நிலை வந்து விடும்" என முடிகிறது.

என்றாலும் நாஞ்சில் நாட்டு வேளாளர் யாரும் சுவரில் முட்டிக்கொள்ளவில்லை. இவரது ஆங்கிலக் கட்டுரை அப்போது எத்தனை பேரைச் சென்றடைந்ததோ தெரியவில்லை. ஆனால் சட்டசபையில் குரல்கொடுத்தவர்களுக்கு இந்தக் கட்டுரை உத்வேகத்தைக் கொடுத்திருக்கலாம்.

கவிமணி இக்கட்டுரை எழுதிய காலகட்டத்தில் திருவனந்தபுரம் மகாராஜா மகளிர் கல்லூரியில் ஆசிரியராக இருந்தார். அப்போது அவருக்கு வயது *33* தான். வேளாளர் பற்றிய ஆங்கிலக் கட்டுரையைத் தொடர்ந்து 'நாஞ்சில் நாட்டு வேளாள சகோதரர்களுக்கு ஒரு கோட்டை வினாக்கள்' என்ற தலைப்பில் துண்டுப் பிரசுரத்தையும் வெளியிட்டிருக்கிறார். இதற்குக் கொஞ்சம் பலன் கிடைத்தது.

இந்தக் காலகட்டத்தில் நாஞ்சில் நாட்டில் நாஞ்சில் நாட்டார் சபை, தமிழ்ச் சங்கம், அகில திருவிதாங்கூர் வேளாளர் மாணவர் சபை, வேளாளர் மகாசபை ஆகிய நான்கு அமைப்புகள் இருந்தன. இவற்றில் நாஞ்சில் நாட்டார் சபை மட்டும் நாஞ்சில் நாட்டின் எல்லைக்குள் நின்றது. தமிழ்ச் சங்கம் திருவனந்தபுரம், நெடுமங்காடு ஆகிய இரண்டு இடங்களுடன் தொடர்புடையது. வேளாளர் மகாசபை மொத்த திருவிதாங்கூரில் உள்ள வேளாளர்களைக் கணக்கில் எடுத்துக்கொண்டது. அகில திருவிதாங்கூர் வேளாளர் மாணவர் பேரவையும் அப்படித்தான்.

இந்த அமைப்புகளின் நோக்கம் மருமக்கள்வழியை ஒழிப்பது மட்டுமல்ல. அதையும் தாண்டித் தமிழ் மொழி இலக்கியம் பண்பாடு என்பதிலும் கவனம் செலுத்தின. ஆனால், நாஞ்சில் நாடு அல்லாத பகுதிகளில், குறிப்பாக வடதிருவிதாங்கூர் பகுதிகளில் இருந்த வேளாளர்கள் மொழி சம்பந்தமாக வேறு கருத்தைக் கொண்டிருந்தனர். அவர்கள் வேளாளர் என்ற சாதி அடையாளத்துடன் இருந்தாலும் மலையாளத்தைத் தாய்மொழியாகவே

கருதிவந்தனர். இதனால் நான்கு அமைப்புகளுமே மருமக்கள் வழி ஒழிப்பிலும் வேளாளரின் படிப்பு வளர்ச்சியிலும் கவனம் செலுத்தின.

ஸ்ரீமூலம் பாப்புலர் அசம்பிளியின் ஆறாம் கூட்டத்தொடர் தொடங்கியபோது அகஸ்தீஸ்வரம் வட்டம் உறுப்பினரான எம். சுப்பிர மணிய பிள்ளை சட்டசபையில் இது குறித்துப் பேசினார். மேலும் அவர் மருமக்கள்வழி ஒழிப்பின் அவசியத்தையும், அது குறித்து ஒரு குழு நியமிக்க வேண்டிய தேவையையும் விண்ணப்பமாக அரசுக்குக் கொடுத்தார். இதில் திருவிதாங்கூரில் உள்ள 1600 வேளாளர்கள் கையெழுத்திட்டிருந்தனர். இதற்கு வேளாளர் சபைகள் உதவி செய்தன.

இந்த முயற்சிக்கு ஓரளவு பலன் கிடைத்தது. மருமக்கள் வழி ஒழிப்புக் குறித்து அறிக்கை சமர்ப்பிக்க ஒரு குழுவை நியமிக்க சட்டசபை பரிந்துரை செய்தது (1910). இந்தக் குழுவின் தலைவராக பத்மநாபபுரம் திவான் பேஷ்கார் கே. நாராயண மேனன் இருந்தார். தேரூர் எம். சுப்பிரமணிய பிள்ளையும் எம். சிவ தாணு பிள்ளையும் இதில் உறுப்பினர்களாக இருந்தனர்.

நாராயண மேனனின் குழு அறிக்கையில் காரணவரின் அதிகாரம், உரிமை, மொத்த சொத்துக்களைப் பாகம் வைக்கும் போது செய்ய வேண்டிய முறை, உகந்துடைமை, நங்குடைமை பற்றி விவாதிக்க வேண்டும் என்றும் முடிவு செய்யப்பட்டது. இக்குழுவில் ஆலோசனை சொன்ன உறுப்பினர்கள் மருமக்கள் வழிப் பெண்களின் விவாகரத்து தொடர்பான விஷயங்கள் உளுந் தரைத்த அம்மியாய் இருக்கக்கூடாது; அதோடு காரணவரின் பலதார மணத்திற்கு மூடுவிழா நடத்திவிட வேண்டும் என்றும் கேட்டுக்கொண்டனர்.

பொதுவாக மக்களின் கோரிக்கையை விசாரிக்க அமர்த்தப் படும் குழுவின் முக்கியப் பணியே காலம் கடத்துவதுதான் என்ற பொதுத்தன்மைக்கு மாறுபட்டிருந்தது மேனனின் அறிக்கை முயற்சி.

மேனனின் அறிக்கை 1911 ஜூன் 22ஆம் தேதி கெசட்டீரில் வெளியிடப்பட்டது. இதன் மொழிபெயர்ப்பு பின்வருமாறு:

> காரணவரின் அதிகாரத்தைக் கட்டுப்படுத்தவும் சொத்துக் களைப் பாகப்பிரிவினை செய்யவும் தனிச் சட்டம் தேவைப் படுகிறது. காரணவர் இறந்து போனபின்பு தறவாட்டில் 1/7 பகுதி சொத்தும், அவர் தனியாகக் சம்பாதித்த சொத்தில் 1/2 பகுதியும் உகந்துடைமையாக எடுத்துக்கொள்ளலாம். உகந்துடைமையில் 1/3 பங்கை நங்குடைமையாகக் கொள்ள

வேண்டும். காரணவரின் மனைவியின் குழந்தைகளை வாரிசுதாரராகக் கொள்ளும்போது அரையறைக் கட்டணம் வாங்கக் கூடாது.

காரணவரின் திருமணம், வேளாளப் பெண்களின் விவா கரத்து விஷயமாய் இன்னும் தெளிவுபடுத்தப்பட வேண்டும். ஒருவரின் மன ஒப்புதல்படியோ, இருவரின் விருப்பப்படியோ மட்டும் விவாகரத்து செய்துவிட முடியாது. இது நீதி மன்றம் வழிச் சட்டபூர்வமாகத் தீர்மானிக்கப்பட வேண்டும். அதோடு விவாகரத்துப் பெறும் பெண்ணின் ஜீவனாம் சமும் சட்டப்படியான வரையறைக்கு உட்பட்டிருக்க வேண்டும்.

மருமக்கள்வழி குறித்து வந்த மேனன் குழுவின் அறிக் கைக்கு *1913* ஜூன் மாதம் மழைக் காலத்தில் கூடிய சட்டசபைக் கூட்டம் பச்சை கொடிக் காட்டியது. இது பற்றிய ஒரு குறிப்பும் கெசட்டீரில் வந்தது. ஆனால் நாஞ்சில் நாட்டுப் பிரதானிகளுக்கு இது திருப்தி அளிக்கவில்லை.

மருமக்கள்வழி ஒழிப்புத் தொடர்பாகச் சட்ட ரீதியாக மக்களுக்கு உதவிக்கொண்டிருந்த வழக்குரைஞர்களான மருங் கூர் அழகப்ப பிள்ளை, பறக்கை வி.எஸ். ஆறுமுகம் பிள்ளை, நாகர்கோவில் பி. சிதம்பரம் பிள்ளை போன்றோர் அதிருப்தி தெரிவித்தனர். இது பொதுமக்களிடமும் பிரதிபலித்தது.

இதே காலத்தில் நாஞ்சில் நாட்டு வழக்குரைஞர்களின் உதவியுடன் நாஞ்சில் நாட்டின் ஜாதிய அமைப்பு சார்பில் மரு மக்கள்வழி ஒழிப்புத் தொடர்பான சட்டவரைவு தயாரிக்கப்பட்டு திவானுக்கு அனுப்பப்பட்டது *(1913)*. இதைப் பரிசீலனை செய்த மேனன் குழுவினரும், அரசு அதிகாரிகளும் இதில் சரியான விவரிப்பு இல்லை என்று காரணம் காட்டி ஒதுக்கி வைத்தனர்.

இந்த நிகழ்ச்சி நடந்து இரண்டு ஆண்டுகளில் *(1915)* நாஞ்சில் நாட்டு வேளாளர் மசோதா கொண்டுவரப்பட்டது. சட்டசபை மூலம் பரிந்துரை செய்யப்பட்ட இந்த மசோதாவை ஆராய்வதற்கு நியமிக்கப்பட்ட குழு திருவிதாங்கூர் முழுதும் உள்ள வேளாளர்கள் வழி சேகரிக்கப்பட்ட தகவல்களின் அடிப் படையில் ஒரு அறிக்கையைத் தயார் செய்தது.

கவிமணியின் பங்கு

மருமக்கள்வழி பற்றிச் சட்டசபையில் முதலில் குரல் எழுந்த காலத்திலிருந்து தொடர்ந்து நடந்த முயற்சிகளில் கவிமணிக்கும் பங்கு உண்டு. இக்காலகட்டத்தில் பேராசிரியர் எஸ். வையாபுரிப் பிள்ளை திருவனந்தபுரம் (பாலராமபுரம்) வேலாயுதன் பிள்ளை

யின் மகள் சிவகாமியைத் திருமணம் செய்துகொண்டு (1912) திருவனந்தபுரத்தில் வசித்தார். பின் தொடர்ந்து அங்கேயே சட்டக்கல்லூரியில் படித்துவிட்டு (1912 – 14) திருவனந்தபுரம் நீதிமன்றத்தில் வக்கீலாகப் பதிவு செய்துகொண்டார். அப்போ தெல்லாம் வக்கீல் தொழிலைவிடத் தமிழ் இலக்கிய ஆராய்ச்சியே அவருக்கு உகந்ததாய் இருந்தது. கவிமணியின் மதிப்பீட்டின்படி வையாபுரிப்பிள்ளை மிகச் சிறந்த தமிழ் அறிஞர்; சாதாரண வக்கீல். இதனால் கவிமணியுடன் அவருக்கு நெருக்கமும் ஏற் பட்டது. சைவப் பிரகாச சபையின் தொடர்பும் இவர்களின் நட்புக்குக் காரணமாக இருந்தது.

இக்காலத்தில் மருமக்கள்வழி ஒழிப்புத் தொடர்பான அதிகாரி களைச் சந்திக்கத் திருவனந்தபுரத்திற்கு மாட்டுவண்டியில் சென்ற நாஞ்சில் நாட்டுப் பிரதானிகள் கவிமணியைச் சந்தித்து ஆலோசனை கேட்பதில் தயக்கம் காட்டவில்லை.

கவிமணி இக்காலங்களில் (1908 – 1910) கல்வெட்டுத் தொடர் பான ஆராய்ச்சியில் தீவிரமாக இருந்தார். *Kerala Society Papers, Malabar Quarterly Review, Travancore Times, Peoples Weekly, The Western Star, The Journal of Oriental Research* போன்ற இதழ்களில் அவரது ஆய்வுக் கட்டுரைகள் வந்தன.

மருமக்கள்வழி தொடர்பான சட்ட வரைவோலை தயார் செய்த போதும், மேனன் குழுவின் பரிந்துரை கெசட்டீரில் வந்த போதும் கவிமணி கொடுத்த விளக்கம் நாஞ்சில் நாட்டுப் பிரதானிகளை யோசிக்க வைத்திருக்கிறது. இதில் ஆரம்பகாலத்தி லிருந்தே முக்கியப் பங்கு வகித்த தேரூர் எம். சுப்பிரமணிய பிள்ளை கவிமணியின் ஊர்க்காரர்; இருவரும் அத்தான் மைத் துனர் என உறவுடன் பழகியவர்கள். இந்தத் தகவல்கள் வையாபுரிப் பிள்ளைக்குத் தெரியும். அவர் ‘மான்மியம்’ முகவுரையில் இதைக் கோடிட்டுக் காட்டியிருக்கிறார்.

மருமக்கள்வழி ஒழிப்புத் தொடர்பாகக் கவிமணி ஏதாவது செய்ய விரும்பினார். அவர் அரசுக் கல்லூரியில் பணிபுரிந்ததாலும் – இயல்பாக ஒதுங்கி வாழும் மனநிலை உள்ளவராதலாலும் – தன்னை அரசியல் லாபம் கருதி முன்நிறுத்தாதவராதலாலும் இந்தப் பிரச்சனை தொடர்பாகப் பொதுமக்களைச் சந்திக்க அவர் விரும்பவில்லை.

படைப்பாளி என்ற வகையில் அவர் தன் பங்கைச் செய்ய ஆசைப்பட்டார். நாஞ்சில் நாட்டு மக்களுக்கே உரிய எள்ளல் பேச்சின் வழியே தன் படைப்பை உருவாக்க எண்ணினார். எதையுமே நளி செய்யும் (எள்ளலாகப் பேசும்) குணத்தில் ஊறிய நாஞ்சில் நாட்டு வேளாளரைப் பற்றிய பதிவும் அப்படியே அமைவது இன்னும் பலன் தரும் என்பதை அவர் உணர்ந்தார்.

நாஞ்சில் நாட்டில் 'மூத்தபிள்ளைக்கு மொறையான் பிள்ளை' என்ற பிரயோகம் உண்டு. இந்தப் பிரயோகத்துக்கு, "தனக்குப் பிடிக்காதவனை அவமானப்படுத்த, தான் அதில் மாட்டிக்கொள் ளாமல் சாமர்த்தியமாக இன்னொருவனை வைத்து அவமானப் படுத்திவிட்டு நல்லபேர் வாங்குவது" என்று விளக்கம் கொடுக்க லாம்.

இந்தப் பிரயோகம், ஊர் பிரதானி மூத்தபிள்ளையான காரணவரின் சமூக அந்தஸ்து எப்படி உடைந்து வந்தது என்பதற்கு உதாரணம்; அதோடு நாஞ்சில் நாட்டவருக்கே உரிய இயல்பான கிண்டலை எடுத்துக்காட்டும் வழக்காறும் ஆகும்.

'முறையான் பிள்ளை' என்ற பணியாளர் வேளாள சாதியின ராக இருந்தாலும் இவரை ஊர் மூத்தபிள்ளை அடிமையைப் போல்தான் நடத்தினார். இவர் ஊரில் திருமணம், இறப்புச் சடங்கு களில் குற்றேவல் செய்கின்றவர். இவருக்கு மூத்தபிள்ளையைச் சார்ந்து வாழ வேண்டிய நிலை; மூத்தபிள்ளையை எதிர்க்க ஆசை; ஆனால் முடியாத நிலை.

ஊர்க் கூட்டங்கள் அம்மன் கோவிலில் நடப்பது அன்றைய வழக்கம். தலைவரான மூத்தபிள்ளை வருவதற்கு முன்பாகவே ஊர்க்காரர்கள் கூடியிருக்க வேண்டும் என்பது மரபு. எல்லோரும் வந்தபின் மூத்தபிள்ளை வருவார்.

கூடியிருப்பவர்களில் வாலிபர்களைப் பார்த்து முறையான் பிள்ளை, "மூத்தபிள்ளை வாறார் எழுந்து நில்லுங்கோ; மரியாதை கொடுக்கணும்" என்று மெதுவாகக் கூறுவார். இப்படிச் சொல்வது மூத்தபிள்ளைக்குக் கேட்காது. அதோடு ஊரில் அடாவடித்தனம் செய்யும் வாலிபர்களைப் பார்த்து ரகசியமாகச் சொல்லுவார்.

முறையான் பிள்ளையின் தொனி, "நீங்கள் மூத்தபிள்ளைக்கு மதிப்புக் கொடுக்காவிட்டால் அவர் உங்களைத் தொலைத்து விடுவார்" என்று கூறுவது மாதிரி இருக்கும். முறையான் பிள்ளை யின் இந்தப் பேச்சு எதிர்விளைவை உண்டாக்கும். கொஞ்சம் முசுடு குணமுள்ள வாலிபர்கள், "மூத்தபிள்ளை மயிரப் பிடுங்கு வான்" என்று சொல்லுவார்கள். முறையான் பிள்ளை, "பெரியவர் களை அப்படிச் சொல்லாதீர்" என்று பம்மலோடு கூறுவார்.

வாலிபர்கள், இன்னும் சற்று உரக்க 'மயிரப் பிடுங்குவான்' என்பார்கள். மூத்தபிள்ளைக்கு இது கேட்கும். ஆனால் கூட்டத்தில் ஒன்றும் சொல்ல முடியாது. முறையான் பிள்ளைக்கு நினைத்தது நடந்ததில் திருப்தி. மூத்தபிள்ளையிடம் நல்லபெயர் வாங்கிக் கொண்டே ஊரில் அவருக்கு எதிர்ப்பை உண்டாக்கிவிடுவார்.

இந்தத் தொனியைத்தான் கவிமணி எடுத்துக்கொண்டிருக் கிறார். 'மான்மிய'த்தில் வரும் காரணவரின் கோமாளித்தனத்தை – இயலாமையை நாசூக்காக வெளிப்படுத்தியிருக்கிறார்.

பண்டாரம் கொடுத்த மான்மியம்

'மருமக்கள்வழி மான்மிய'த்தை வெளியிட்ட 'தமிழன்' பத்திரிகையின் ஆசிரியர் பண்டித சு. முத்துசாமிப் பிள்ளையுடன் கவிமணிக்கு நெருங்கிய தொடர்பு உண்டு. இருவரும் அப்போது திருவனந்தபுரம் ஆரிய சாலையில் அடிக்கடி சந்திப்பதுண்டு. மான்மியம் 'தமிழன்' பத்திரிகையில் வெளிவரக் காரணமும் இதனால்தான்.

முத்துசாமிப் பிள்ளை 'மான்மியம்' காவியத்தைத் 'தமிழன்' பத்திரிகையில் அறிமுகப்படுத்தியபோது (1916 மார்ச்) ஒரு வெள்ளிக் கிழமை மாலை நேரத்தில் திருவனந்தபுரம் ஆரிய சாலையில் வைத்து பண்டாரம் ஒருவர் 'மான்மியம்' ஏட்டைத் தந்ததாகக் கற்பனையுடன் கூறியிருக்கிறார். உண்மையில் இருவரும் கலந்து உரையாடியபோது ஏற்பட்ட உத்வேகத்தால் எழுதப்பட்டது 'மான்மியம்.'

'தமிழன்' பத்திரிகையில் 'மான்மியம்' வெளிவந்த காலத்திலோ (1916 மார்ச் – 1917 பெப்ரவரி), அதற்குச் சற்று முன்னரோ முத்துசாமிப் பிள்ளையின் 'விதிகெட்ட மனைவி' என்ற நாவல் வந்திருக்கிறது. இந்த நாவல் நாஞ்சில் நாட்டு வேளாளரின் வாழ்க்கையைப் பின்னணியாகக்கொண்டது. இது நாஞ்சில் நாட்டுப் பேச்சு வழக்குத் தமிழில் அமைந்தது. இந்த நாவல் மிகக் குறைந்த பிரதிகளே அச்சிடப்பட்டிருக்கிறது. இதன் சில பிரதிகளே கட்டமைப்புச் செய்யப்பட்டன. ஏனைய பாரங்கள் அச்சகத்திலேயே முடங்கிக் கிடந்தன.

1948 அளவில் கவிமணியிடம் மருமக்கள்வழியின் சீரழிவை நாவல் வடிவில் நீங்கள் எழுதியிருக்கலாமே என்று டாக்டர் ந. சஞ்சீவி கேட்டதற்கு அவர், கதையாக அதை (கவிமணி நாவலைக் கதை என்று வேறு இடத்திலும் குறிப்பிடுகிறார்) எழுத முடியாது. நாஞ்சில் நாட்டில் அப்போது கதை பிரபல மாகவும் இல்லை. புதிய வடிவத்தில் மான்மியம் சொன்னால் எடுபடாமல் போயிருக்கலாம். மட்டுமன்றி எழுதியவரின் பெய ரில்லாமல் பழைய ஏட்டில் கண்டெடுத்த மாதிரி கதை வடிவத்தில் வெளியிட முடியுமா என்று கேட்டிருக்கிறார்.

நாஞ்சில் நாட்டுப் பொதுமக்களைவிட, மருமக்கள்வழி ஒழிப்புத் தொடர்பாகப் போராடிக்கொண்டிருந்தவர்களிடையே மான்மியம், பிரபலமாகப் பேசப்பட்டது. 'தமிழன்' பத்திரிகை அப்போது நாஞ்சில் நாட்டில் காலதாமதமாய்த்தான் வந்திருக் கிறது. இக்காலத்தில் பாண்டிநாட்டு வழி நாகர்கோவிலுக்கு வந்த 'சுதேசமித்திரன்' பத்திரிகையே குறிப்பிட்ட சிலரால் மட்டுமே வாங்கப்பட்டது. அதுவும் ஒருவர் படிக்க மற்றவர்

கேட்பது என்ற நிலைதான். ‘மான்மிய’மும் அது போலவே ஒருவர் படிக்கப் பலர் கேட்டு வாய்மொழியாகப் பரப்பப்பட்டதைக் கவிமணியின் மாணவர் சதாசிவம்பிள்ளை ஒருமுறை என்னிடம் பேச்சுவாக்கில் சொன்னார். முதல் உலகப் போர் பற்றிய செய்திகளில் பல இப்படியே ஒருவர் படித்து வாய்மொழியாய்ப் பரவியிருக்கின்றன. இது அந்தக் கால நிலை.

பின்வாங்கப்பட்ட மசோதா

*1915*இல் திருவிதாங்கூரில் நேரடியாகச் சென்று தகவல் சேகரித்துத் தயாரிக்கப்பட்ட அறிக்கை கிணற்றில் விழுந்த கல்லாகக் கிடந்தது. இக்காலகட்டத்தில் *(1914 – 1919)* முதல் உலக மகாயுத்தம் நடந்துகொண்டிருந்ததால் அரசு இயந்திரம் வேறுவகையில் செயலாற்றிக்கொண்டிருந்தது. இதனால் மருமக்கள்வழி ஒழிப்புக் குரல் பம்மி ஒலித்தது.

உலக மகாயுத்தம் முடிந்தபிறகு *1920* டிசம்பர் *20*ஆம் தேதியில் கூடிய திருவிதாங்கூர் சட்டசபைக் கூட்டத் தொடரில் மருமக்கள்வழி தொடர்பாகக் கொண்டுவந்த மசோதா பின் வாங்கப்பட்டது. இந்த மசோதாவில் மாற்றங்கள் கொண்டுவர வேண்டும் என வேண்டுகோளும் விடப்பட்டது. அதோடு பொது மக்களிடம் கருத்துக் கேட்க வேண்டும் என்றும் இது நேரடியாகவே சேகரிக்கப்பட வேண்டும் என்றும் யோசனைகள் முன்வைக்கப் பட்டன.

வர்மா கமிட்டி

1921 பெப்ரவரியில் திவான் பேஷ்கார் எம்.எம். ராஜராஜ வர்மா தலைமையில் மறுபடியும் ஒரு குழு நியமிக்கப்பட்டது. இந்த நியமனத்தின் போது நாஞ்சில் நாட்டு மக்களை நேரடியாகக் கண்டு செய்தி சேகரித்து, தகவல்களைப் பெற்று பின் அறிக்கை தயாரிக்க வேண்டும் என்று சட்டசபை உறுப்பினர்கள் கேட்டுக்கொண்டார்கள்.

இந்தக் குழுவின் தலைவராகப் பத்மநாபபுரம் திவான் பேஷ்கார் எம்.எம். ராஜராஜவர்மா இருந்தார். இவருக்கு உதவியாக அகஸ்தீஸ்வரம் சட்டசபை உறுப்பினர் தேரூர் எம். சுப்பிரமணிய பிள்ளையும், தோவாளை சட்டசபை உறுப்பினர் தாழக்குடி எம். சிதம்பரதாணு பிள்ளையும் இருந்தனர்.

இந்தக் குழுவில் நாஞ்சில் நாட்டுப் பிரதிநிதியாகப் பறக்கை எம். பூதலிங்கம் பிள்ளையும், நாகர்கோவில் முனிசிபல் கோர்ட் வக்கீல் ஒருவரும் இருந்தனர். இவர்கள் இருவரும் இணைக்கப்பட்ட உறுப்பினர்கள்.

வட திருவிதாங்கூர் மருமக்கள்வழி வேளாளர் சார்பாக முனிசிபல் கோர்ட் வக்கீல் வைக்கம் எஸ். சுப்பிரமணிய பிள்ளையும், மாவேலிக்கரை சி. ஆனந்தம் பிள்ளையும் இணைக்கப்பட்ட உறுப்பினர்களாக இருந்தனர்.

சாகைவழியா ஆள்வழியா

மருமக்கள்வழி முறையை மக்கள்வழி முறையாக மாற்றிச் சட்டம் இயற்றுவதில் காரணவர்களுக்கும் சேஷகாரர்களுக்கும் கருத்துவேற்றுமை எதுவும் இருக்கவில்லை. கூட்டுக்குடும்பமான மருமக்கள்வழிக் குடும்பத்தின் சொத்துக்களைப் பாகப்பிரிவினை செய்யும்போது எப்படிப் பங்கு வைக்க வேண்டும் என்பதில்தான் கருத்து வேற்றுமை.

குடும்பத் தறவாட்டுச் சொத்துக்களைச் சாகை வீதம் பங்கு வைக்க வேண்டுமா? ஆள் வீதம் (தலையணி வீதம்) பங்கு வைக்க வேண்டுமா என்பதில்தான் சிக்கல். இதன் காரணமாகவே நாஞ்சில் நாட்டு வேளாளர்களிடம் கருத்து முரண்பாடும் பிளவும் ஏற்பட்டது (சிவன் பிள்ளை 1990 பக். 50).

ராஜராஜவர்மாக் குழு, ஊர் மக்களைச் சந்தித்துப் பிரச்சனைகளை வாய்மொழி மூலம் திரட்டினால் மட்டும் போதாது; எழுத்து பூர்வமாகவும் சேகரிக்க வேண்டும் என்று நினைத்தது. இதற்காக ஆங்கிலத்திலும் தமிழிலும் கேள்விப்பட்டியல் தயாரிக்கப்பட்டது. இது 3.3.1921இல் அச்சிட்டு வினியோகிக்கப்பட்டது. இதிலுள்ள கேள்விகள் ஏற்கெனவே நியமிக்கப்பட்ட குழு பரிந்துரை செய்த தகவல்களின் அடிப்படையில் தயாரிக்கப்பட்டவைதாம்.

கேள்விப்பட்டியலை வருவாய்த்துறை ஊழியர்கள் நாஞ்சில் நாட்டுக் கிராமங்களிலும், இடைநாட்டுப் பகுதியில் உள்ள வேளாளர் கிராமங்களிலும் கொண்டுபோய்க் கொடுத்தார்கள்.

விழிப்புணர்வுக் கூட்டங்கள்

இது இப்படி நடந்துகொண்டிருக்கும்போது வேளாளர் அமைப்புகள் வேளாளர் வாழ்ந்த கிராமங்களில் விழிப்புணர்வுப் பிரச்சாரக் கூட்டங்கள் நடத்தின. 1921 – 22ஆம் ஆண்டுகளில் இது தொடர்ந்து நடந்தது.

நாகர்கோவில் வடிவீஸ்வரம் மகமைச் சத்திரம் (12.2.1921), கன்னியாகுமரி தேவசம் சத்திரம் (21.3.1921), நாகர்கோவில் ஒழுகினசேரி சத்திரம் (26.4.1921, 1.5.1921), தேரூர் அம்பலம் (28.7.1921), குலசேகரபுரம் (உசரவிளை) முத்தாரம்மன் கோவில் (28.4.1921), நாவல்காடு அம்மன் கோவில் (6.5.1921), புத்தேரி யோகீஸ்வரர் கோவில் (7.5.21), மருங்கூர் தாணுமாலயனின்

வீடு *(7.9.21)* எனப் பல இடங்களில் ஏறத்தாழ *61* கூட்டங்கள் நடந்தன.

குலசேகரபுரம் (உசரவிளை) முத்தாரம்மன் கோவிலில் நடந்த கூட்டத்தில் *(28.4.1921* வெள்ளி) மருமக்கள்வழி ஒழிப்புப் பிரச்சாரக் கூட்டச் செலவிற்கு ஒவ்வொரு ஊரிலும் ரூபாய் *25* அன்பளிப்புப் பெறுவது என முடிவு செய்யப்பட்டது.

ஒவ்வொரு இடத்திலும் கூட்டம் முடிந்ததும் சாப்பாடு போடப் பட்டது. சில கூட்டங்களில் சாப்பாட்டுச் செலவைத் தனிப்பட்டவர் களே ஏற்றுக்கொண்டனர் (வடிவீஸ்வரம் எம். பூதலிங்கம் பிள்ளை *26.4.1921*).

நாஞ்சில் நாட்டில் *300* பேர்களிடமாவது விழிப்புணர்வை உண்டாக்க வேண்டும் என்று ஒரு கூட்டத்தில் ஆவேசமாகப் பேசினார் வடிவீஸ்வரம் பூதலிங்கம் பிள்ளை (கன்னியாகுமரி தேவசம் சத்திரக் கூட்டம் *21.3.1921* திங்கள்).

இளைஞர்களை வாலண்டியர்களாகத் தயார் செய்ய வேண்டும் என்றும் ஒரு கூட்டத்தில் வேண்டப்பட்டது (ஒழுகினசேரி சத்திரம் *19.4.1921*).

அரசுக் குழுவினரிடம் பேசும்போது என்ன பதில் கூறவேண்டும் என்பதைச் சிறு பிரசுரமாக அச்சிட்டுக் கொடுப்பது என்றும், இதை நாகர்கோவில் எஸ்.எம்.எஸ். அச்சகத்தில் அச்சிட வேண்டும் என்றும் ஒரு கூட்டத்தில் முடிவு செய்தனர் *(15.8.1921)*.

மருமக்கள்வழி ஒழிப்புப் பிரச்சாரக் கூட்டத்தில் பாகப்பிரி வினை தொடர்பான விஷயங்கள் விவாதிக்கப்பட்டன. அதைவிட முக்கியமாக மருமக்கள்வழிப் பெண்கள் விருப்பம்போல் விவா கரத்துப் பெறுவதும், தொடர்ந்து அடுத்தவரைக் கல்யாணம் செய்வதுமான செய்திகள் விவாதிக்கப்பட்டன.

மருமக்கள்வழியில் பிறந்த ஆணுக்கு மாமாவின் பெயர் முதலெழுத்தாக *(Initials)* வைத்துக்கொள்ளுவதும், பெண்ணுக்கு அம்மாவின் பெயரை முதலெழுத்தாக வைத்துக்கொள்ளுவதும் ஆன நடைமுறை திருவிதாங்கூர் கல்லூரி விடுதியில் கிண்டலாகப் பேசப்பட்டதும், அதனால் விளைந்த சிறு பூசல் பற்றிய செய்திகள் கூடப் பிரச்சாரக் கூட்டத்தில் பேசப்பட்டன.

மொழிகேட்டல்

அரசு சார்பாக வந்த மருமக்கள்வழி ஒழிப்புக் குழு நாஞ்சில் நாட்டுக் கிராமங்களில் நடத்திய விசாரணையை மொழிகேட்டல் என்ற சொல்லால் வருவாய்த் துறை பிரகடனப்படுத்தியது.

மொழிகேட்டல் நிகழ்ச்சி ஒழுகினசேரி சத்திரம் (21.9.1921), சுசீந்திரம் சத்திரம் (24, 25.9.1921), மருங்கூர் புத்தகசாலை (26.9.1921) போன்ற 14 இடங்களில் நடந்தது. இங்கெல்லாம் வாய்மொழித் தகவல்கள் சேகரிக்கப்பட்டன. 23 நாட்களில் 318 பேர்களிடம் தகவல்கள் திரட்டப்பட்டன. இவர்களில் 15 பெண்களும் அடங்குவர். 167 காரணவர்களிடமும், 136 அனந்தரவர்களிடமும் வாய்மொழி யாகத் தகவல்கள் சேகரிக்கப்பட்டன.

வேளாளர் மொழிகேட்டல் நிகழ்ச்சி கேரளத்தில் ஆல்வா பொது மராமத்து அலுவலகம் (20.11.1921), வைக்கம் தாலுகாக் கச்சேரி (23.11.1921), பாலாய் தாலுகாக் கச்சேரி (28.11.1921), ஆற்றிங்கல் முஜாபரி பங்களா (5.12.1921) போன்ற இடங்களில் நடந்தது. இந்தக் கூட்டங்களுக்குத் தேரூர் சுப்பிரமணிய பிள்ளை, பறக்கை பூதலிங்கம் பிள்ளை, தாழக்குடி சிதம்பரதாணு பிள்ளை ஆகியோர் சென்றிருந்தனர்.

அரசுச் செய்தியின் சாராம்சம்

அரசு சார்பாகச் சேகரிக்கப்பட்ட கேள்விகளின் பதில்களும், வேறு தகவல்களும் 1922 முதல் மாதத்தில் ராஜராஜ வர்மாவிடம் கொடுக்கப்பட்டன. இதன் சாராம்சம் வருமாறு:

அக்கினி சாட்சியாகச் செய்யப்படும் திருமணத்தின் சடங்கு களில் மாற்றம் வேண்டாம். ஒருதார மணத்தைக் கட்டாயப்படுத்த வேண்டும். ஆனால் மனைவி இறந்தாலோ, வியாதி வந்த நிலையிலோ, குழந்தையில்லாமல் இருந்தாலோ இரண்டாம் திருமணம் செய்ய அனுமதிக்க வேண்டும். இதற்கு முதல் மனைவி ஒப்புதலைக் கேட்க வேண்டும்.

பெண் விவாகரத்து பெற முழுச் சுதந்திரமுண்டு. ஆனால் அதற்குத் தகுந்த காரணம் சொல்லப்பட வேண்டும். மேலும் சிவில் கோர்ட் மூலமே பதிவு செய்யப்பட்டு விவாகரத்து பெற வேண்டும். நினைத்ததும் உதறித் தள்ளிவிட்டுச் செல்வது பண் பாட்டுக்கு அப்பாற்பட்டது. விதவை மறுமணம் செய்யலாம். விதவைக்கு நங்குடைமை உரிமை உண்டு. ஆனால் அவள் திருமணம் செய்துகொண்டால் அது கிடையாது.

தறவாட்டுச் சொத்தைத் தலைவரி வழி பங்கு வைக்க வேண்டும். இனி முழுக்க மக்கள்வழியே பின்பற்றப்பட வேண்டும். கணவன் மனைவி விருப்பப்பட்டால் மக்கள்வழி முறைப்படி குழந்தையைத் தத்தெடுத்துக்கொள்ளலாம்.

காரணவரின் அதிகாரம் கட்டுப்படுத்தப்பட்டதாய் இருக்க வேண்டும். அவர் வரம்பு மீற முடியாது. காரணவர் தவறு செய்தால்,

நிர்வாகத்தில் குழப்பம் ஏற்படுத்தினால் அனந்திரவன் அவரை நீக்கக் குடும்பத்தில் முன்அனுமதி பெறலாம்.

ஆண்டில் முதல் மாதமாகச் சித்திரை மாதத்தையே எடுத்துக் கொள்ள வேண்டும். இந்த மாதம் முதல் நாளில் காரணவரும் அனந்திரவனும் வயல் கணக்குகளை விவாதித்துக்கொள்ளலாம். குடும்பத்தின் செலவு இவ்வளவு என்பதை இந்த நாளில் முடிவு செய்ய வேண்டும். தறவாட்டின் வருமானம் எவ்வளவு என்பதன் அடிப்படையிலேயே செலவும் இருக்க வேண்டும். வீண் ஆடம்பரச் செலவு தவிர்க்கப்பட வேண்டும்.

உரிய பணத்தைப் பெற்றுக்கொண்டு குடும்பச் சொத்துக்களை அனந்திரவனுக்குக் குத்தகை விடலாம். ஆனால் இதற்குப் பிற தறவாட்டு உறுப்பினர்களின் ஒப்புதல் வேண்டும்.

வர்மா அறிக்கையும் குழப்பமும்

வாய்மொழியின் மூலமாகவும், கேள்விப்பட்டியல் வழியும் தயாரிக்கப்பட்ட இந்த அறிக்கையை 3.1.1922 அன்று பத்மநாப புரம் திவான் பேஷ்காரான எம்.எம். ராஜராஜ வர்மாவிடம் குழு கொடுத்தது. இதன் பிறகு, அந்த அறிக்கை பரிசீலிக்கப்பட்டு ஒப்புக்கொள்ளப்பட்டது.

இதில் ஆள்வீத முறைப்படி சொத்துக்கள் பங்கு வைக்கலாம். ஒருதார மணம் கட்டாயமாகும். வழக்கை நீதிமன்றமே உறுதி செய்யும். மனைவி விருப்பம் போல் கணவனை உதறிவிட்டு வேறொருவனுடன் வாழ முடியாது. தாய் உயிரோடு இருக்கும் போது பாகம் வைக்கக் கட்டாயப்படுத்தக் கூடாது. கணவன் இறந்தால், அவள் மறுமணம் செய்யாத நிலையில் அவளே சொத்துக்களை நிர்வகிக்கலாம்.

இந்தக் கருத்துக்களின் விவரச் சுருக்கம் 1922 ஏப்ரல் கெசட்டீரில் வெளியானது. இந்த மசோதா சட்டசபையில் 14.11.1922 இல் வைக்கப்பட்டது. அப்போது சட்டசபை உறுப்பினராக இருந்த தேரூர் எம். சுப்பிரமணிய பிள்ளை இதற்கு மறுப்புத் தெரிவித்துக் குறிப்பெழுதினார்.

மருமக்கள்வழி ஒழிப்புக் குறித்து நாயர் மக்களின் செயல் பாட்டுக்கு மலையாள ஆண்டு 1100இல் (1924) பலன் கிடைத்தது. நாஞ்சில் நாட்டு வேளாளருக்கும் மருமக்கள்வழி ஒழிப்புச் சட்டம் இதே ஆண்டில் வந்திருக்க வேண்டும். ஆனால் நாஞ்சில் நாட்டில் ஏற்பட்ட அதிருப்தியும் குழப்பமும் இந்த மசோதாவை மூலையில் போட வைத்தன.

நாஞ்சில் நாட்டு மக்களின் அதிருப்தி சொத்தைப் பாகம் வைப்பது தொடர்பாகக் குறிப்பிட்ட முறையில்தான். ஒருதார

மணம், விவாகரத்து தொடர்பாக எந்த மறுப்பும் வரவில்லை. காரணவரின் அதிகாரம் கட்டுப்படுத்துவது குறித்த கருத்துக்குத் தாழக்குடி ஊரில் சிலர் மறுப்புத் தெரிவித்தனர். இதுவும் சிறிய அளவில்தான்.

இந்தக் காலகட்டத்தில் வையாபுரிப் பிள்ளை 'மனோன் மணியம்' நாடகத்தைப் பதிப்பிப்பதில் மும்முரமாக இருந்தார். கவிமணி அதற்குப் பலவகையில் உதவி புரிந்தார். கவிமணி இதுபற்றித் 'திராவிடன்' இதழில் 'மனோன்மணியத்தின் மறுபிறப்பு' என்ற விமர்சனக் கட்டுரையை வெளியிட்டிருக்கிறார்.

வெண்ணெய் திரண்டுவரும்போது தாழி உடைந்த மாதிரி மருமக்கள்வழி மசோதாவுக்கு வந்த இக்கட்டைப் பற்றிக் கவிமணி தனிப்பட்ட முறையில் சட்டசபை உறுப்பினர்களுடன் விவாதித் திருக்கிறார். ஆனால் அவர்களின் வாதம் முடிவில்லாததாய் இருந்தது.

தறவாட்டுச் சொத்தைச் சாகை வீதம் பங்கு வைக்க வேண்டுமா, ஆள் வீதம் பங்கு வைக்க வேண்டுமா என்பதில் ஏற்பட்ட சிக்க லுக்குத் தீர்வாக நாயர் மசோதாவின்படி ஆள் வீத முறை என அறிவிக்கப்பட்டது; அவர்களிடம் எதிர்ப்பில்லை; அதனால் அந்த மசோதா 1924இல் சட்டமாக்கப்பட்டது.

நாஞ்சில் நாட்டின் சிக்கலை விசாரிக்க வழக்குரைஞர் சுப்பையர் தலைமையில் கூடிய கூட்டத்தில் தறவாட்டுச் சொத்தை நேர்பாதி சாகை வீதமாகவும், மறுபாதி ஆள் வீதமாகவும் கணக்கிடலாம் என முடிவு செய்யப்பட்டது. இது குறித்த சட்டம் 20 ஜூன் 1926 (மலையாள ஆண்டு 1110 மிதுனம் 6 undder Section 14 of Regulation II of 1097) நிறைவேறியது. அடுத்த ஆண்டு (1927) சட்டம் அமலுக்கு வந்தது.

விவகாரம் தெரியும்; தறவாடு இல்லை

மருமக்கள்வழி ஒழிப்புச் சட்டம் அமலாக்கப்பட்ட பின்பு தான் நாகர்கோவில் நீதிமன்றத்தில், வேளாளர்களின் சிவில் வழக்குகளின் எண்ணிக்கை அதிகமானது என்பது சுவாரஸ்ய மான செய்தி.

'மான்மிய'த்தின் 'கோடேறிக் குடிமுடித்த படல'த்தில் வரும் அவலங்கள் மருமக்கள்வழி ஒழிந்த பின்னர்தான் கொடிகட்டிப் பறக்க ஆரம்பித்தது. காரணவர்களின் உறக்கம் அப்போதுதான் இல்லாமல் ஆனது. காரணவரைப் பற்றி ஐந்தாம் மனைவி,

> கோர்ட் வாசல் குடியிருப் பாச்சு
> வக்கீ லாபீஸ் வாழிடம் ஆச்சு

புட்டும் பழமும் காப்பியும் போச்சு
புளித்த காடியே போதுமென் றாச்சு

என்று சொல்லுவது எல்லோருக்கும் பொதுவாக மாறியது மருமக்கள்வழி சட்டப்படி ஒழிந்த பிறகுதான்.

1928க்குப் பின் தோவாளை வட்ட வேளாளருக்கிடையே மட்டும் 178 பாகப்பிரிவினை வழக்குகள் பதிவாகியிருக்கின்றன. இதில் 110 வழக்குகள் ஒரு ஏக்கர் நிலத்துக்குத்தான். 1928க்குப் பின் இந்த எண்ணிக்கை கூடியிருக்கிறது.

வேளாளர்களின் பாகப்பிரிவினை வழக்குகள் இப்போது (2008) மிகவும் குறைந்துவிட்டன என்று வழக்குரைஞர்கள் சொல்கின்றனரே என்று நாகர்கோவில் வடிவீஸ்வரம் அய்யம் பெருமாள் பிள்ளையிடம் நான் சொன்னபோது, "1926க்குப் பின்னர் வழக்கு நடத்தியே எல்லாம் இழந்தாச்சே; 'தறவாடு விற்றெங்கிலும் விவகாரம் படிச்சு' என்ற வழக்குப்படி நாஞ்சில் நாட்டு வேளாளருக்கு இப்போது வழக்கு விவகாரம் தெரியும்; தறவாடு தான் இல்லை" என்றார்.

ஆக, வேளாளரின் சரிவு உம்மிணித்தம்பி நாட்டுக் கூட்டத்தை உடைத்ததில் தொடங்கி (1818), மருமக்கள்வழி ஒழிப்புக்குப் பின் (1927) உச்சத்துக்குச் சென்றது.

1818இல் கோவில் நிலங்களைப் பயிரிடுவதில் வரன்முறை, 1926க்குப் பின் தொடர்ந்து நிகழ்ந்த வழக்குகள், திருவிதாங்கூர் அரச குடும்பத்து நிலங்களின் குத்தகை தொடர்பான மணியங் கரம் பிரச்சனை முடிந்த நிகழ்வு (1965) ஆகியவை இச்சமூகத்தை நிரந்தரமாகவே சீரழிவில் தள்ளிவிட்டன.

IV

வையாபுரிப் பிள்ளையின் முன்னுரை

நாஞ்சில்நாடு இப்போது திருவிதாங்கூர் இராச்சியத்தின் தெற்குப் பகுதியில் உள்ளது. பெரும் புகழ்பெற்ற 'குமரி' இந்நாட்டினகத்தேதான் இருக்கிறது. இந்நாட்டினர் அனைவரும் தமிழார்வம் மிக்கவர்கள். இன்றும் இந்நாட்டில் தமிழ்மொழியே வழங்கி வருகிறது. இன்றிருப்பது போலவே சுமார் *1800* ஆண்டுகட்கு முன்பும் தமிழ் கூறு நல்லுலகத்தின் பகுதியாகவே இந்நாடு விளங்கிற்று. தொல்காப்பியத்தின் பாயிரத்தில்,

> வடவேங்கடம் தென்குமரி
> ஆயிடைத்
> தமிழ் கூறு நல்உலகத்து

என வருவதைக் கொண்டு மேற்கூறியதன் உண்மை தெளியலாம். இப்பாயிரத்தில் வரும் அதங்கோட்டாசான் குமரிக்கருகிலுள்ள திருவிதாங்கோடு என்னும் ஊரினர் என்பதும் இங்கே மனங்கொளத்தக்கது. பாண்டியனுக்குரியதாகக் 'குமரிச்சேர்ப்பன்' என்று ஒரு பெயர் திவாகரத்தில் காணப்படுகிறது. இப்பெயரால், இந்நாடு தொன்றுதொட்டுப் பாண்டியனுக்குரியதாயிருந்தமை புலனாம். பல்யாகசாலை முதுகுடுமிப் பெருவழுதியைக் குறித்த அச்சமும் புகழும் தெற்கின்கண் உள்ள கன்னிக்குத் தெற்கும் பரவுகவென அப்பாண்டியனைக் காரிகிழார் என்ற புலவர் பாடுகின்றார் (புறம். *6*). பாண்டியனுக்கு உரியதாகவே குமரியை அடுத்துள்ள பஃறுளியாறுங் கூறப்பட்டுள்ளது (புறம். *9*). தலையாலங்கானத்துச் செருவென்ற நெடுஞ்செழியனைக் குறித்து,

தென்குமரி வட பெருங்கல்
குணகுட கடலா எல்லைத்
தொன்று மொழிந்து தொழில் கேட்ப (70 - 72)

என மதுரைக்காஞ்சி என்ற நூல் கூறுகிறது. இங்கே 'தொன்று மொழிந்து' என்பது 'மிகவும் பழங்காலந்தொட்டுத் தொடர்புடையரா யுள்ளமையைப் பாராட்டிச் சொல்லி' எனப் பொருள்படுதலாலே, பாண்டியர்களுக்கு அநாதியாகவே தென்குமரியைச் சார்ந்த நாடு உடைமையாயிருந்ததென்பது விளங்கும்.

பாண்டியர் பரம்பரைக்குரியதாயிருந்த இந்நாடு சங்ககாலத் தில்தானே சேரர்களால் பலமுறை அபகரிக்கப்பட்டதெனப் புறநானூற்றாலும் (17) பதிற்றுப்பத்தினாலும் அறிகிறோம். பிற் குறித்த நூலில்,

ஆரியர் துவன்றிய பேரிசை இமையந்
தென்னங் குமரியொடு ஆயிடை
மன்மீக் கூறுநர் மறம்தபக் கடந்தே (11)

எனவும்,

வடதிசை யெல்லை இமைய மாகத்
தென்னங் குமரியொடு ஆயிடை அரசர்
முரசுடைப் பெருஞ்சமந் ததைய ஆர்ப்பெழச்
சொல்பல நாட்டைத் தொல்கவின் அழித்த
போரடு தானைப் பொலந்தார்க் குட்டுவ (43)

எனவும் வரும் அடிகள் குமரியைச் சார்ந்த நாட்டைச் சேரர்கள் வென்று அடிப்படுத்தினர் என்பதைத் தெளிவாகக் காட்டுகின்றன.

நாஞ்சில் என்ற பெயரும் சங்ககாலத்தில் வழங்கி வந்த தொன்றேயாம். புறநானூற்றிலே,

உயர் சிமைய உழாஅ நாஞ்சிற் பொருந (139)

என வருகின்றது. இங்கே 'உழாஅ நாஞ்சில்' என்பது 'பாயா வேங்கை', 'பறவாக் கொக்கு' என்பனபோல, உழுதல் செய்யாத நாஞ்சில் அஃதாவது, நாஞ்சில் என்னும் மலையெனப் பொருள் படுகின்றது. இது மலையேயாம் என்பது 'உயர்சிமைய' (உயர்ந்த சிகரத்தையுடைய) என்ற அடையால் உணரலாம். இப்பழம் பெருநூலின் உரைகாரரும் 'நாஞ்சில் என்னும் பெயரையுடைய மலைக்கு வேந்தே' என்று இவ்வடிக்குப் பொருள் கூறினர். நாஞ்சில் மலையைத் தன்னகத்தே கொண்ட நாடு 'நாஞ்சில்நாடு' ஆகும். இந்நாட்டிலே வீரத்தாற் சிறந்து விளங்கிய வள்ளுவன் என்னும் பெயருடையான் ஒருவன் சங்ககாலத்தில் வாழ்ந்தனன். இவனைக் குறித்துப் புறநானூற்றில் ஐந்து செய்யுட்கள் (137, 138, 139, 140, 380) உள்ளன. இவற்றுள் நான்கு செய்யுட்களில் இவன்

‘பொருநன்’ என்றே சிறப்பிக்கப்படுகிறான். இவன் பெருங்கொடை வள்ளலாகவும் விளங்கியவனென்பது பாணாற்றுப்படையாகப் பாடப்பெற்ற 138ஆம் செய்யுளால் தெளியலாம். இவன் ஒரு வேந்தனுக்குப் படைத்துணையாய் அமைந்தவனென்பது,

ஈதல் ஆனான் வேந்தே வேந்தற்குச்
சாதல் அஞ்சாய் நீயே (139)

என இவனது வேந்தனையும் இவனையுங் குறித்து வரும் அடிகளால் அறியலாகும். இவ்வேந்தன் சேரன் என உரைகாரர் கூறுவர். ஆனால் 380ஆம் புறப்பாட்டு இவனைத் ‘தென்னவர் வயமறவன்’ என விசேடிக்கின்றது. ‘தென்னவர்’ என்பது பாண்டி யரையே சிறப்பாக உணர்த்துகின்றது. ‘தென்னவர்’ என்பது பாண்டியரையே சிறப்பாக உணர்த்துமாதலால், பாண்டியனே இவனது வேந்தனெனத் துணிதல் வேண்டும். ‘சாதல் அஞ்சாய்’ என்ற தொடரை நோக்கும்போது, பிற்காலத்து அமைக்கப்பெற்ற ‘சாவேறு’ என்னும் வீரர் தொகுதியினரைப்போல் இவ்வள்ளுவன் சிறந்து மேம்பட்டவனெனக் கருதுதல் தக்கதாகலாம்.

சங்ககாலத்துக்குப் பின் சுமார் 250 ஆண்டுகளாக (கி.பி. 650 வரை) நாஞ்சினாட்டுப் பகுதி சேரர்களது ஆட்சிக்குப்பட் டிருந்ததென ஊகித்தற்கிடமுண்டு. ஏனெனின், திருஞானசம்பந்த சுவாமிகளது காலத்தவரான நெடுமாறர் சேர அரசனோடு கோட்டாற்றிலும் விழிஞத்திலும் போர் செய்தனரெனப் பாண்டிக் கோவை அறிவிக்கின்றது. கோட்டாறு, மதில் முதலியவற்றால் நன்கு காவல் செய்யப்பட்ட ஒரு நகரமாக முற்காலத்தில் இருந்தது. அங்கே ஒரு பெரும் போர் நிகழ்ந்தது. அதன் அருகில் விழிஞத்தில் கடலிடையே போரொன்றும் நிகழ்ந்தது. ‘விண்டார்பட விழிஞக் கடற் கோடியுள்’ என்று கூறப்படுகின்ற (*இறை. அகப். உரை. செய். 30). இப்போரில் சேரனைக் காட்டகத்து வெருட்டியோட்டி (செய். 37) அவனது தென்னாட்டை நெடுமாறர் கைக்கொண்டார் (செய். 239). இங்ஙனம் கொண்ட நாடு எவ்வளவு காலம் வரையில் மீண்டும் பாண்டியர் ஆட்சிக்கு உட்பட்டிருந்ததென அறியக்கூட வில்லை. ஆனால் நாஞ்சினாட்டுக்கு இயற்கை அரணாக அமைந்த மலைத் தொடராலும் பிற இடையூறுகளாலும் பாண்டியர்களுக்குத் தாம் கைப்பற்றிய நாட்டைக் காப்பாற்றுதல் அரிதாயிருந்திருத்தல் வேண்டும். ஆகவே, அவர்களிடமிருந்து சேர அரசர்கள் தாமத மின்றி நாஞ்சினாட்டை மீண்டும் பெற்றனரென்றுதான் ஊகித்தல் தகும். 10ஆம் நூற்றாண்டிலிருந்து 13ஆம் நூற்றாண்டு இறுதி யாகச் சோழ அரசர்கள் தென்னாட்டரசர்களில் தலைமை பூண்டனர். அக்காலத்துச் சேர வமிசத்தினரிடமிருந்து சோழரிடம் நாஞ்சி

---

* இங்கே காட்டுவது பவானந்தர் கழகப் பதிப்பு.

னாடு கைம்மாறியது. முதற் பராந்தகன், கேரளாந்தகன் என்னும் விருதுடைய முதல் ராஜராஜன்: இவர்களுடைய சாசனங்கள் நாஞ்சினாட்டில் பல இடங்களிலும் காணப்படுகின்றன. வீர சோழியம் இயற்றுவித்த வீரராஜேந்திர சோழன் (கி.பி. 1062) கேரளனை வென்றதாக ஒரு சாசனங் கூறுகின்றது. முதற் குலோத்துங்கன் (கி.பி. 1070 – 1118),

'கன்னியுங் கைக்கொண்டு புனிதத் தென்னாட்டு
எல்லை காட்டிக் குடமலைநாட் டுள்ள
சாவேறு எல்லாந் தனிவிசும்பு ஏற...
குறகலா் குலையக் கோட்டாறு உட்பட
நெறிதொறும் நிலைகளிட்டு அருளி'னன்

எனப் பிறிதொரு சாசனம் தெரிவிக்கின்றது. இரண்டாங் குலோத் துங்கன் காலத்தும், மூன்றாம் ராஜராஜன் காலத்தும், சோழரது ஏகாதிபத்தியத்துக்கு இந்நாடு உட்பட்டிருந்ததென்றும் சாசனங்கள் உணர்த்துகின்றன. இங்ஙனம் உட்பட்டிருந்தமையால் கோட்டாற் றிற்கு 'மும்முடிச் சோழபுரம்' என்றும் பின்னர் 'சோழ கேரள புரம்' என்றும் புதிய பெயர்கள் உண்டாயின. கன்னியாகுமரியில் தேவியைக் குறிக்க நேரிடும் சாசனங்களில் 'ராஜராஜப் பாண்டி நாட்டு உத்தம சோழ வளநாட்டுப் புறத்தாய நாட்டுக் குமரிக் கன்னியா பகவதியார்' என வருகின்றது. நாஞ்சினாடு உத்தம சோழ வள நாட்டின் பிரிவாகவே ஒரு சாசனத்தில் *(T.A.S.Vol.I.P. 163)* கூறப்பட்டிருக்கிறது. சாசனங்களிற் காணும் நாட்டுப் பெயர்களுள் இந்நாஞ்சினாடு என்ற பெயரொழிய அதனோடியைந்த ஏனைப் பெயர்களெல்லாம் இப்பொழுது மறைந்துவிட்டன.

சோழவம்சம் வலிகுன்றியொழியவே, சேர அரசர்கள் மீண்டும் நாஞ்சினாட்டுப் பிரதேசத்தைக் கைப்பற்றியாளத் தொடங்கினர். இங்ஙனம் ஆளத் தொடங்கியது கி.பி. 15ஆம் நூற்றாண்டின் முதற்பகுதியாயிருக்கலாமெனத் தோன்றுகிறது. சேர அரசர்கள் தங்கள் உரிமையை நாட்டிய போதிலும், பாண்டியநாடு முதலிய வற்றை ஆண்டு வந்த விஜயநகரப் பேரரசர்களின் பிரதிநிதி களாலும் மதுரைப் பிரதேசத்தையாண்ட நாயக்க அரசர்களாலும் அடிக்கடி அல்லற்பட்டனர். படையெடுப்புகள் நிகழ்ந்த வண்ணமா யிருந்தன.

நாஞ்சினாட்டுக்கும் திருநெல்வேலிக்கும் இடைப்பட்ட பிர தேசம் அடிக்கடி கைம்மாறி வந்தது. இப்பிரதேசத்தைத் 'திருவடி தேசம்' என்று சாசனங்கள் குறிப்பதிலிருந்து, இது நீண்ட கால மாகச் சேர அரசர்கள் கைவசமிருந்ததெனக் கருதவேண்டியதா யிருக்கிறது. ஆனால் விஜயநகரப் பிரதிநிதிகளுள் விட்டலராயர் முதலியோரும் நாயக்கர் சேனாதிபதியான ராமப்பய்யன் முதலி யோரும் திருவடி தேசத்தின் உட்பகுதிக்கே படையெடுத்துச் சென்று தங்கள் அரசரின் பெருமையை நிலைநாட்டினர்.

நாயக்கர் படை கொல்லம் *810* முதல் (*கி.பி. 1635*) நாஞ்சி னாட்டை மிகவும் துன்புறுத்தியது என்றும், இது போன்ற காரணங் களால், கொல்லம் *849* முதல் *869* வரை, நிலவரி முதலியன நீக்கப்பட்டன என்றும் முதலியார் ஓலைச் சாசனமொன்று தெரிவிக்கின்றது. கி.பி. *1700* க்குப் பின்தான் நாஞ்சினாட்டில் சிறிதளவு சமாதானம் ஏற்பட்டதென்று சொல்லலாம். ஆனால் உள்நாட்டுக் கலகங்களும் திப்பு சுல்தானது படையெடுப்பால் வந்த விபத்துக்களும் நாஞ்சினாட்டினருக்குப் பெருந்துன்பம் விளைவித்தன. இதுவும் நீங்கி, கடந்த நூறு ஆண்டுகளாகத்தான் நாடு அமைதி பெற்றிருக்கிறது.

II

மேலே விவரித்த சரித்திரத்தால் நாஞ்சினாட்டினரின் நிலை மிகவும் வருந்தத் தக்கதாயிருந்தமை எளிதின் அறியத்தகும். அவர்களிற் பல குடும்பத்தினர் பல நூற்றாண்டுகட்கு முன்னே அங்கு குடியேறியவர்கள்; ஒரு சில குடும்பத்தினர் சோழர் படை யெடுப்போடு வந்தவர்களாயிருக்கலாம்; இன்னும் ஒரு சில குடும்பங்கள் அதற்கு முன்பு அங்கு வந்து சேர்ந்தவர்களாகக்கூட இருக்கலாம்; சில பூர்வ குடிகளும் இருக்கலாம்; ஆனால் பெரும்பாலோர் பாண்டிய நாடு சோணாடுகளிலிருந்து சென்ற வர்களேயாவர். நாஞ்சினாட்டினர் பொதுப்பட இங்ஙனமிருப்ப, அந்நாட்டு வேளாளர் அனைவரும் வெளிநாடுகளிலிருந்து பல நூற்றாண்டுகட்கு முன்பு அங்கே குடியேறிப் படைத்தலைமை பூண்டும் படைவீரராயமைந்தும் நாட்டின் ஆட்சி முறையில் அதிகாரம் வகித்தும் வந்தவர்களே. இவர்கள் நாஞ்சினாட்டில் பெருநிலக்கிழமை பூண்டும் இருந்தனர்.

பாண்டி முதலிய பிரதேசங்களிலிருந்து வரும் படைகளைத் தடுத்தும், நாட்டின் ஆட்சியில் அதிகாரம் தாங்கி அரசியல் செவ்வையாக நடைபெறுவதற்கு உதவி புரிந்தும், உழவு, வாணிபம் முதலிய தொழில்களை மேற்கொண்டு நாட்டின் நலத்தைப் பேணியும் பெருந்தொண்டு புரிந்து வந்தனர். சேர அரசர்களுக்கு இன்றியமையாத பெருங்குடிகளாயமைந்தனர். அரசியல் நடைபெறுவதற்கு வேண்டும் பொருள் வருவாய் பெரும்பாலும் இந்நாஞ்சினாட்டினரிடமிருந்தே பெறக்கூடியதா யிருந்தது. சுருங்கக் கூறின் சேர ராஜ்யத்தின் உயிர் நிலையா யிருந்து, அரசு செழிக்கும்படி செய்தது நாஞ்சினாடாகும்.

ஆனால், நாஞ்சினாட்டினர் – முக்கியமாக நாஞ்சினாட்டு வேளாளர் – எப்பொழுதும் தங்கள் தாயகமாகிய சோழ பாண்டிய தேசங்களையே நோக்கிக்கொண்டிருந்தனர். அவர்களுடைய வழக்கவொழுக்கங்களெல்லாம் பாண்டி நாட்டிலுள்ள வேளாளர்

களுடைய வழக்கவொழுக்கங்கள். அவர்களுடைய குடும்பத் தெய்வங்கள் பாண்டி நாடு முதலிய இடங்களில் இருந்தன. அவர்களுடைய கொள்வினை கொடுப்புவினையெல்லாம் பாண்டி முதலிய நாட்டினரோடு நிகழ்ந்தன. அவர்கள் தாய்மொழி தமிழ்; அவர்கள் போற்றி வந்த இலக்கியங்கள் தமிழிலக்கியங்கள்; அவர்களுடைய ஆசாபாசமனைத்தும் அப்பாண்டி முதலிய நாடுகளோடு பின்னிக் கிடந்தன. இந்த நிலையில் அவர்களைத் தமது நாட்டு நிலைக் குடிகளாகச் செய்துவிட வேண்டுமென்று ஒரு சேர அரசர் எண்ணியது முற்றும் இயல்பேயன்றோ?

இதற்கேற்ப, கர்ண பரம்பரைச் செய்தியொன்று நாஞ்சி னாட்டு வேளாளரிடை வழங்குகிறது. அவர்கள் தங்களுடைய பூர்விக நாட்டிற்குப் போய்விடாதபடி ஒரு சேர அரசன் மருமக்கள் – தாயச் சட்டத்தை அவர்கள் மேற்கொள்ளும்படி செய்தனனென்பது தான் இக்கர்ண பரம்பரை. இந்தச் செய்தி உண்மையாயின், இது அரியதோர் அரசியற் சூழ்ச்சியாகும். வேறொரு செய்தியும் வழங்குகின்றது. பாண்டியனொருவனுக்கும் சேரனொருவனுக்கும் இந்நாஞ்சினாட்டின் உரிமையைப் பற்றி விவாதம் நிகழ்ந்தது.

வஞ்சி நாடதனில் நன்செய் நாடு எனச்
செந்தமிழ் வழங்குந் தேயமொன்றுஉளது; அதன்
அந்தமில் பெருவளம் அறியார் யாரே?
மருதமும் நெய்தலும் மயங்கி அங்கெங்கும்
புரையறு செல்வம் நிலைபெற வளரும் *(II, i, 75 - 79)*

❍

இப்பெருந் தேயத்து எங்கும் இராப்பகல்
தப்பினும் மாரிதன் கடன் தவறா
கொண்மூ என்னுங் கொள்கலங் கொண்ட
அமிழ்தினை அவ்வயிற் கவிழ்த்தபின் செல்வழி
வடியும் நீரேநம் மிடிதீர் சாரல் *(II, i, 101 - 105)*

❍

தூவியால் தம்முடல் நீவிடிற் சிரிக்குஞ்
சிறுமியர் என்னஅச் செழுநில நங்கை
உழுபடைக் கொழுமுனை தொடுமுனங் கூசி
உடல்குழைந்து எங்கும் உலப்பறு செல்வப்
பயிர்மயிர் சிலிர்த்துப் பல்வளம் நகுவள் *(II, ii, 140 - 144)*

❍

எங்கட்கு அந்நாடு உரித்தாம்; அங்குப்
பரவு பாடையும் விரவும் ஆசாரமும்
நோக்கில் வேறொரு சாக்கியம் வேண்டா *(II, iii, 77 - 79)*

என்று மனோன்மணீயம் கூறுமாறு பாண்டியன் தன் கட்சியை எடுத்துரைத்தனன்.

மேலும் 'பாண்டியன் அணை' என்பதும், நாஞ்சினாட்டினர் மக்கள் தாயிகளாயிருத்தலும் அந்நாடு தனக்குரியதேயென்பதை வலியுறுத்துகின்றன என்றனன். பாண்டியன் ஒருவனது நட்பின் ஞாபகார்த்தமாகச் சேர அரசனொருவனாற் பாண்டியன் அணை கட்டப்பெற்றதென்றும் நாஞ்சினாட்டினர் மருமக்கள் – தாயிகளே என்றும் வஞ்சியர் பூபதி வாதித்தனன். முடிவில் நாஞ்சினாட்டினர் மக்கள் – தாயிகளா அல்லது மருமக்கள் – தாயிகளா என்பதைப் பொறுத்ததாயிற்று இவ்வுரிமை விவாதம். இதனை அந்நாட்டினரே தீர்க்க வேண்டியதாயிற்று. அவர்கள் எக்காரணத்தாலோ சேரர் குடிகளாய் வாழ்தலை விரும்பினர். இவ்விருப்பத்திற்கிணங்க, தாங்கள் மருமக்கள் – தாயிகளே என்றும் அத்தாய முறையைத் தங்கள் முன்னோர்கள் மேற்கொண்டுவிட்டார்களென்றும் சான்று கூறி விவாதத்தை முடித்தனர். இது நிகழ்ந்தது கொல்லம் 292ஆம் ஆண்டில்* (அதாவது கி.பி. 1116) என்று ஸ்ரீபத்மநாப சுவாமி கோயிலிலுள்ள ஓர் ஓலைப்பத்திரம் தெரிவிக்கிறதெனத் திருவிதாங்கூர் தேசச் சரித்திரம் *(Travancore State Manual)* கூறுகிறது.

இங்கே கூறிய இரு செய்திகளாலும் அநாதியாக மக்கள் – தாய முறையைக் கொண்ட நாஞ்சினாட்டு வேளாளர் அரசியற் காரணங்கள் பற்றி மருமக்கள் – தாய முறையைக் கைப்பற்றின ரென்பது உறுதியாகின்றது. பிற்கூறிய தாய முறையின் முக்கியாம் சங்கள் மிகவும் விசித்திரமானவை.

ஒரு காரணவனது பூர்விகச் சொத்து அவனது சகோதரியின் குழந்தைகளுக்குத் தாயமுறைப்படி இறங்கும். அவனுடைய குழந்தை களுக்கு 'உகந்துடைமை' என்னப்படும் ஒரு சிற்றுரிமையைத் தவிர வேறு யாதொரு பாத்தியதையும் இல்லை.

சகோதரியின் குழந்தைகளுக்கும் பூர்விகச் சொத்தைப் பாகப் பிரிவினை கேட்க உரிமையில்லை. இந்நிலையில் தன் குழந்தைகள் ஒரு பக்கமும் தன் சகோதரிகளின் குழந்தைகள் ஒருபக்கமுமாகக் காரணவனை அரித்துத் தின்பதுதான் நாஞ்சினாட்டுக் குடும்பத்தின் சாதாரண கதியாய் விட்டது. இயற்கையான அன்பு தன் குழந்தை கள் மீது செல்ல, செற்கையான சட்டம் அவ் அன்பிற்கு இடங் கொடாதபடி, தன் சகோதரிகளின் குழந்தைகளுக்கு அவகாசிகள் நிலையிற் குடும்பச் சொத்தைக் கொடுக்கும்படி செய்தது. சகோதரி களின் குழந்தைகளுக்குச் 'சேஷகாரர்' என்று பெயர். இவர்களின் இதம்போல் காரணவன் நடக்கத் தவறினால், அவனைக் 'குடும்ப

* 'கலைமகள்' 1 – 585 பார்க்க. இங்குக் குறிப்பிட்ட காலம் சோழரது ஆதிக்ய காலம்; ஆதலால் இக்காலக் குறிப்பு ஐயப்பாட்டிற்கிடனாயுள்ளது.

தோஷி' என்று கூறிக் காரணவ ஸ்தானத்திலிருந்து நீக்க வேண்டும் வழி தேடுவார்கள். இதனால் எப்போதும் கோர்ட் விவகாரம்தான். குடும்பச் சொத்தை அபிவிருத்தி செய்ய வேண்டுமென்று காரணவன் நினைப்பதற்கு இடமே இல்லாமற் போய்விட்டது. குடும்பச் சொத்தும் பாழாகும் நிலையில் வந்துவிட்டது. நாஞ்சினாட்டிலுள்ள பெருங் குடும்பங்களிற் பெரும்பாலன இவ்வாறாக அல்லற்பட்டுத் தவித்துக் கொண்டிருந்தன.

நாஞ்சினாட்டுப் பெண்களின் துன்பம் சொல்லி அளவிட முடியாது. பல தாரங்களை ஒருவன் மணந்துகொள்ளலாம். இங்ஙனம் பலருள் ஒருத்தியாய் வாழ்வது நாஞ்சினாட்டில் சர்வ சாதாரணமாய் போயிற்று. கணவன் இறந்த பிற்பாடு, மறுமணம் செய்துகொள்ளும் உரிமை விதவைக்கு இருந்தது. இவ்வுரிமையால் பெண் மக்களின் அல்லற்பாடு மிகுந்ததேயன்றிக் குறைவுபட வில்லை. தான் மணந்த மனைவியை ஆதரித்துக் காப்பாற்ற வேண்டுமென்ற பொறுப்பைக் கணவன் அவ்வளவாக மேற் கொள்ளவில்லை. சேஷகாரர்களுக்குக் காரணவனுடைய மனைவி மக்களைக் கவனிக்க வேண்டும் என்ற பொறுப்புச் சிறிதும் இல்லை. இவ்வாறான பல குறைகளினால் பெண்களின் நிலைமை பெரிதும் பரிதபிக்கத் தகுந்ததாயிருந்தது.

இந்நிலைமையெல்லாம் நோக்கி, தங்களுக்குரிய அவகாசக் கிரமம் பற்றிய சட்டத்தை மாற்றியமைக்க வேண்டுமென்ற கருத்து நாஞ்சினாட்டில் முற்போக்கில் அவாவுள்ள மக்கள் மனத்தில் தோன்றிற்று. இக்கருத்து *30* ஆண்டுகட்கு முன்னர் மிகவும் பிர சாரமெய்தியது. முற்போக்கில் ஈடுபடாத ஒரு சிலர் இதனை ரகசியமாக எதிர்க்கத் தலைப்பட்டனர். நாஞ்சினாடு இரு பிளவு பட்டது. ஆனால் முற்போக்காளரே முடிவில் வென்றனர்.

ஸ்ரீ.சி. தேசிக விநாயகம் பிள்ளையவர்கள் முற்போக்காளர் களில் முதன்மை பெற்றவர். 'மலபார் குவாட்டர்லி ரிவியூ' என்ற பத்திரிகையில் இவர்கள் நாஞ்சினாட்டு வேளாளரைக் குறித்து எழுதிய ஆங்கிலக் கட்டுரை அதுகாறும் உறங்கிக் கிடந்த வேளா ளரின் கண்களைத் திறந்து விழிக்கச் செய்தது. பிள்ளையவர் களுடைய தூய உள்ளமும் சீரிய நோக்கமும் மனத்தைக் கவர்ந்தன.

நாஞ்சினாட்டு வேளாள சமுதாயம் பலவகை இன்னல் களும் நீங்கி அதற்குரிய உயரிய நிலையை அடைய வேண்டு மென்ற ஆழ்ந்த உணர்ச்சி அவர்களுடைய சம்பாஷணைகளி லும் எழுத்திலும் பிரதிபலிக்கத் தொடங்கியது. அவர்கள் தமிழ் – இலக்கியங்களில் ஊறியவர்கள்; தமிழ் மக்களுடைய சரிதத்தை நன்குணர்ந்தவர்கள்; தமிழர்களுடைய உயர்ந்த லட்சியங்களிலும்

ஒழுக்க நியதிகளிலும் ஈடுபட்டவர்கள்; ஆங்கிலக் கவிஞர்களின் அறிவுரைகளில் திளைத்தவர்கள்; பிற சமுதாய சரித்திரங்களை ஊன்றி நோக்கியுணர்ந்தவர்கள்; நாஞ்சினாட்டு இளைஞர்களுக்கு ஒரு லட்சிய புருஷராக உள்ளவர்கள்; ஆடம்பரம் சிறிதும் இல்லா தவர்கள்; ஆதலால் பிரசங்க மேடைகளிலோ பிரசாரக் கூட்டங் களிலோ அவர்களைக் காணுதல் அரிது. ஆனால் அமைதியோடும் உள்ளுணர்ச்சியோடும் தங்கள் சமுதாய நன்மையின் பொருட்டு இடைவிடாது உழைத்து வந்தார்கள். அவர்கள் உழைப்பில் சுயநலமென்பது சிறிதும் இருப்பதற்கிடமே இல்லை. தூய வாழ்க்கை யுடையவர்கள்; சந்தானம் அற்றவர்கள்; எனவே அதுபற்றிய பாசபந்தங்களும் அற்றவர்கள். இல்லறத்தேயிருந்தும் துறவியே.

அன்பும் அறனும் உடைத்தாயின் இல்வாழ்க்கைப்
பண்பும் பயனும் அது (45)

என்ற வள்ளுவர் குறளுக்கு லட்சியமாயுள்ளவர்கள். எப்பொழுதும் கல்வியிலும் ஆராய்ச்சியிலும் கவித்துவ நிவேதனத்திலும் வாழ்ந்து வருபவர்கள். தாம் ஆற்ற வேண்டும் அரிய முதற்கடமையாகும் என்று நினைத்தே தமது சமுதாயச் சீர்திருத்தத்திலும் சட்டச் சீர்திருத்தத்திலும் பிள்ளையவர்கள் முனைந்தார்கள்.

இச்சந்தர்ப்பத்தில் நான் திருவனந்தபுரத்தில் பிள்ளையவர்கள் அருகில் வசித்து வந்தேன். ஆதலால் இங்கே எழுதுவனவெல்லாம் எனக்கு நேரில் தெரிந்தவையே. சட்டத்தைச் சீர்திருத்தும் விஷய மாகப் பல நண்பர்களும் பிள்ளையவர்களைக் கண்டு கலந்து கொண்டு சென்றார்கள். ஸ்ரீ மூலம் பிரஜா ஸபையின் அங்கத்தினர் பலர் பிள்ளையவர்கள் கூடவே தங்கியிருந்து சட்ட விஷயமாக விவாதித்துப் பரிசீலனை செய்து வந்தார்கள். தமது சமுதாயத் தினர்கள் சுயநலத்தின் காரணமாகச் சீர்திருத்தத்திற்கு இணங்காமற் போய்விடுவார்களோ என்ற கவலை பிள்ளையவர்களுக்கு இருந்தது. இக்கவலை மனத்திற் பட்டவுடன் 'நாஞ்சினாட்டு வேளாளருக்கு ஒரு கோட்டை வினாக்கள்' முதலிய பல துண்டுப் பத்திரங்களை வெளியிட்டார்கள். சமுதாயத்தின் பரிதாபகரமான நிலையைச் சித்திரித்துக் காட்டினால் தம்மவர்கள் உண்மையுணர்ந்து சீர்திருத்த விஷயத்தில் ஒரு முகமாய் உழைப்பார்கள் என்று பிள்ளையவர்கள் கருதினார்கள். இதுதான் நாஞ்சினாட்டு மருமக்கள்வழி மான் மியத்தின் உற்பத்தியாகும்.

III

பிள்ளையவர்கள் வரைந்த சமுதாயச் சித்திரம் ஒரு நூதன இலக்கிய வகையை நமது தமிழ் மக்களுக்குக் கொடுத்தது. இவ் இலக்கிய வகையில் நகைப்பும் இகழ்ச்சியும் சோகமும் ஒன்றாகக் கலந்து வரும். பெரியதோர் பயனும் விளைவதாகும்.

மக்களுக்கு நகைப்பு உணர்ச்சியும் இகழ்ந்துரையாடலும் இயல்பாகவுள்ளவையே. ஏதாவதொரு வகையிற் பொருத்தமற்ற மொழி அல்லது செயல் நிகழ்ந்தவிடத்து நகையுண்டாகும். இலக்கண நூலார் நகைச்சுவை இன்னின்ன காரணங்களாற் பிறக்குமென்று அறுதியிட்டுரைப்பர். அக்காரணங்களை இங்கே ஆராய வேண்டும் அவசியம் இல்லை. ஐந்து வயசுப் பைய னொருவன் மிகப் பெரியதொரு தலைப்பாகை கட்டிக்கொண்டு வயது முதிர்ந்தவன் போல் நடிப்பானானால், பார்ப்பவர்களுக்கு உடனே நகைப்பு வந்துவிடும். இப்படியே மிக்க ஆடம்பரமாகச் சட்டை முதலியன அணிந்து செல்பவன் அடிசறுக்கிக் கீழே விழுவானானால் உடனே நகைப்பு உண்டாய்விடும். பேச்சிலும் இப்படி நகையுண்டாவதற்குரிய சந்தர்ப்பங்களை எளிதில் பாவித்துக் கொள்ளலாம்.

ஆடுசாபட்டி அஷ்டாவதானம் அம்மையப்ப பிள்ளை தம் வீட்டில் திருடர்கள் புகுந்து களவாடிக் கொண்டிருக்கும்போது அவர்களைப் பார்த்து 'நீவிர் பிழைத்தீர்; இனிப் பிழையீர்' என்று கூறுதலும், இதற்குப் பதிலாகத் திருடர்கள் அவரை அடிக்கச் செல்வதும் நகையுணர்ச்சியைத் தோற்றுவிக்காதபடி இருக்க முடியுமா? இவ்வுணர்ச்சியை எழுப்பக்கூடிய நூல்கள் தமிழில் பல இருக்கின்றன. பம்மல் சம்பந்த முதலியாரவர்கள் இயற்றிய 'சபாபதி' என்னும் நாடகம் நகைச்சுவையிலே தோய்ந்திருக்கிறது.

வில்லியப்ப பிள்ளையின் 'பஞ்சலட்சணத் திருமுக விலாசம்' நகைச்சுவையின் பொக்கிஷமாகவுள்ளது. வீரமாமுனிவரின் பரமார்த்த குரு கதையில் நகைச்சுவை ததும்புகிறது. கம்பராமாயணம் முதலிய காவியங்களிலும் அங்கங்கே நகைச்சுவை குமிழியிட் டொழுகுகிறது. சங்கச் செய்யுட்களிலும் ஏகதேசமாய் இந்த நகைச்சுவை தலைக்காட்டி இன்பமூட்டுகிறது. உதாரணமாக,

> திருந்திழாய் கேளாய் நம் ஊர்க்கெல்லாம் சாலப்
> பெருநகை அல்கல் நிகழ்ந்தது

என்ற கலித்தொகையைக் (65) காண்க.

பத்திரிகையுலகிற்கூட நகைச்சுவை புகுந்துவிட்டது. இக் காலத்தே தமிழ்நாட்டில் நகைச்சுவை மலிந்த பத்திரிகைகளே இருபாலராலும் போற்றப்படுகின்றன. ஹாஸ்யத்தையே பெரும் பான்மை மக்கள் பெரிதும் விரும்புகிறவர்கள் என்பதையுணர்ந்து சினிமாப்படக் கர்த்தர்களும் இந்தச் சுவையுடைய கதைகளையே படம் பிடிக்கின்றனர். ஆனால் இங்கே கூறிய நகைச்சுவைப் பகுதியெல்லாவற்றிலும், ஆழ்ந்த உணர்ச்சியில்லை; ஆழ்ந்த பொருளில்லை; நிலைத்த பயனில்லை. கணநேர மகிழ்ச்சியையே நமக்குத் தந்து அதனோடு ஒழிகிறது.

இகழ்ச்சிச் செயலும் இவ்வாறுதான். விருப்பு வெறுப்பு மக்களியற்கையில் ஒன்றிக் கிடப்பவையே. வெறுப்பின் உருவ வேறுபாடே இகழ்ச்சியென்பது. நமது தினசரி வாழ்க்கையில் இவ் இகழ்ச்சி அடிக்கடி புலப்படுவதொன்றே. இலக்கியங்களிலும் இது மிகுதியாகக் காணப்படுகிறது. தமக்குப் பொருள் கொடாத ஒருவரைக்குறித்து ஒரு புலவர்,

பாரி ஓரி நள்ளி எழினி
ஆஅய் பேகன் பெருந்தோள் மலயன் என்று
எழுவருள் ஒருவனும் அல்லை, அதனால்
நின்னை நோவது எவனோ!
அட்டார்க்கு உதவாக் கட்டி போல
நீயும் உளையே நின்அன் னோர்க்கே;
யானும் உளனே தீம்பா லோர்க்கே;
குருகினும் வெளியோய் தேளத்துப்
பருகுபால் அன்னஎன் சொல்உகுத் தேனே!

(தொல் - செய்யுளியல், 125, உரை)

என்று பாடுகிறார்.

வசைக்கூத்து என்ற நூலொன்றும் முற்காலத்து இருந்த தாகத் தெரிகிறது. கம்பராமாயணத்தில் பல இடங்களிலும் இவ் இகழ்ச்சியுரை மிக்க திறம்படக் கையாளப்படுகிறது. உதாரண மாக, இராவணனை நோக்கி அனுமன்,

அஞ்சலை யரக்க பார்விட்டு அந்தரம் அடைந்தா னன்றே
வெஞ்சின வாலி மீளான் வாலும்போய் விளிந்த தன்றே
அஞ்சன மேனியான்தன் அடுகணை யொன்றால் மாழ்கித்
துஞ்சினன்; எங்கள் வேந்தன் சூரியன் தோன்றல் என்றான்.

(கம்ப, சுந்தர, பிணிவீட்டு. 84)

இகழ்ந்து பாடுதலையே தமது தொழிலாகக் கொண்டு, அவ்வகைப் பாடலில் சிறந்து விளங்கியவர் காளமேகம் என்று கூறுவர்.

கத்துகடல் சூழ்நாகைக் காத்தான்தன் சத்திரத்தில்
அத்தமிக்கும் போதில் அரிசிவரும் – குத்தி
உலையிலிட ஊரடங்கும் ஓரகப்பை யன்னம்
இலையிலிட வெள்ளி எழும்

என்பது அவர் பாடல்களில் ஒன்று.

மேற்காட்டியன போன்ற இகழ்ச்சியுரைகளெல்லாம் யாரேனும் ஒருவரைக் குறித்துத் தோன்றியவை. கணநேரம் தோன்றும் மனவேறுபாட்டுக்கு ஒருபோக்கிடமா யமைந்தவை; பொருள்

அற்றவை; நன்மை அற்றவை; வசையென்ற அளவில் நல்லுணர் வுடையோரால் கொள்ளத் தகாதவை.

இகழ்ச்சியுரை வசையாக மாத்திரம் அமையாதபடி குற்றத்தைக் கண்டித்து நீக்குதலையே உண்மையான நோக்கமாகக் கொண்ட தாயின் அப்போது அவ் இகழ்ச்சி ஒருபடி உயர்ந்துவிடுகிறது. புராதன லத்தீன் ஆசிரியர்களுள் லூஸில்லஸ் என்பவர்தான் இந்நோக்கத்தை முதன்முதற் கையாண்டவர் எனக் கூறுகிறார்கள். இகழ்ச்சிக் கண்டனம் ஒருவரைக் குறித்துத் தோன்றாது ஓரினத்த வரைக் குறித்து எழுமாயின், அதனால் விளையும் நன்மை மிகப் பலவாதற்கு இடமுண்டு.

இனம்பற்றியெழும் இகழ்ச்சியுரையின் தோற்றுவாய் 'ஹோமர்' என்ற கிரேக்க மகாகவியின் சிருஷ்டிகளில் காணப்படுகிறதென்பர். கம்ப – ராமாயணத்தில் அது வெளிப்படும் திறம் கவனிக்கத் தக்கது. இராவணன் முதலிய அரக்கர்களால் அடிமைப்படுத்தப் பட்டவர்கள் இந்திரன் முதலிய தேவர்கள். இத்தேவர்களின் ஏழைமை நிலை பல இடங்களிலும் வெளிப்படுகிறது. இலங்கையைச் சூழ்ந்திருந்த பொழிலுக்கு இவர்கள் காவற்காரராயிருந்தனர். அப்பொழில் அழிந்ததைப் பற்றியும் பஞ்ச சேனாதிபதிகள், அக்ஷயகுமாரன் முதலானவர்களின் வதத்தைப் பற்றியும் இராவண னுக்கு அறிவிக்கும் பொறுப்பு இவ் ஏழைத் தேவர்களுக்கு ஏற்பட்டது. இராவணன் சமூகத்திற்கு அவர்கள் உள்ளம் பறை கொட்ட நடுநடுங்கி வருதலும், அவனிடம் சொல்லுவதற்கு அஞ்சித் தடுமாறும் நிலைமையும், நகைச்சுவைபட, இகழ்ச்சிக் குறிப்புத் தோன்ற, வருணிக்கப்படுகின்றன. அடிமை வாழ்வின் மீது ஏற்படும் அருவருப்பு தேவஜாதியாரின்மீது ஏற்றியுணர்த்தப் படுகிறது. இதனால் விளையும் சுவையும் பயனும் பெரிதும் போற்றத்தக்கவை.

இராமாயணத்தில் வருவது பழங்காலச் சரித்திரத்தில் ஓர் ஆழ்ந்த உண்மை. ஓர் ஆசிரியன் தன் காலத்து வாழ்ந்த சில இனத்தாரைப் பரிகசித்து இகழ்வதுதான் மிகுதியாகக் காணப் படுகிறது. இவ்வாறு இகழப்படுதற்குப் பெரும்பாலும் பெண் ணினத்தார்களும் துறவு வேடம் பூண்டவர்களுமே தக்கவர்கள் ஆவார்களென்று ஆசிரியர்கள் கருதினார்கள்.

பெண்களுடைய நடையுடை பாவனைகளையும் அவர் களுடைய சாகசத்தினையும் அறிவு நுட்பத்தினையும் 'அளக்க வொண்ணா வஞ்சத்தினையும் பற்றிப் பல நூல்கள் ஆங்கிலத்தில் முற்காலத்'தில் வெளியிடப்பட்டுள்ளன. உதாரணமாக, தாமஸ் டெக்கர் என்னும் கவிஞர் எழுதிய 'பிரமசாரியின் விருந்து' ***(Bachelor's Banquet)*** என்ற நூலைக் கூறலாம். நமது நாட்டில் பெண்களைப் பழித்துரைத்தலே பிற்காலத்தில் ஜைன பௌத்த

மதங்கள் ஓங்கி நின்ற காலத்தில் – பெரு வழக்கமாக ஏற்பட்டு விட்டது.

புதுப்புனலும் பூங்குழையார் நட்பும் இரண்டும்
விதுப்புற நாடின்வேறு அல்ல – புதுப்புனலும்
மாரி அறவே அறுமே அவரன்பும்
வாரி அறவே அறும் (370)

என்ற நாலடிச் செய்யுளும்,

உண்டியுட் காப்பு உண்டு உறுபொருட் காப்பு உண்டு
கண்ட விழுப்பொருள் கல்விக்குக் காப்பு உண்டு
பெண்டிரைக் காப்பது இலமென்று ஞாலத்துக்
கண்டு மொழிந்தனா கற்றறிந் தோரே

என்ற வளையாபதிச் செய்யுளும் தக்க உதாரணங்களாம். இங்ஙனமே ஒரு பௌத்த பிக்ஷுவையும் ஒரு காபாலிகனையும் 'மத்த விலாஸ ப்ரஹஸநம்' என்ற வடமொழி நாடகம் பரிகசிக் கிறது. வள்ளுவரும்,

தேவர் அனையர் கயவர் அவருந்தாம்
மேவன செய்தொழுக லான் (1073)

எனவும்,

வஞ்ச மனத்தான் படிற்று ஒழுக்கம் பூதங்கள்
ஐந்தும் அகத்தே நகும் (271)

எனவும் கயவர்களையும் கூடாவொழுக்கமுடைய துறவிகளையும் குறித்துக் கூறுகிறார்.

இங்ஙனம் பெண்டிர், பொய்த்துறவிகள் முதலாகிய இனத் தினர்களை இகழ்ந்துரைப்பதிலே அவர்கள் திருந்தவேண்டு மென்ற நோக்கமும் ஏற்பட்டுவிட்டதாயின், அவ் இகழ்ந்துரை நம்மைச் சூழ்ந்துள்ள தீங்குகள் அறியாமை முதலியவற்றை நீக்குவதற்கு ஏற்ற நற்கருவியாகிவிடுகிறது. இகழ்ச்சியினாலே உண்டாகக்கூடும் மனக்கசப்பு, அவ் இகழ்ச்சியோடு உடனொன்றி வரும் நகைச்சுவையினால் மாறிவிடுகிறது. நன்மை பெருகுதற்குத் தக்க வாய்ப்பு ஏற்படுகிறது. கோபத்தினால் கொறுகொறுக்கும் ஒருவன் முகத்திற்கெதிரே கண்ணாடியைக் காட்டுவது போன்ற பயன் விளைகிறது.

ஆகவே நகைப்பு, இகழ்ச்சி, நன்னோக்கம் ஆகிய மூன்றும் இயைந்து வரும் சரள காவியமொன்றே தமது கருத்திற்கு ஒத்ததெனப் பிள்ளையவர்கள் துணிந்தார்கள். இச்செய்யுள் வகையை ஆங்கிலத்தில் 'ஸட்டயர்' *(Satire)* என்று கூறுவார்கள். தொல்காப்பியர் 'அங்கதம்' வசையொடும் நகையொடும் கூடியது என்று கூறி அது 'செம்பொருள் – அங்கதம்', 'பழிகரப்பு –

அங்கதம்' என இருவகைப்படும் என்றனர் (செய். *129, 124*). ஒருகால் இது 'பழிகரப்பு – அங்கதம்' என்றதில் அடங்கலாம். ஆனால் இதைப் பிரகசனம் என்று சொல்வது மிகப் பொருத்த மாகும்.

பிரகசனத்தின் இயல்பை நாம் நன்குணர்தல் வேண்டும். மக்களில் ஒரு பகுதியார் தாம் கையாண்டு வரும் ஒழுக்கங்களும் பழக்க வழக்கங்களும் நல்லவையென்று கொண்டு, அவைபற்றித் தமக்குள் தாமே திருப்தியடைந்திருப்பர். அவ்வாறு திருப்தியா யிருத்தல் தவறென்றும் அவ்வொழுக்க முதலியன திருந்துதல் அவசியமென்றுங் காட்டி நல்வழிப்படுத்துதலே பிரகசனத்தின் நோக்கமாகும். உண்மையைச் சிறிது மிகைப்படுத்திக் கூறுதல் இவ்வகை நூல்கள் மேற்கொள்ளும் பொதுமுறையாகும்.

இப்பிரகசனம் இருவகை நெறியிலே செல்லலாம். ஒன்று பண்பட்ட அமைதிநெறி; நல்லியற்கையினின்றும் தவறாத நெறி. இந்நெறியிலே பிரகசனத்தின் அடிப்படையில் நீதி உள்ளடங்கிக் கிடக்கும். ஆசிரியன் தான் பரிகசிக்கும் சமுதாயத்தின் ஓர் அங்கம் என்பதை மறந்துவிடுவதில்லை. தான் சமுதாயத்தினரைப் புண்படுத்த வேண்டுமென நினைப்பதேயில்லை. பரிகாசமும் மிகவும் நயமாகவும் சரளமாகவும் இருக்கும்.

லத்தீன் ஆசிரியர்களுள் ஹாரெஸ் *(Horace)* என்பவர் இந் நெறியில் பிரகசனங்கள் எழுதியமையால் இதனை ஹோரேஷியன் *(Horatian)* நெறியென்று மேலைநாட்டறிஞர்கள் கூறுவார்கள். இந்நெறியைச் சாந்தநெறி என்று சொல்லலாம். பிறிதொரு நெறி உக்ரநெறியென்று சொல்லலாம். தீமைகளையும் குற்றங் களையும் கண்டவுடன் ஆசிரியனது உள்ளங் கொதித்துப் பொங்கு கிறது; எரிமலையினின்று பொங்கி வழியும் நெருப்பாறுபோலக் கண்டனச் சொற்கள் பரந்து பாய்கின்றன. இந்நெறியில் அருவருப்பு எளிதில் உண்டாகும்படியாய் உண்மை சிறிது மிகுத்துக் கூறப் படுவதாகும். லத்தீன் ஆசிரியருள் ஜூவெனல் *(Juvenal)* என்பவர் இந்நெறியைக் கையாண்டமையால் இதனை ஜூவெனலியன் *(Juvenalian)* நெறியென்று கூறுவார்கள்.

பிள்ளையவர்களோடு பழகியவர்கள் மேற்சுட்டிய இரண்டு நெறிகளுள் சாந்த நெறியை அவர்கள் மேற்கொள்ளலாம் என்று நினைப்பார்கள். ஆனால் அந்நெறி அவர்கள் நோக்கத்தை நிறை வேற்ற வல்லதல்ல. அவர்கள் கூறுமாறு:

காரணத் தீனம் கடிய தீனம்
கண்டூ ரத்தில் மருந்து கருத்தாய்க்
கொடுத்தா லன்றிக் குணம் ஆகாது.

(நாகாஸ்தி. 79 - 81)

ஆதலால் உக்ரநெறியே கைக்கொள்ளத் தக்கதாயிற்று. இந்நெறி தம் இயல்பிற்கு முற்றும் மாறாயுள்ளது; இதற்கு ஏற்ற தொரு கதாபாத்திரத்தைச் சிருஷ்டித்துக் கதையும் ஒன்று அமைப்பது இன்றியமையாததாய் முடிந்தது.

கதையைச் சொல்லுவது சூத பௌராணிகரா? அல்ல. அவருக்கு நாஞ்சினாட்டுக் குடும்பத்தினரின் துன்பத்தை அளவிட முடியுமா? அத்துன்பத்தின் காரணத்தை அடியோடு ஒழிக்க வேண்டுமென்று அவரது உள்ளங் கொதித்தெழுமா? இரண்டும் முடியாத காரியம். அக்குடும்பத்திற் பிறந்த ஒருத்திக்குத்தான் இரண்டும் இயலும்; வாய்பேசாது மௌனமாயிருந்து துக்கங்களை யெல்லாம் அடக்கி யடக்கி வைப்பாள்; முடிவில் அத்துக்கங்கள் நெடுங்காலமாக அடக்கப்பட்டிருந்த காரணத்தினாலே, குமுறிக் கொந்தளித்து அதிவேகத்துடன் வெளிப்புறப்படும். அந்நிலையில் வருஞ் சொற்கள் உண்மையொடு பட்டனவாகும்; கேட்டோர் இதயத்தைத் தகர்க்கத் தக்கனவாகும். இக்காரணங்களினால் நாஞ்சினாட்டுக் குடும்பத்திலுள்ள பெண்ணொருத்தியின் வாய்ப் பிறப்பாகவே கதையைப் பிள்ளையவர்கள் அமைத்துள்ளார்கள். தன் சுய சரிதையையே அவளும் கூறுகின்றாள். இச் சுயசரிதை யின் மூலமாக எத்தனையோ காட்சிகள் சித்திரிக்கப்படுகின்றன.

உலகமே துக்கமயமாகத் தோன்றுகிறது. எல்லாவகை இடை யூறுகளையும் நீக்கவல்ல விநாயகக் கடவுளும் இடையூற்றால் நெஞ்சு கலங்கி வருந்தி நிற்பவர் போலத் தோன்றுகிறார். அவரும் மருமக்கள்வழியைச் சார்ந்தவராயிருக்க வேண்டும்; அதனால்தான் துன்புறுகிறாரெனச் சுயசரிதையைக் கூறும் கதா நாயகி நினைக்கிறாள். இக்கடவுளின் அருகே நிற்கும் ஒரு சில ரிடத்தும் துக்கம் தோன்றுகிறது; ஆனால் மனத்தில் இரக்கமில்லை; ஏழைப் பெண் புலம்புவதில் ஒரு மாத்திரை அதிகமென்று துக்கிக்கிறார்கள். இவர்கள் இலக்கண வித்துவான்கள்; தாடி பற்றியெரியும் போது சுருட்டுப் பற்றவைக்க நெருப்புக் கேட்கிற இனத்தைச் சார்ந்தவர்கள். இவர்களைத் தனது சோகங்கலந்த சிரிப்பினால் ஒதுக்கிவிட்டுத் தனது கதையைத் தொடங்குகிறாள்.

துன்பத்திற்கும் வறுமைக்கும் தாயகமாயுள்ள ஒரு குடும்பத்தில் தோன்றினாள்; அநாதை. பஞ்சகலியாணிப் பிள்ளைக்கு ஐந்தாவது மனைவியாய் இவள் வாழ்க்கைப்பட்டாள்; புகுந்தகத்தில் செல்வ மிருந்தது; ஆனால் துன்பத்துக்கும் குறைவில்லை. அங்கே அவளுக்குக் கிடைத்தது புழுக்கையுத்தியோகந்தான்; சக்களத்தி களின் தலையணை மந்திரோபதேசமெல்லாம் இவள் தலையில் தான் விடிந்தது. மாமியின் கொடுங்கோலரசு; இவ்வரசி தாடகைப் பிராட்டியாரின் அவதாரம்; இவள் திருவிளையாடலெல்லாம் பத்துப் பரஞ்சோதிகள் பாடினாலும் முடிவடையாது.

இந்த ஆட்சியில் புது மருமகள்,

கஞ்சியோ கூழோ காடி நீரோ
கும்பி யாரக் குடித்ததே யில்லை.

ஒருநாள் தன் மகன் கேலியாகப் பேசத் தொடங்கியது அவனுக்கே கெடுவினையாக முடிந்தது. இதனால் விளைந்த துன்பம்; இதுபோன்ற துன்பங்களிடையில் நகைப்பு – நிகழ்ச்சிகள்; தனது கணவன் மனைவியர் ஐவரோடும் குமரித் தீர்த்தம் ஆடியது (இது தேவர்களுக்கும் ஆனந்தமளிக்கும் திருக்காட்சி); கணவன் தீர்த்தமாடியதன் பயனாக மீளாவுலகம் புகுந்து மீண்டு வந்தது; தான் அடைந்த தாங்கவொண்ணாத் துன்பம்; பின்னர், கணவனது எச்சிற்சோற்றுக்குச் சக்களத்திகள் செய்த சச்சரவு; இவையெல்லாம் மழையிருளும் மின்னலும் போல மாறிமாறிக் காட்சியளிக்கின்றன. காரணவனாகிய தன் கணவனை மருமகனான அவகாசி பழித்து வைகிறான். இங்கே,

ஆரைக் கேட்டுநீர் ஐந்து கலியாணம்
அடுக்கடுக் காகச் செய்தீர் ஐயா?
பட்டப் பெயரும் பஞ்ச கலியாணிப்
பிள்ளை யென்றுநீர் பெற்று விட்டீரே

என்று மருமகன் கூறுவது நகைச்சுவையின் பேரெல்லையைத் தொட்டுவிடுகிறது.

மருமகனுக்கு விடையாகக் காரணவன் தனது ஸ்தானத்தின் கௌரவமும் குடும்பத்தின் பெருமையுந் தோன்றச் சொல்லும் சொற்கள் மிகவும் சுவைபொருந்தியவை. ஆலடிமாடன் கொடை, அதில் காரணவன் ‘கணிசமாக’ அலங்கார உடைதரித்து ஆடுதல், இழவு ‘அடியந்திரம்’, கோயில்களில் குடும்ப கௌரவத்திற்காக ஏற்படுத்தும் கட்டளைகள், சானல் வாச்சர் *(Channel Watcher)* சந்தனத் தேவருக்கு ‘அட்ரஸ்’ கொடுத்தல், மருமகன் ஏழு வருஷமாய் இங்கிலீஷ் படித்து ஏ.பி.ஸி.டி. எழுதத் தெரியாமலிருத்தல், மருமகன் ராஜா திருவிளையாடல்கள் இவைகளெல்லாம் நினைக்குந்தோறும் நம்மை விலாவொடியச் சிரிக்கச் செய்கின்றன. மருமகனது தந்தை வீரபத்திர பிள்ளை வந்து அவன் மகனுக்காகச் சண்டையிட்டு,

வைய வைய வைரக் கல்லும்
திட்டத் திட்டத் திண்டுக் கல்லும்

ஆகத் தன் கணவர் இருந்த காட்சி பார்ப்போருக்கு நகைக்கிடமாகவும் அவளுக்கு ஆற்றொணாத் துயரத்துக்கிடமாகவும் உள்ளது.

பின் குடும்பச் சண்டை முற்றிக் கோர்ட்டுச் சண்டையாக மாறிவிடுகிறது. முதலில் இருந்த வீறாப்புக்கள் வரவரக் குறைகின்றன; குடும்பச் சொத்துக் கரைந்து போய்விடுகிறது; காரணவருக்குத் தேகவலிமை குன்றிவிடுகிறது; கவலையும் நோயும் பீடிக்கின்றன. முடிவில்,

படிப் படியாய் இப்படிஅவர் பாடு
குறைந்து குறைந்து கொண்டே வந்தது;
அண்டை வீடாகி, அறைப்புரை யாகி
படிப்புரை யாகிப் பாயிலும் ஆனார்.
எழுந்து நடக்க இயலா தானார்
நடந்தவர் கீழே கிடந்தார், அம்மா!

நோயும் பாயுமாய்க் கிடந்த இக்காரணவருக்கு இரண்டு மனைவியர்களே கடைசிக் காலத்தில் உதவியவர்கள். கடைசிக் காலமும் அமைதியாய்க் கழிந்தபாடில்லை. அவரது தங்கையும் மருமகனும் இருக்கிற பொருள்களைக் காவல் செய்துவைப்பதற்கு வந்து சேர்ந்தார்கள். மருமகனிடத்தில் நல்ல வார்த்தை சொல்லித் தன் மனைவி மக்களைக் காப்பாற்றும்படி சொல்லுகிறார். தங்கை இதைக் கண்டு மிகவும் கோபித்து வைப்புத் திட்டங்களெல்லாம் பூட்டி முத்திரையிடச் செய்கிறாள். கதையைச் சொல்லிவரும் ஐந்தாம் மனைவி,

கணவர்க்கு அந்திய காலம் தண்ணீர்
குடிக்கும் பாத்திரம் குடுக்கை ஆனதும்
பரந்த சட்டி படிக்கம் ஆனதும்
பாலும் அன்னப் பாலே ஆனதும்

எண்ணி எண்ணி நெஞ்சம் குமுறுகிறாள். எல்லாவற்றிற்கும் மேலாகத் தன் கணவனது அந்திய நிலையில் அவரது ஆத்ம சாந்திக்குத் திருவாசகம் படிக்கத் தன் மகனைச் சொன்னபோது அவன் தன்னால் முடியாதென்று தமிழை இகழ்ந்து சொன்னது இப்பெண்மணியின் நெஞ்சைப் பிளந்துவிட்டது. கணவரின் முடிவு வந்தது;

ஏங்கி அழுத எங்களை நோக்கினர்;
வாடி அழுத மக்களை நோக்கினர்;
கடவுளை எண்ணிக் கையை எடுத்தனர்;
கண்ணை மூடினர், கயிலைபோய்ச் சேர்ந்தனர்.

கதாநாயகியின் துக்கம் நிரம்பிவிட்டது. அவள் கண்களிலும் இதயத்திலும் உதிரங் கொட்டுகிறது; அவள் வயிறு எரிகிறது. அனற்பிழம்பு பெருக்கெடுத்தோடுவது போல அவள் சொற்கள் புறப்படுகின்றன; மருமக்கள்வழி,

மனிதரைப் பேயாய் மாற்றும் பாழ்வழி;

... ...

நடைப்பிணம் ஆயிரம் நடக்கும் வனவழி;
வெவ்வழி, சற்றும் வெளிச்ச மிலாவழி;
இருள்வழி, செல்பவர் இடறும் கல்வழி;

... ...

அன்னையும் பிதாவும் முன்னறி தெய்வமென்று
அவ்வை சொல்வழி அறியா மடவழி,
ஐயோ, இவ்வழி ஆகாது, ஆகாது;
ஆடுகள் மாடுகட்கு ஆகும் இவ்வழி
மனிதர் செல்லும் வழியா யிடுமோ?

... ...

கற்றவர் உளரோ! கற்றவர் உளரோ!
பெற்ற மக்களைப் பேணி வளர்த்திடாக்
கற்றவர் உளரோ! கற்றவர் உளரோ!

அறிஞரும் உளரோ! அறிஞரும் உளரோ!
வறுமைக்கு இரையாய் மக்களை விட்டிடும்
அறிஞரும் உளரோ! அறிஞரும் உளரோ!

நீதியும் உளதோ! நீதியும் உளதோ!
மாதர் கண்ணீர் மாறா நிலத்தில்
நீதியும் உளதோ! நீதியும் உளதோ!

தெய்வமும் உளதோ! தெய்வமும் உளதோ!
பொய்வழிப் பொருளைப் போக்கும்இந் நிலத்தில்
தெய்வமும் உளதோ! தெய்வமும் உளதோ!

என்று கதறி ஓலமிடுகிறாள் நமது கதாநாயகி.

IV

இப்புதிய கண்ணகியின் ஓலம் வீணாகிப் போய்விடுமா? நாஞ்சினாட்டுப் பெருமக்கள் காதைத் துளைத்துவிட்டது. அவர்கள் இதயக் கோட்டையைத் தாக்கித் தகர்த்துவிட்டது. அவர்கள் குடும்பம் மேன்மையடைவதற்குரிய சீர்திருத்த மசோதா கொல்லம் ஆண்டு 1101இல் (1926) சட்டசபையில் நிறைவேறி 1102இல் (1927) அமுலுக்கு வந்தது. இம்மான்மியமே சீர்திருத்தத்திற்குக் காரணமாயிருந்தது.

இம்மான்மியம் திருவனந்தபுரத்திலிருந்து பிரசுரிக்கப்பட்டு வந்த 'தமிழன்' என்ற பத்திரிகையில் 1917ஆம் வருஷம் மார்ச்சு

மாதம் தொடங்கிப் பகுதி பகுதியாக வெளிவந்துகொண்டிருந்தது. *1918* பெப்ருவரியோடு முற்றுப் பெற்றது. அக்காலத்தில் அப் பத்திரிகையின் ஆசிரியராயிருந்தவர்கள் பண்டித எஸ். முத்துசாமிப் பிள்ளையர்களும் திருவனந்தபுரம் மஹாராஜா கல்லூரி மலையாளப் பேராசிரியர் சி.என்.ஏ. அனந்தராமைய சாஸ்திரிகளும் ஆவார்கள்.

பத்திரிகையில் ஆசிரியர் பெயரோடு மான்மியம் வெளிவரவில்லை. பழைய ஏட்டுச்சுவடியில் இருந்த நூலை அச்சிற் பதிப்பிக்கிற பாவனையிலே வெளியாகிக்கொண்டிருந்தது. ஆசிரியர் பெயர் காணப்பெறாவிட்டாலும், பழைய நூல் என்ற தோற்றத்தோடு பிரசுரமாகிய போதிலும், இத்தோற்றத்தை உறுதிப் படுத்துவதற்கு நூலிற் சிற்சில வரிகளும் சொற்களும் பொடிந்து போயின என்று குறிப்பிட்டிருந்த போதிலும், எழுதியவர்கள் இன்னார்தாமென்பது பலருக்குந் தெரிந்த இரகசியமாகத்தான் இருந்தது.

ஒவ்வொரு பகுதியும் வெளிவர வெளிவர, தமிழ்மக்கள் அதனை ஆவலாய் வாங்கிப் படித்து வந்தார்கள். இலக்கியச் சுவையிலே ஈடுபட்ட ஸ்ரீ கே.ஜி. சேஷையர் முதலானவர்கள் இந்நூலின் பெருமையைப் பலரும் அறியச் செய்து வந்தார்கள். நாஞ்சினாட்டு வேளாள இளைஞர்கள் இதனை வாசித்து உள்ளங் கொதித்தார்கள்; அவர்களில் முதியோர்கள் இதனை வாசித்த அளவில் இதிலே பொதிந்து கிடக்கும் உண்மையையும் சீர் திருத்தத்தின் அவசியத்தையும் உணர்ந்தார்கள். அந்நாட்டு ஆண்களும் பெண்களும் நூலிலுள்ள நகைச்சுவையில் ஈடுபட்டு உளத்தாற் சிரித்து மகிழ்ந்தார்கள். தமிழிலே ஒரு நூதன இலக்கியம் தோன்றிவிட்டது.

மான்மியம் ஒரு சமுதாயத்தில் சீர்திருத்தத்தை விளைத்தது. அப்படியே தமிழ் நடையிலும் கவிஞர் சமுதாயத்திலும் சீர் திருத்தத்தை இது விளைவிக்க வல்லது என்பதைத் தமிழ் அறிஞர்களுக்குத் தெரிவித்துக் கொள்ளுகிறேன்.

சென்னை ஸர்வகலாசாலை, **எஸ். வையாபுரிப் பிள்ளை,**
20.11.42. தமிழாராய்ச்சித்துறைத் தலைவர்.

V

பத்திராதிபர் அறிமுகவுரை

'தமிழன்' கொல்லம் ஆண்டு 1091 (கி.பி. 1916) மாசி இதழில் (பக். 98 – 99) 'மான்மியம்' நூலை அறிமுகப்படுத்தி பத்திராதிபர் (பண்டித எஸ். முத்துசாமிப் பிள்ளை) எழுதி யுள்ள குறிப்பு.

நாகமணி எடுத்துச் சீமானான நாகமணி மார்த்தாண்ட நாடானையும், வயிரக்கல்லெடுத்துப் பிரபுவான திருநீல கண்டன் செட்டியாரையும் பற்றி அநேகர் அறிந்திருக்கக் கூடும். இன்னும் நிதியெடுத்துச் செல்வந்தரானோர் அநேகர் உளராகப் பலர் கூறுகின்றனர். இப்பொழுதும் அப்பாக்கிய முடையோர் பலர் ஜீவித்தும் வருகிறார்களாம். ஆதலின் நானும் வெகு காலமாக ஒரு நிதிபெற எண்ணங்கொண் டிருந்தேன்.

பாழுங் கோவில்களையும் பழய வீடுகளையும் பென்னம் பெரிய மரப்பொந்துகளையும் மலைக் குகை மலை இடுக்கு களையும் பார்க்க நேர்ந்தால் அந்நிதியாசை என் மனத்தி லெழும்பத் தவறாது. சில சமயங்களில் புற்றுக்களையிடித்துக் குழிதோண்டி நான் அலுத்ததுமுண்டு. எதுவும் வருங்காலந் தானே வரும்! "ஒன்றை நினையாதமுன் வந்து நிற்பினும் நிற்கும்" என்ற முதுமொழி சென்ற வாரத்திற்றான் எனக்கு அனுபவமாயிற்று.

ஏதேனுமொரு விஷயமாகச் சாலைக்கடை வீதிக்குப் போகாத நாள் எனக்கு மிகவும் சொற்பமே. சென்ற வெள்ளிக் கிழமை மாலை நான் வழக்கப்படி சாலைக் கடைக்குச் சென்ற பொழுது அஞ்சலாப்பீசண்டை ஒரு பண்டாரத்தைக் கண்ணுற்றேன். அப்பண்டாரம் தலையில் அணிந்திருந்த சடைமுடியும், கழுத்திலும் சடையிலும் அணிந்திருந்த

உருத்திராக்க மாலைகளும் உடம்புமுழுதும் பூசியிருந்த திருவெண்ணீறும் நெற்றியிலிலங்கிய குங்குமத் திலகமும் சிவபெருமானே உருவெடுத்து வந்ததுபோல் தோன்றச் செய்தது. நான் அவரைச் சந்தித்த பொழுது அவர் 'முத்திநெறி யறியாத மூர்க்கரொடு முயல்வேனை' என்ற திருவாசகப் பாவைக் கல்லும் கனிவுறப் பண்ணுடன் பாடி பரமானந்த நிர்த்தனம் செய்து கொண்டு நின்றனர்.

பாலர் விருத்தர் ஆடவர் பெண்டிர் முதலிய அநேகாயிரம் ஆட்கள் அவரைச் சூழ்ந்தும் நின்றனர். ஆரியக்கூத்தாடினாலும் காரியத்தின் மேல்கண் என்றபடி, பாடல் முடிந்ததும் பண்டாரம் மெல்லத் திருவோட்டை எடுத்து ஒவ்வொருவரிடமும் நீட்டத் தொடங்கினார். தொடங்கவே பள்ளங்கண்ட தண்ணீர் போல் கூட்டம் கலைந்து ஓடத் தொடங்கிற்று. கடைசியாகப் பண்டாரம் மட்டும் தனித்தார்.

திருவோட்டில் விழுந்த காசையெல்லாம் எண்ணிப் பார்த்தார். ஒரு சக்கரம்கூடத் திகயவில்லை. இவ்வளவும் பார்த்தவுடன் எனக்கு அவரிடத்து மிக அநுதாபமுண்டாயிற்று. எனது சேப்பைப் பரிசோதித்துப் பார்க்க அதில் ஒரு வெள்ளிப்பணம் மட்டும் கிடக்கக்கண்டு அதை எடுத்துப் பண்டாரத்தின் திருவோட்டிலிட்டேன். இடவும் அவரது முகம் முழுநிலவெழுந்த வானம்போல் விளக்கமுற, என்பக்கத்தில் வந்து, 'ஐயா! தங்களிடம் ஒரு ரகசியம் சொல்ல வேண்டியதுண்டு கூட்டமில்லாத இடத்துக்கு வாருங்கள்' என்று சொல்லிப் பழவங்காடிப் பிள்ளையார் கோவிலை நோக்கி நடக்கத் தொடங்கினார்.

'இரகசியம்' இன்னதென்றறிய ஆவல்கொண்ட நானும் பரபரப்புடன் அவர் பிறகே நடந்தேன். கடைசியாக இருவரும் பிள்ளையார் கோவிலண்டை வரவே, மணியும் மாலையில் 6 ஆயிற்று. ஆள் கூட்டமும் அதிகம் இல்லாதிருந்தது. உடன் பண்டாரம் என் பக்கத்தில் வந்து, "ஐயா, என்னிடத்தில் ஒரு ரசவாத ஏடு இருக்கிறது. தாங்கள் மிகவும் நல்லவராக இருக்கிறீர்கள். இதிலுள்ள முறையோ மிகவும் சுலபமானது. கவனமாகச் செய்தால் ஒரு சிறு பிள்ளைக்குங்கூடக் காரிய சித்தி அடைய முடியும். இதோ! ஏட்டைப் பிடியுங்கள்! கடவுள் கிருபையால் தாங்கள் சீமானாவீர்கள்" என்று வாழ்த்தி ஏட்டைத் தர நானும் மகிழ்வுடன் பெற்று வீட்டுக்குத் திரும்பினேன்.

வழிநெடுக என் மனத்திலுண்டான எண்ணங்களை இங்கு எழுதத் தொடங்கினால் அதுவே ஒரு பாரதமாக முடியும். "தமிழனைப் பிரதிதினப் பத்திரிகை ஆக்க வேண்டும். 20,000 ரூபாய்க்கு சென்னையிலிருந்து ஒரு மிஷின் பிரசும் சாமான்களும் உடன்தானே வருத்த வேண்டும்" என்பனவே அவ்வெண்ணங்

களுக்கெல்லாம் பல்லவி. கடைசியாக வீடுவந்து ஏட்டை அவிழ்த்துப் பார்க்கக், கண்டகாட்சி உடன்தானே என் மனதில் பெரும் வியப்பை யும் வெறுப்பையும் உண்டுபண்ணிற்று. ஏனெனில் பண்டாரம் சொன்ன இரசவாதக் கதையெல்லாம் முழுப் பொய். முதலேட்டில் பின்வருமாறு எழுதியிருந்தது. "ஐயா! நான் தங்களைச் செவ்வை யாக அறிவேன். சென்ற பத்து வருஷங்களாகப் பிரயாசைப்பட்டு இந்த ஏட்டை எழுதினேன். அதை என் பேர் வைத்துப் பிரசுரிக்க எனக்குப் பல காரணங்களால் மனமில்லை. ஆகையால் தாங்கள் இதை எவ்விதமாயினும் வெளியிட வேண்டும். தாங்கள் வெளி யிட்ட பிறகு தங்களை நேரில் சந்தித்துப் பேசிக்கொள்கிறேன்."

பின்னர் ஏட்டைப் புரட்டிப் புரட்டி வாசிக்கத் தொடங்கினேன். அப்பொழுதுதான் பண்டாரம் சொன்ன ரசவாதக்கதை முழுதும் பொய்யல்லவென்று தெரியவந்தது. செம்பைப் பொன்னாக்குவதற்கே சாதாரணமாக ரசவாதமென்று சொல்லுவது வழக்கம். இவ்வேட்டி லுள்ள ரசவாதமோ அநாகரீக தசையிலிருக்கும் மனிதனைச் சீர்திருத்துவது, ஆகையால் இதுவும் ஒருவகை ரசவாதமே ஆகு மென்று எண்ணினேன். ஏடு முழுவதும் வாசித்துப் பார்த்து அதற்கு "நாஞ்சிநாட்டு மருமக்கள்வழி மான்மியம்" எனப் பெயரிடுவதே சாலச்சிறப்பாம் எனத் தோன்றினதினால் அப்பெயரே கொடுக்கப் பட்டிருக்கின்றது.

நாஞ்சிநாட்டு வேளாளரின் தற்கால நிலைமை, அவர்கள் கோடேறிக் கெட்டுப்போகும் உண்மை, காரணவர் இறந்தவுடன் மனைவி மக்கள் படும் திண்டாட்டம், காரணவர் குடும்பச் சொத்தைச் சீரழிக்கும் விதம், அனந்திரவர்களின் அட்டாதுட்டிகள் முதலிய எல்லா விஷயங்களும் வெகு அழகாக, உள்ளன உள்ளபடியே சொல்லப்பட்டிருக்கின்றன. ஆகையால் அவ்வேடு முழுதையும் புஸ்தகமாக அச்சிட்டு வெளிப்படுத்தத் தீர்மானம் செய்துவிட்டேன்.

VI

நாஞ்சில் நாட்டு
மருமக்கள்வழி மான்மியம்

1. விநாயகர் வணக்கம்

எம்பெரு மானே! இணையடி பரவும்
அன்பினர் வேண்டிடும் அவையெலாம் அளிக்க
யானை நீள்கரம் ஏந்திய கடவுளே!
உலகெலாம் போற்றும் ஒருவனே! உனது
தந்தையோ,
என்றும் கையில் தலையோ டேந்தி
இரந்து திரிவான், இருப்பிட மில்லான்,
அம்பலந் தோறும் ஆடி அலைவான்,
அமிழ்தென நஞ்சையும் அள்ளி யுண்பான்,
பித்த னாகிப் பேயொடு குனிப்பான்,
நாடிய பொருளெலாம் நாசஞ் செய்வான்.
மாமனோ,
பூமக ளோடும், புவிமக ளோடும்
மதித்திட அரிய வளமெலாம் ஒருங்கு
வைகுந் திவ்விய வைகுந் தத்தில்
ஆயிரம் பணாமுடி அரவணை மீதே
அறிதுயி லமர்ந்திவ் வகில மெல்லாம்
ஆளும் பெரிய அண்ணலே யாயினும்,
கபட நாடகன்; கையிற் சக்கரம்
இருந்தும், எவர்க்கும் ஈயாக் கள்வன்,
ஆதலின், நீயும்,
தந்தை வீடெனத் தங்கிட மின்றி
மாமன் வீடென மதிப்பிட மின்றிச்
சந்தியும் தெருவும் தண்ணீர்க் கரையும்

மரத்தி னடியும் வாழிட மாக
இருந்தனை, உன்போல் இருவழி கட்கும்
இடைவழித் தங்கி இடர்ப்படும் எங்கள்
வருத்த மெல்லாம் அறிந்திட வல்லவர்
அறிந்து முற்றும் அகற்றிடும் நல்லவர்
நடுநிலை கண்ட நாயகர் வேறிங்கு
ஒருவரும் இல்லை; உன் திருவடி பணிந்து
மருமக் கள்வழி மான்மியம் பாடத்
தொடங்கினன், வந்து துணைநின் றிந்நூல்
இனிது முடிய இதயம்
கனிவு செய்தெனைக் காத்தருள் வாயே.

☸

2. அவையடக்கம்

அருந்தமிழ் அகத்தியன் ஆராய்ந் திடவும்
கேள்வியிற் பெரியநக் கீரன் கேட்கவும்
கல்வியிற் பெரியனாம் கம்பன் காணவும்
இயற்றிய நூலிதென் றெண்ணவும் படுமோ?

மருமக் கள்வழி யென்னும் வனத்தில்
புலிகள் சூழுமோர் புல்வாய் போல
வலையிற் படுமோர் மணிப்புறாப் போல
கொள்கொம் பற்றுத் துவள்கொடி போல,
ஒருத்தி ஏழை ஒருதுணை யில்லாள்

தானும் மக்களும் தமிய ராகிப்
பொறியும் கலங்கிப் போதமும் கெட்டுப்
புலம்பும் பொழுது, புண்ணிய சீலரே!
தொல்காப் பியமுதல் பல்காப் பியங்களும்
கற்றுத் தெளிந்த கவிவல் லோரே!

விகாரம் முற்றும் விரவி வருமலால்
பொருட்சுவை சொற்சுவை பொருந்திவந் திடுமோ?
எதுகை மோனை இசைந்துவந் திடுமோ?
அணிகள் பற்பல அடுக்கிவந் திடுமோ?
ஆதலின், இதனைப்

பதவியும் பணமும் படிப்பு மிலாதேன்
பஞ்சப் பாட்டெனப் பழித்திக ழாதீர்.
இலக்கண வழூஉக்கள் இருப்பினும், அவற்றை
வலித்தல் மெலித்தலாய் மதித்துக் கொண்மின்
நீட்டல் குறுக்கலாய் நினைத்துக் கொண்மின்

விரித்தல் தொகுத்தலாய் விளக்கிக் கொண்மின்
பழையன திரிதலாய்ப் படித்துக் கொண்மின்
புதியன புகுதலாய்ப் பொறுத்துக் கொண்மின்.
இன்னும்,
அமைக்கும் விதியறிந் தமைத்துக் கொண்மின்.

நாயேன்
கொண்ட கருத்தைக் குறைவறக்
கண்டு கொள்வது பெரியவர் கடனே.

☸

3. குலமுறை கிளத்து படலம்

என்கதை கேளும்! என்கதை கேளும்!
இரக்க முள்ளோரே என்கதை கேளும்;

நூல்களைக் கற்ற நுண்ணறி வோரே!
நடுநிலை நீதி நடத்தும்நல் லோரே!
மக்களைப் பெற்று வளர்க்கும் சீலரே!
ஏழையென் துயரம் எல்லாம் கேளும்.
காசினி மீதென் கதைபோல் இல்லை.

சீதையின் கதையும் சிறுகதை யாகும்.
பாஞ்சா லியின்கதை பழங்கதை யாகும்;
தமியேன் கதைக்குச் சந்திர மதிகதை
உமியாம், தவிடாம், ஊதும் பொடியாம்
கேளும்! கேளும்! என்கதை கேளும்!

பதும நாபன் பாத பங்கயம்
அணிமுடி யாக அணிதிரு மூல
மன்னர் புரக்கும் வளமலி வஞ்சி
நாட்டிற் சிறந்த நாஞ்சில் நாட்டில்
தொல்லூ ராகும் நல்லூ ரதனில்

மேழிச் செல்வம் விரும்பும்வே ளாளர்
குலத்தில்ஓர் எளிய குடியிற் பிறந்தேன்.
தந்தைநோ யாளி, தாயுமோ ரேழை.
அண்ணன் தம்பிகள் ஐவரும் மாண்டார்.
அக்காள் தங்கையும் இல்லை, அடுத்தவர்

உற்றார் உறவினர் ஒருவரு மேயிலை;
ஒருதடி நிலமும் ஓரணை ஏரும்
ஒருசிறு குடிலும் உண்டெமக் காஸ்தி.
ஐயோ தெய்வமே! ஐயோ தெய்வமே!
உற்றதெ லாம்சொல ஒருகழி நூலாம்,

ஒருநாள் போதுமோ? இருநாள் போதுமோ?
முற்றும் கேளும், முடிவையும் பாரும்!
தாழையம் பதிக்குத் தலைவர் – அவர் பெயர்
ஏழையான் சொல்வது இசையுமோ? அம்மா!
பாவியாம் என்னைப் பதினா றாண்டில்
ஐந்தாம் மனைவி யாக மணந்தனர்.
கணவர் வீட்டுக் கதையினைக் கேளும்;
மனைவியர் வேலை வகையினைக் கேளும்;
தொழுத்துச் சாணம் வழிக்க ஒருத்தி,
தொட்டித் தண்ணீர் சுமக்க ஒருத்தி,
அடுக்களைச் சமையல் ஆக்க ஒருத்தி,
அண்டையில் அகலா திருக்க ஒருத்தி;
அத்தனை பேர்க்கும் அடிமை யாளாய்
ஏழை பாவி யானும் ஒருத்தி.
எளியேன் சென்ற நாள்முத லாக
எல்லா வேலையும் என்தலை மேலாம்.
பெண்டிர் நால்வரும் பென்ஷன் பெற்றனர்.
பெரிய அக்காள் பெருமாப் பிள்ளை
“ஏனடி அம்மா! யான்ஏ காங்கி.
உரிய அரிசி உண்டெனில் சோறு;
உழக்குக் குறுநொய் உண்டெனில் கஞ்சி;
மக்களைப் பெற்ற மகரா சிகள்நீர்
உண்ண வேண்டும், உடுக்க வேண்டும்;
உழைத்துப் பொருளுண் டாக்க வேண்டும்;
எனக்கினி யிங்கே யாதுண் டம்மா?”
என்று பெருமூச் செறிந்து சொல்லி,
இருந்த இடம்விட் டகலவே மாட்டாள்,
அடுத்த அக்காள், அழுபிள்ளைக் காரி;
அடமும் கொஞ்சம் அதிகம் கொண்டவள்;
அம்மா, மிளகை அரைஎன் றால்உடன்
அவள்கை மதலை அழுவது கேட்டிடும்;
பிள்ளைக் குணமோ, பிடுங்கி வைப்பாளோ,
என்ன மாயமோ, யானேதும் அறியேன்.
மூன்றாம் அக்காள் முழுச்சோம் பேறி.
அன்றியும்,
மூன்று மாதமாய் முழுகவு மில்லை;
வாயா லெடுப்பாள் வயாக்கோட் டியினால்;
ஏறின கட்டில் இறங்கவே மாட்டாள்.

இனியோர் அக்காள் எடுப்புக் காரி.
இந்தி ராணியும் ஈடிலை; இவளது
மஞ்சள் பூச்சும் மயக்கிடு பேச்சும்
சாந்துப் பொட்டும் தாசிகள் மெட்டும்
கோல உடையும் குலுக்கு நடையும்
கொண்டை யழகும் கண்டு, கணவர்
அண்டையி லிருந்தும் அகலவே ஒட்டார்;

'தங்கப் பெண்ணே தாராவே!
தட்டான் கண்டால் பொன்என்பான்
தராசிலே வைத்து நிறு என்பான்
எங்கும் போகாமல் இங்கே யேயிரு'
என்று சொல்லுவ திவட்கே இசையும்.

இவள்,
அடுக்களை வந்திடாள் – அரக்குப் பாவையோ?
கரிக்கலம் கையெடாள் – கனகசுந் தரியோ?
வாருகோ லேந்திடாள் – மகராணி மகளோ?
வெயிலில் இறங்கிடாள் – மென்மலர் இதழோ?
குடத்தை எடுத்திடாள் – குருடியோ நொண்டியோ?
வஞ்சகி இவள்செய் தலையணை மந்திர
உபதே சங்களை உண்மையென் றெண்ணிக்
கணவன் ஒவ்வொரு காலத் தெங்களைப்
படுத்திய பாடெலாம் பகர்வதும் எளிதோ?

☸

4. மாமி அரசியற் படலம்

இவர்கதை இவ்வா றாக, இனிஎன்
மாமி கதையை வகுப்பேன் கேளும்.
அரங்கு பூட்டாம், அறைப்புரை பூட்டாம்,
தட்டுப் பூட்டாம், சாய்ப்புப் பூட்டாம்;
அரிசியை நிதமும் அளந்து வைப்பாள்,

நல்ல மிளகை நறுக்கி வைப்பாள்,
கொல்ல மிளகைக் குறுக்கி வைப்பாள்,
உப்பில் புளியை உருட்டி வைப்பாள்,
கறிக்குத் தேங்காய் கருக்கி வைப்பாள்,
கடுகையும் எண்ணிக் கணக்கிட்டு வைப்பாள்;

தீபா வளிக்குத் தீபா வளியே
எண்ணெ யறியும் என்தலை, அம்மா!
அரைக்க மஞ்சள் அளித்திடா மாமி
குளிக்க மஞ்சள் கொடுத்திடு வாளோ?
உம்மே லாணை, ஒருநா ளாகிலும்

கஞ்சியோ கூழோ காடி நீரோ
கும்பி யாரக் குடித்ததே யில்லை;
கந்தைத் துணிகள் கட்டின தல்லால்,
கண்டாங் கிகளைக் கண்டதே யில்லை,
அடுக்களை நடையே நிலைய மாயினும்

அங்கும் இங்கும் ஆக அவ்வீடு
எங்கும் இருப்பாள் எங்கள் மாமி.
இவளொரு கண்ணுக் கிணைஅவ் இந்திரன்
ஆயிரம் கண்ணும் ஆகா துண்மை.
பின்னே நோக்கினும் முன்னுள தறியும்;

முன்னே நோக்கினும் பின்னுள தறியும்;
எறும்பும் காணா இடத்திவள் கண்போம்;

புகையும் நுழையா இடத்திவள் புத்திபோம்.
ஆணாய்ப் பிறந்தால் அகிலம் ஆளுவாள்;
இருகண் இருப்பின் இடமிது போதுமோ?

எல்லாம் வல்ல எம்பெரு மான்இவள்
குணத்தை அறிந்தே கொடுத்தான் ஒருகண்.
கணகண என்றெக் கணமும் நாக்கின்
அடிக்கும் மணிவிசை அடங்கி விடுமென்று
எவரும் எண்ணி யிருந்ததே யில்லை.

ஊரை முழுதும் உழக்கால் அளப்பாள்.
நாட்டை முழுதும் நாழியால் அளப்பாள்.
நரியை முன்னம் பரியாய் ஆக்கின
நாதனும் கண்டு நாண, இவளும்
யானையைப் பூனை யாக மாற்றுவாள்.

பூனையை யானை போலக் காட்டுவாள்.
ஐயோ! உலகுக் கெங்கள் அருமை
அத்தை திருவிளை யாடலை யெல்லாம்
பத்துப் பரஞ்சோ திகளே பாடினும்
முடியா தென்றால், மூதறி வில்லா

அடியாள் சொல்லி அறியப் படுமோ?
இரக்கம் சிறிதும் இன்றி, எனக்கிவள்
இடுவாள் வேலைகள் இரவும் பகலும்.
குழந்தைக் குப்பால் கொடுக்க வொட்டாள்;
கும்பி யாரக் குடிக்க வொட்டாள்;

உண்ண வொட்டாள் உறங்க வொட்டாள்;
உடலைக் கீழே சரிக்க வொட்டாள்;
அருமை மதினி அடிக்கடி அடிக்கடி
சடைவா றுதற்குத் தாய்வீ டடைவாள்;
மக்களும் பின்னால் வருவர்; புருஷன்

இரண்டொரு நாள்கழிந் தெட்டிப் பார்ப்பான்.
வந்தால், போகும் வரையிலும் என்னை
அம்மியில் வைத்துச் சம்மந்தி யாக
அரைத்து விடுவாள். ஐயம் அதற்கிலை.
என்னிரு மக்களும் இவருக் கேவல்

செய்து செய்து துரும்பாய்த் தேய்ந்தார்.

❁

5. கேலிப் படலம்

என்மகன் சாமி, ஏதோ ஒருநாள்,
அத்தை மகளென விளையாட் டாகவோ,
வேண்டு மென்றோ, 'வீர லெச்சுமி!
குலுக்கை போலக் குறுகிப் போனாயே!

எருமை போல இளைத்துப் போனாயே!
பனந்தூர் போலப் பாறிப் போனாயே
வயிற்றில் உனக்கு மடிப்புகள் எத்தனை?
இன்னும் சிலநாள் இங்கிருப் பாயேல்,
வாசலும் வேறு மாற்றவே வேண்டும்.

குதிலும் வெளியாய்க் கொஞ்ச நாளாச்சுதே!
பத்தய நெல்லும் பாதி யாச்சுதே!
நீங்களும் வந்து நெடுநா ளாச்சுதே!
இந்த ஆடி முழுதுமிங் கிருந்து
புதுநெல் வரினும் போகமாட் டீரோ?

நல்லது நல்லது, நல்லது அம்மா!
தின்பவ னெல்லாம் தின்பான் போவான்,
திருக்கணங் குடியான் தெண்ட மிறுப்பான்.
அவியல் பொரியல் துவையல் தீயல்
பச்சடி தொவரன் கிச்சடி சட்டினி

சாம்பார் கூட்டுத் தயிர்ப்புளி சேரி
சேனை ஏத்தன் சேர்த்தெரி சேரி
பருப்பு பப்படம் பாயசம் பிரதமன்
பழமிவை யோடு படைப்புப் போட
எத்தனை நாளைக் கெங்களால் ஏலும்?

அரசனும் கூட ஆண்டியா வானே!
இப்படி உண்மை யிருக்க, 'யாவும்
மக்களுக் காக வாரிக் கொடுத்தான்,

கடன்கள் வாங்கினான், கைச்சீட் டெழுதினான்,
ஒற்றி கொடுத்தான்' என்றுன் பெற்றோர்

எங்கள் ஐயாவைத் தூற்றவ தெல்லாம்
உணர்வில் லாமல் உளறுவ தல்லவோ?'
என்று கூறிய மொழிகள் யாவையும்
மங்கை கேட்டு, மனம்நொந் தழுது,
ஒன்றைப் பத்தாய்ப் பெருக்கி, உடனே

தாய்க்குச் சொன்னாள்; தந்தையும் அறிந்தார்;
பையப் பையப் பாட்டியும் அறிந்தாள்;
யாவரும் கூடி, என்கண் மணியை
'உனக்கிங் கென்ன உண்டடா பயலே!
உடையக் காரியைத் தடைவையோ பயலே?

பத்திர மாயிரு! பழைய காட்டுக்கு
அனுப்பி விடுவேன், அறிநீ பயலே!'
என்றிப் படிநா எழுந்தது சொல்லி,
ஏசி வசைகள் பேசிப் பிரம்பால்
ஐயோ! ரத்தம் சிந்த அடித்தனர்.

காணா தென்று கண்ணில் மிளகும்
இட்டனர், இரக்கம் கெட்டவர் பாவிகள்.
நடந்ததை யெல்லாம் நன்கறிந் தாலும்,
யாதும் பேசா திருப்பர்என் கணவர்.

☸

6. கடலாடு படலம்

நேர்ந்த வெல்லாம் நெடுநா ளாகியும்
நெஞ்சைவிட் டின்னும் நீங்க வில்லையே!
இவற்றை,
இறந்து போகுநாள் அன்றி, இடையில்
மறந்து போய்விட மருந்தும் இல்லையே?
சென்ற

ஆடி மாதம் அமாவாசை யன்று
குடும்பத் தோடு குமரித் துறையில்
தீர்த்த மாடச் சென்று, நாங்கள்
பட்ட பாடும் பரிசு கேடும்
சொல்லி முடியுமோ! சொல்லி முடியுமோ!

கரையில் தர்ப்பணக் கடனெலாம் முடித்து,
நீரில் இறங்காது நின்றனர் கணவர்.
நின்றனர், நின்றனர், நெடிது நின்றனர்.
கண்டவர், ‘இதற்கென் காரணம்’ என்றனர்.
அவரும்,

‘ஏக காலத் திவர்களை எல்லாம்
அங்கை பிடித்துநீர் ஆடு தற்குநான்
பன்னிரு கரத்தப் பரமன் அல்லவே,
இருபது கரத்தவ் இராக்கதன் அல்லவே,
ஆயிரங் கரத்தவ் அண்ணலும் அல்லவே!’

என்று பலபல சொல்லி, இறுதியில்
மணந்த முறையாய் மனைவிய ரெங்களைத்
தனித்தனி யாகத் தடங்கை பற்றிக்
கடல்நீ ராடினர். கதையிது பெரிதே!
இங்ஙனம்,

ஐந்து முறைநீ ராடிவந் ததனால்,
ஐயோ! அவரும் அறுபது நாள்விடாச்
சுரத்தில் விழுந்து துன்பம் அடைந்தனர்.
அடையவே,
ஏட்டைத் திருப்பித் திருப்பி யிருந்தும்
பாட்டைப் பாடிப் பாடி யிருந்தும்,
நாட்டு வைத்தியர் நாளைக் கடத்தினர்.
முடிவில்,
மிஷியன் தெரசர் – மிகத்தய வுள்ளவர்,
பொறுமை நல்லகைப் புண்ணிய முள்ளவர்,
இறைவன் அடிகள் இதயத் துள்ளவர் –
வந்தொரு வாரம் மருந்து கொடுத்துக்
கணவரை மீட்டிஎம் கைகளி லாக்கினர்.
இவர்,
காட்டை வெட்டிக் கஷாய மிடவோ
கடலைக் குறுக்கிக் குடிநீர் காய்ச்சவோ
மலையை யிடித்துச் சூரணம் வைக்கவோ
சொல்லி, எங்களைத் தொந்தரை செயவிலை;
அன்றியும்,
பணமோ காசோ பாதிவெற் றிலையோ,
எமக்குச் செலவுகள் ஏற்பட் டதுமிலை.
இவ்வறம்,
வையகத் தென்றும் வளர்க! வளர்கவே!
வையகத் தென்றும் வளர்க! வளர்கவே!

☸

7. பரிகலப் படலம்

ஐவரை மணந்தெம் கணவர் அடைந்த
துயரெலாம் இங்கே சொல்லி முடியுமோ!
இவரில் ஒருத்தியாய் எளியேன் அடைந்த
குறையெலாம் இங்கே கூறி முடியுமோ!
ஒருநாள் –
வெட்கம், வெட்கம், மிகவும் வெட்கம்!
துக்கம் துக்கம் பெரிதும் துக்கம்!
மனமும் நாணி வருந்துதே அம்மா!
நாவும் குழறி நடுங்குதே அம்மா!
எப்படிச் சொல்வேன்! யாவற் றிற்கும்
என்தலை விதியை யன்றியிவ் வுலகில்
எவரை நோக இடமுண் டம்மா! –
தீபா வளியோ திருக்கார்த் திகையோ,
நன்றாய் எனக்கு ஞாபக மில்லை;
வீட்டில் ஏதோ விசேஷ முண்டு;
வீரவ நல்லூர் விருந்து முண்டு;
பருப்பு முதலிய பற்பல கறிகள்
வகைவகை யாக வைத்தது முண்டு.
வந்த மனிதரும் எங்கள் மன்னரும்
அமுது செய்துகை அலம்ப வெளியில்
இறங்கினர். உடனே, எனக்கு முன்னாய்
வாழ்க்கைப் பட்ட மனைவிய ருக்குள்
இழுப்பும் வலிப்பும் எதிர்ப்பும் வந்தன;
அடியும் பிடியும் கடியு மாயின.
மனிதப் பிறவியில் வந்தவரா மென்று
எள்ளள வேனுமோர் எண்ண மிலாதவர்

கொண்டை பற்றிச் சண்டை செய்தனர்!
மண்டை ரத்தம் வடிய விட்டனர்.
என்னால்,
ஆன மட்டும் விலக்கினேன், அம்மா!
ஆகா தாகா தென்றேன், அம்மா!
கெஞ்சிக் கெஞ்சிச் சொன்னேன், அம்மா!
கீழே விழுந்துகும் பிட்டேன், அம்மா!
எதற்கும் அவர்கள் இணங்கினா ரில்லை.
எளியேன் செய்யவே றென்னுண் டம்மா!
கூகூ என்ற கூக்குரல் கேட்டுப்
பக்கத் துள்ளார் பலரும் வந்தனர்.
ஊரார் எல்லாம் ஒன்றாய்க் கூடினர்.
விருந்தின ரெல்லாம் விரலை மூக்கில்
வைத்த படியே மயங்கி நின்றனர்.
முடிவில்,
மேலவீட் டண்ணன் வெள்ளையம் பிள்ளை
(நல்ல மனிதர், நடுநிலை யுள்ளவர்,
நாலுகா ரியமும் நன்றாய் அறிந்தவர்,
பட்டுத் தேறிப் பழக்கம் வந்தவர்,
என்ன செய்யலாம்! இறந்துபோ யினரே!)
வந்தொரு வாறு வழக்கைத் தீர்த்தார்;
‘ஒவ்வொரு நாளைக் கொவ்வொரு மனைவி
புருஷன் எச்சில் புசித்திட வேண்டும்;
இடையில்,
தீபா வளியோ, திருக்கார்த் திகையோ,
வேறிம் மாதிரி விசேஷ நாளோ,
வந்திடு மாகில், வரிசை வரிசையாய்
ஐந்திலை யிட்டவை அனைத்திலும் அமுது
படைத்துப் புருஷன் பருகிய பின்னர்
பரிகலத் துள்ள பதார்த்த மெல்லாம்
மனைவியர் சரியாய் வகுத்துண வேண்டும்.
வழக்குகள் ஒன்றும் வரலா காது’ எனக்
கூறிப் போயினர்; கூடி யிருந்தோர்
யாவரும், ‘இதுவே நீதி’ என்றனர்.
என்றவர்
கலகமுண் டான காரண மறிந்து
சிரித்து நின்றார், ‘சீசீ’ யென்றார்;

‘எச்சில் இலைக்காய் இந்தக் களரி
கூட்டுவ ரோ?’எனக் கூறிப் போனார்.
ஐயோ!

துயரம், துயரம், பிறப்பே துயரம்;
பிறப்பினும் துயரம் பெண்மக ளாதல்;
பெண்மக ளாதலிற் பெரிதும் துயரம்
மருமக் கள்வழி வலையிற் படுதல்;
வலையிற் பட்டு வருந்தலில் துயரம்ஓர்

காரண வருக்குக் கழுத்தைக் கொடுத்தல்;
கழுத்தைக் கொடுத்தலில் துயரம் கருணை
இல்லா மாமிக் கிசைய நடத்தல்;
இசைய நடத்தலில் துயரம் என்போல்
பாரக மீதிப் பஞ்சபா விகளில்

ஒருத்தி யாக உயிர்பெற் றிருத்தலே!

☸

8. நாகாஸ்திரப் படலம்

இம்முறை யாக இருக்கும் காலம்,எம்
கணவரை ஒருநாள் மருமகன் கண்டு
வழக்குப் பேச வந்தான் அம்மா!
வந்தவன்,

அம்மான் என்றோர் அடக்கமில் லாமல்
மாமன் என்றோர் வணக்கமில் லாமல்,
கூறின மொழியெலாம் கூறுவேன், அம்மா!
"ஆத்தாள் செத்த அடியந் திரச்செலவு
ஆயிரம் பணத்துக் கதிகம் வருமோ?

விளையை நிலமாய் வெட்டித் திருத்த
பனையை விற்ற பணம் போதாதோ?
கண்ணி யம்மை கலியா ணத்தில்
கால்கா சுமக்குக் கைப்பொறுப் புண்டோ?
மருமகள் என்றொரு மஞ்சா டிப்பொன்

குச்சா கிலும்நீர் கொடுத்ததும் உண்டோ?
ஆண்டு தோறும் ஆதா யத்தில்
ஆயிரம் ரூபாய்க் கையம் இல்லையே!
ஏழாண் டாக இந்த மிச்சம்
எங்கே போச்சுது? என்னடா, அப்பா!

கேட்பா ரில்லையோ, கேள்வியு மில்லையோ!
நெட்டர மாவும் நெடுங்கண் வயலும்
யாரிடம் கேட்டுநீர் ஈடு கொடுத்தீர்?
கடனுக் கென்ன காரணம்? சொல்லும்.
ஊரில் காரிய விசாரம் உமக்கு

வேண்டாம் என்றேன்; 'விடுவனோ' என்றீர்.
கணக்கன் உமது கழுத்து முறிய
எல்லாச் சுமைகளும் ஏற்றிவைத் ததனால்,

அம்மன் வகைக்கீ ராயிரம் ரூபாய்
தெண்ட மிறுத்த கதைதெரி யாதோ?

உச்சிக் கொடைக்குப் பிச்சி வெள்ளையும்
கொழுந்தும் தாழம் பூவும் கொண்டு
வரவில்லை யென்றுநீர் வைரவன் மகனை
எட்டி யடித்த ஏதுவி னாலே,
எத்தனை ரூபாய் வாரி யிறைத்தீர்?

இதுநாள் வரையிலும் எங்கட் காக
எதைநீர் செய்தீர்? எதைநீர் தந்தீர்?
மக்கட் கெல்லாம் வாரிக் கொடுத்தீர்.
ஒருபூ வாகிலும் உழக்கு நெல்லு
பொலியள விந்தா கொண்டு போஎனத்

தந்ததும் உண்டோ? சரி, சரி, இன்னும்
உள்ள நிலங்களை ஒவ்வொன் றாக
ஒற்றி கொடுத்திடும்; மலரணை ஓலைகள்
எத்தனை வேண்டுமோ எழுதியும் வைத்திடும்;
பேர்க்கூ லிப்பிர மாணம் செய்யும்;

இட்ட தானம் எழுதிக் கொடுத்திடும்;
வேண்டு மானால் விலையும் கொடுத்திடும்;
மனைவி பேர்க்கும் மக்கள் பேர்க்கும்
உகந்துடை மைப்பிர மாணம் ஒன்றுநீர்
இருக்கும் போதே எழுதியும் வைத்திடும்;

மக்களை வீட்டில் வாழ வைத்திடும்;
எங்களைத் தெருவில் இறக்கி விட்டிடும்.
ஆசை அங்கே, அன்பும் அங்கே;
பூசை இங்கே! போசனம் இங்கே!
ஆரைக் கேட்டுநீர் ஐந்துகல் யாணம்

அடுக்கடுக் காகச் செய்தீர்? ஐயா!
பட்டப் பெயரும் 'பஞ்ச கல்யாணிப்
பிள்ளை' யென்றுநீர் பெற்றுவிட் டீரே!
அன்னியர் பொருளை அபகரிப் பதிலும்,
ஊரார் பொருளை உண்டுவாழ் வதிலும்,

கைதேர்ந் தவர்கள் காரண வர்களே!
கள்ளர் மறவர் கணக்கரும் இவருக்கு
எள்ளள வேனும் இணையா வாரோ!
கன்னக் கோலும் கையில் எடாமல்,
எழுது கோலும் இறகும் எடாமல்

இரவும் பகலும் இஷ்டம் போலத்
திருடும் திறம்இச் சீமையில் எவருக்கு
உண்டு? இதனை உணர்பவ ருண்டோ?
கள்ளன் கஜானாக் காவலன் ஆனால்,
கொள்ளை யடிப்பில் குறைவைப் பானோ?

செல்வ மெல்லாம் சிதையக் காரணம்,
சிறுவர் சோம்பித் திரியக் காரணம்,
மங்கையர் கண்ணீர் வடிக்கக் காரணம்,
வழக்குகள் மேன்மேல் வளரக் காரணம்,
குடும்ப நிலைமை குலையக் காரணம்,

நாஞ்சில் நாட்டுக்கோர் நாச காரணம்
எல்லாம் நீங்கள் என்றறிந் தல்லவோ
காரண வர்எனும் காரணப் பெயரைத்
தந்தனர் உமக்கும் அந்தக் காலமே.
காரணத் தீனம் கடிய தீனம்;

கண்டு ரத்தில் மருந்து கருத்தாய்க்
கொடுத்தா லன்றிக் குணமா காது.
போகர் மச்ச முனிபுலிப் பாணியர்
கருணா னந்தர் கருவூர்த் தேவர்
அகத்தியர் முதலிய ரிஷிகள் அனைவரும்

வைத்தியம் மந்திர வாதம் இவற்றைப்
பாட்டுக் கணக்காய்ப் பாடி வைத்தனர்!
ஏட்டுக் கணக்காய் எழுதி வைத்தனர்!
இவரும், காரணத் தீனம் இன்னதென்று
அறிந்தொரு குளிகை லேகியம் அல்லது

சூரணம் அதற்குச் சொன்னதும் உண்டோ?
அஷ்டாங் கிருத வைத்தியர், 'ஐயா
எல்லாப் பிணியிலும் பொல்லாப் பிணியிது,
எங்கள் நாட்டில் இப்பிணி யாலே
வருந்தா திருக்கும் மனிதர் சிலரே;

இதுநாள் வரையும் இப்பிணி தீர,
கஷாய மொன்று கண்டறிந் தவரிலை;
வயங்கரை மூசும் வைத்திய ரத்னமும்
எம்மா லாகா தென்றுகை விட்டிடில்
பிணியின் கொடுமை பேசவும் வேண்டுமோ?'

என்று கூறி யிருந்தனர், என்செய்வார்?
இங்கிலிஷ் டாக்டரும் இதற்கு மருந்துகள்

இருப்ப தாக இயம்பிடக் காணோம்.
இப்பிணி போல வெப்பை எழுப்பும்
பிணியிவ் வுலகில் பிறிதொன் றில்லை.

ஈக்களும் தேடி யீட்டிய தேன்போல்
பலரும் பலநாள் பாடு பட்டுக்
கூட்டி வைத்த குடும்ப முதல்இத்
தீனம் கொண்டவர் தீண்டுவ ரேல்,உடன்
ஆனை தின்ற விளாம்பழ மாம்;அதற்கு

ஐய மில்லை; அறியார் யாரே!
பாரும், பாரும், பத்திரமா யிரும்!
குடும்ப தோஷி என்றுமைக் கொண்டு
கோர்ட்டில் கேஸு கொடுப்பேன் பாரும்.
உண்மை யாக உம்மையும் அதனில்

சாக்ஷி போட்டு சமன்ஸை அனுப்பி,
வரவில்லை யானால் வாரண்டும் அனுப்பி,
(காலரை செலவாம் காரிய மில்லை)
கூட்டில் ஏற்றிக் குறுக்கு மறுக்காய்
'கிராஸும்' கேட்டுக் கேவல மாக்கி

விடவிலை யானால், வீர பத்திரன்
மகனென் றென்னை மதிக்கவே வேண்டாம்."

❁

9. கருடாஸ்திரப் படலம்

என்று மருமகன் இயம்பிய மொழிகளை
மாமன் கேட்டு, மனமிக நொந்து
“நல்ல தப்பா! நாகாஸ் திரங்கள்
இத்தனை தானோ! இனிவே றுண்டோ?
உன்னைச் சொல்ல ஒருகுறை யில்லை.
கலியன் முற்றின காலமி தல்லவோ?
என், மாமனார் இறந்து வருஷம்எட் டாக
யான்படும் பாடெலாம் யாரே அறிபவர்!
நாலாண் டாக நல்ல விளைவிலை;
செலவு கழிந்ததே தெய்வச் செயலாம்;
அடைமழை யாலே அழிந்ததோர் வருஷம்;
வெயிலின் கொடுமையால் வெந்ததோர் வருஷம்;
போன ஆண்டில் பொலியே இல்லை,
கொக்குநோய் விழுந்து குடியைக் கெடுத்தது;
கார்விளை வில்லை, பசானம் கரிந்தது;
விளைவிலை யாயினும் வீட்டுச் செலவில்
ஒருகுறை யேனும் உண்டோ? அப்பா!
பிள்ளைப் பேறும் பிறந்த நாளும்
இல்லா வருஷம் இல்லையே, அப்பா!
குடும்பச் செலவுகள் கூறி முடியுமோ?
ஒன்றா? இரண்டா? ஒன்பதா? பத்தா?
ஆண்டு தோறும் ஆலடி மாடன்
கொடைக்கு ரூபாய் கொஞ்சமா செல்லும்?
போன கொடைக்குப் புதிதாய் வந்த
வில்லுக் காரி வீரம் மைக்கு
நாலு சேலையும் ரூபாய் நாற்பதும்
கொடுத்தது நீயும் கூடி யல்லவா?
எனக்கு,

சல்லடம் கச்சை தைக்க மாத்திரம்
ஐம்பது ரூபாய் ஆச்சுதே, அப்பா!
போக்கில் லாத பயல்களைப் போலத்
துணியை அரையில் சுற்றிக் கொண்டு
நானும் ஆடினால் நன்றா யிருக்குமா?

காரணவன் என்றொரு கணிசம்வேண் டாமா?
பிலே!
சன்னதி முன்னே தறித்த கடாவுக்கு
இருபது ரூபாய் எண்ணிவைத் தேனே!
நீங்கள்,

அப்பன் மக்கள் அனைவரும் இங்கே
இருந்து தின்றது போதா தென்று,
கொடியிறைச் சிகளும் கொண்டு போனீரே?
இந்தச் செலவுகள் ஏற்படு வதனால்
மாடனை வணங்கா திருக்க லாமா?

கடன்பட் டாயினும் காலா காலத்தில்
வேண்டும் காரியம் செய்யவேண் டாமா?
கொடைஓ ராண்டு கொடுக்க முடங்கினால்
குடும்ப தோஷமும் குறையும் வராதோ?
அடே!

ஆத்தாள் செத்த அடியந் திரச்செலவு
ஆயிரம் பணமா? ஆறா யிரம்பணம்
என்று சொல்லவுன் வாய்க்கிய லாதோ?
பந்தல் இல்லையா? பாடை இல்லையா?
பறைமே ளங்களும் பாட்டும் இல்லையா?

நாலு தெருவும் நடைமாற் றில்லையா?
காள மில்லையா, கருங்கொம் பில்லையா?
களியல் கூத்தசை கம்புகள் இல்லையா?
முரசு வாத்திய முழக்க மில்லையா?
என்ன இல்லை என்தாய்க் கப்பா?

தோசை ஆயிரம் சுட்டு மூலையில்
ஆசை தீரவைத் தழுத தில்லையா?
பத்துச் சாக்குப் பயறும் ஒன்றாய்
அடுத்த கிழமையில் அவிக்க வில்லையா?
தேங்காய்,

இரண்டா யிரத்துக் கதிகம் எடுத்து,
வீடு வீடாய் விளம்ப வில்லையா?
பதினா றன்று, பார்ப்பார்க் கெல்லாம்,

பட்டும் குடையும் பாத ரட்சையும்
கட்டிலும் மெத்தையும் கடுக்கன்மோ திரமும்
பாயச பாத்திரம் பஞ்சபாத் திரமும்
அமுது படியும் அளிக்க வில்லையா?
மேலும்,
பசுவும் கன்றும், பத்து மரக்கால்
நிலமும், தானம் நெறிதவ றாமல்
செய்ய வில்லையா? தினமும் வெற்றிலைச்
செலவும் உனக்குத் தெரியா தோடா?
படிப்புரை யருகில் வைத்த படிக்கம்
பத்திர காளி பலிபீ டம்போல்
ஆனதை நீயும் அறியா யோடா?
பத்துப் பெண்கள் பட்டினி கிடந்து
பருத்திப் பொதிபோல் பதினா றாம்நாள்
வெளியில் வந்திட வேண்டு மானால்,
அவர்,
எத்தனை தோசை இட்டலிக் கெல்லாம்
ஏம காலரா யிருப்பார்? அப்பா!
இட்ட செலவெலாம் எடுத்துச் சொன்னால்
எண்ணி முடியுமா? எழுதி முடியுமா?
சிதம்பரக் கட்டளை, செந்திற் கட்டளை,
மதுரைக் கட்டளை வகைக்கொரு பூவில்
எண்பது கோட்டை நெல்லில் உழக்குக்
குறைந்த தானால் கொடுக்க முடியுமா?
பேயும் அஞ்சும் பெரும்ப ழுஞ்சி
ஐய னிடத்தில் ஆண்டு தோறும்
கொண்ட கடனைக் கொடுக்கா விட்டால்,
அவர், வயிற்றை ஊத வைத்திடு வாரே!
குறளியை ஏவிக் கொன்றிடு வாரே!
நினைத்தி ராமல் நிதமும் எத்தனை
செலவுகள் வந்திடும், தெரியுமா உனக்கு?
'சானல் வாச்சர்' சந்தனத் தேவர்க்கு
'அட்ரஸ்' கொடுத்த வகைக்கோ ராறு
ரூபாய் இன்று ரொக்கம் கொடுத்தேன்.
இனி,
இந்த மாதம் இருபதாம் தியதி
'கார்டர்' அண்ணன் காடு மாறிப்

போகிறார், அவரைச் சும்மா போகச்
சொல்ல லாமோ? சொல்நீ அப்பா!
இப்படி யிப்படி இன்னும் செலவுகள்
எத்தனை யோவரும்; எண்ணில் அடங்குமோ?
உழவன் மீதி உழவுக் கம்பென
உலகம் சொல்வதும் உண்மை அல்லவோ?
பிலே! நீ,
ஏழு வருஷமாய் இங்கிலீஷ் படித்தையே,
ஏ,பி, ஸி,டி எழுதத் தெரியுமா?
எத்தனை பணத்தை வாரி யெறிந்தேன்!
எல்லாம் பாழுக் கிறைத்த நீர்போல்
ஆக்கி விட்டாயே, அவலட் சணமே!
அந்தச்
சாஸ்தாங் கோவில் சாந்தி அய்யர்
மகனுக் கெத்தனை வயது காணும்?
அவன்,
படித்து, பீ.ஏ. 'பாசாய்', நல்ல
பதவியி லிருப்பதைப் பார்க்க வில்லையா?
உண்மை, உண்மை! ஒருதடை யில்லை.
பட்டினி கிடந்து படிப்பவர் மட்டுமே
பரீக்ஷை தேறுவர், பட்டமும் பெறுவர்!
அன்றி,
ஆமை வடைக்காய் அரைஞாண் பணயம்,
போளிக் காகப் புத்தகம் பணயம்,
சீடைக் காகச் சிலேட்டுப் பணயம்,
முறுக்குக் காக மோதிரம் பணயம்,
காப்பிக் காகக் கடுக்கன் பணயம்,
'காலரு'க் காகக் காறை பணயம்,
கூத்துக் காகக் குடையும் பணயம்,
இப்படி யாக, எல்லாம் பணயம்,
வைத்துத் தின்னும் வயிற்றுக் கள்வர்
வாழ்ந்திடு வாரோ? வாழ்ந்திடு வாரோ?
முருக்குத் தடிபோல் வளர்ந்தமுட் டாளே!
நீ, பணயம் வைத்த பண்டம் அனைத்தும்
எத்தனை தரம்நான் மீட்டி யெடுத்துத்
தந்தேன், அப்பா! தந்தேன், அப்பா!
அடே,

ஆறு வருஷமாய் ‘ஐக்கோர்ட்’ வரையும்
வழக்குப் பேசிஎன் மாமனா ருக்குப்

பணம்கடன் கொடுத்த பயல்களை எல்லாம்
பஞ்சாய்ப் பறத்தின பாதர் சிங்கமாம்
என்னையும் குடும்ப தோஷி என்றுநீ
சொல்ல வந்தாயே! சொல்ல வந்தாயே!
விலைக்கு விற்ற விளையை மைனர்

வியாச்சியம் செய்து, மீட்டினது உன்தன்
அப்பனா? நானா? ஆரடா? சொல்லு.
அன்பாய்ப் பேசும்உன் அப்பனால் உனக்கு
அரைக்கா சுக்கோர் ஆதாய முண்டோ?
மூத்த

காரணவர் பெற்ற கன்றுகள் கூடி
ஆயிரம் ரூபாய்க்கு ஆவ லாதி
வைத்ததை நீயும் மறந்தா யோடா?
அந்த
உகந்துடை மைப்பணம் ஒன்றும் அவருக்கு

இல்லா தாக்க என்னபா டெல்லாம்
பட்டேன் அப்பா! பார்த்தது மில்லையோ?
குசும்பன் சாமியும், குண்டுணிச் சுப்புவும்,
உன்,
அப்பனும் கூடி ஆலோ சனைகள்

செய்த தெல்லாம் தெரியும், தெரியும்!
அறிந்த வித்தைகள் அனைத்தையும் அவரைக்
காட்டச் சொல்போ, காட்டச் சொல்போ!
கோர்டில் வியாச்சியம் கொடுக்கச் சொல்போ!
‘செருப்பா லடித்தா செலவுக்கு வாங்குவார்?’

வாங்கட்டும், வாங்கட்டும்! வட்டி முடையட்டும்!
நாஞ்சி னாட்டுக்கு நன்மையுண் டாகட்டும்!
இனியுள காலம் எக்கா ரணவனும்
காடும் மேடும் கரையும் சுற்றி,
ஊணும் உறக்கமும் இன்றி உழைத்து,

விளையும் விளைவெலாம் வீசித் தூற்றி,
ஈரமும் பதரும் இல்லா தகற்றி,
சாக்கில் அளந்து தலையில் எடுத்து,
மாதா மாதம் மருமகன் ராஜா
திருவுளங் கொண்டெழுந் தருளி யிருக்கும்

கொட்டா ரத்தில் கொண்டு சென்று,
அவர்,
குறட்டைச் சுருதியில் கும்ப கர்ணப்
படலம் அன்பாய்ப் பாரா யணம்செயும்
காலமா யிருந்தால் காத்துநின்று, அல்லது,

நடுமனை கீறி, 'நாயும் புலியும்'
இஷ்டர்கள் கூட இருந்தி மூக்கும்
வேளையா யிருந்தால் விலகிநின்று, அல்லது,
புகையிலை வாயிற் போட்டுக் கொண்டு
பொடியும் மூக்கில் ஏற்றிக் கொண்டு

'இறக்கு, வெட்டு' என இரைந்து கொண்டு
இடையிடைச் சண்டையும் எழுப்பிக் கொண்டு
பக்க மந்திரிகள் பலரொடும் சீட்டுக்
கச்சேரி செய்யும் காலமா யிருந்தால்
ஓரிடம் மாறி ஒதுங்கி நின்று,

தாயப் போர்க்கொரு தடைசெய் யாமல்,
குடித்தன மில்லாக் குறிகள் அறிந்து,
தடித்தன மில்லாச் சமயம் பார்த்து,
'அரசே! பெருந்திரு அமுதுக் காக
இம்மா தத்துக்கு ஏற்படும் நெல்லிதை

அளந்து களஞ்சியத்து ஆக்கிடக் கற்பனை
பாலித் தருள்வீர்' என்று பணிந்து
நிற்கும் படிக்கு நீயும் 'கோர்ட்டு'த்
தீர்ப்பைப் பெற்றுச் சீக்கிரம் வா, போ!
உள்ளநா ளெல்லாம் உங்கட் காகநான்

உழைத்தது இந்த ஊர் அறியாதோ!
பொண்டாட் டிக்கும் பிள்ளை கட்கும்
இத்தனை நாளாய் எத்தனை கொடுத்தேன்?
உண்ணச் சோறும் உடுக்கத் துணியும்
கொடுத்தால் என்ன? குறைவாய் விடுமோ?

அடிமைகள் போல்இவர் அத்தனை வேலையும்
செய்வதும் உனக்குத் தெரியா தோடா?
'வயலைப் பார்த்து வா' எனில், 'கிழட்டுப்
பயலே! உனக்குப் பயித்தியம்' என்பாய்!
'கொத்தை அளந்து கொடு'என் றால் 'நீ

வைத்த ஆளோ? மாட்டேன்' என்பாய்!
போன பூவில் புளியடிச் சூடு
வட்டம் தள்ளி வரும்போது உன்னிடம்

‘களத்தில் சென்று கண்காணி’ என்றேன்;
அந்தப் படியே அவ்விடம் சென்றுநீ

நிமிஷப் பொழுதில் நெல்அரைக் கோட்டை
கடத்தி விட்ட கதையும் எனக்குத்
தெரியா தோடா? திருட்டுப் பயலே!
மறுநாள்,
விடியற் காலம் விசாரிப்புக் காரன்
சாக்கும் இருபதாம் நம்பர் ‘ஷாப்பில்’
இருந்தது கண்டுவந்து என்னிடம் சொன்னான்;
‘வெளியில் சொன்னால் வெட்க மல்லவோ?
ஊரும் நாடும் ஒன்றாய்ச் சிரிக்குமே!’
என்று பேசாது இருந்து விட்டேன்.

அடே,
செப்பில் கிடந்த திருக்குப் பூ,அன்று
எப்படி இறங்கி இரண்டாம் குடியாள்
கொண்டையில் சென்று குடியே றியது?
என்னைக் குடும்ப தோஷி யென்று

கூற உனக்குவாய் கூச வில்லையோ?
குடும்பத் துக்கொரு குறையும் வராமல்
காரியம் பார்க்கும் கார ணவர்களில்,
எல்லா வகையிலும் என்னைப் போல
நல்லவர் இந்த நாஞ்சில் நாடு

பன்னி ரண்டு படாகையில் உண்டோ?
என்று வீரம் பேசி எழுந்தனர்.

☸

10. வாழ்த்துப் படலம்

. . . இக்கொடு மொழிகளாம்
கருதற் கரிய கருடாஸ் திரங்கள்
பலவும் நெஞ்சிற் பாய, மருமகன்,

புண்பட் டுள்ளம் பொறுக்க முடியாது,
ஐயோ! என்றுகண் ணீர்விட்டு அழுது,
தந்தை தாயார் தம்மிடம் சென்று
விளைந்த எல்லாம் விரிவா யுரைத்தான்;
கோபம் பொங்கிக் கொதித்து வரும்படி

சிற்சில இடையிடை சேர்த்தும் கொண்டான்.
செப்பிய சொற்கள் தீயிற் காய்ச்சிய
கம்பிகள் போல்இரு காதும் நுழைந்திட,
வீர பத்திரப் பிள்ளை வெகுண்டு,
கால்நிமி ஷத்துஎன் கணவரைக் கண்டு,

"அடடா மூடா! அதர்மசண் டாளா!
வஞ்சகா! கொடிய மறவா! குறவா!
நெஞ்சில் இரக்கம் இல்லா நீசா!
மடையா! நீயென் மகனை நோக்கி
ஊத்தை வாயால் உளறின மொழிகளை

இன்னும் ஒருமுறை என்முன் வந்து
சொல்லடா பார்ப்போம், சொல்லடா பார்ப்போம்!
பள்ளிப் பையனை, பதினா றாண்டு
திகையாப் பாலனை, தெரியாச் சிறுவனை,
கன்னியும் காப்பும் காணாக் குமரனை,

கள்ளன் என்றும் கபடன் என்றும்,
கள்ளை யுண்டு களிப்பவன் என்றும்,
தடியன் என்றும் மடியன் என்றும்,
தாசிகள் வீட்டுத் தானிகன் என்றும்,
பழித்துப் பேசிய பாதகா! உன்தன்

நாவை யரிந்து நாய்முன் எறிந்தா
லன்றி என்சினம் ஆறாதே, அடா!
உன்மகன் சாமி ஒழுங்குகள் எல்லாம்
யான்அறி யேன்என் றிருந்தா யோடா?
அவன்,

பரத்தை நாடிப் பௌரணை தோறும்
கன்னிப் பதிக்குப் போகும் காரணம்
பக்தியின் மிகுதியோ? பணத்தின் மிகுதியோ?
உண்டு கொழுத்த உரத்தின் மிகுதியோ?
உண்மை யறிய உனக்கு முடியுமோ?

கள்ளுக் குடிக்கிற காரிய மெல்லாம்
மந்தா ரம்புதூர் மதுவிளை நாடான்
கிட்டின முத்துவைக் கேட்டால் தெரியும்.
நான்சொன் னால்நீ நம்புவை யோடா?
பள்ளியில் உன்மகன் படித்துப் பெரிய

பரீக்ஷையும் கொடுத்துப் பட்டமும் பெற்றுஒரு
மாதவ ராயராய் வரட்டும், அப்பா!
நாடும் நகரும் நடுங்கட்டும், அப்பா!
அழகு! அழகு! அதிசயம்! அதிசயம்!
பெற்ற புத்திரன் பெரும்பிழை செய்யினும்

சிறுவன் செய்த சிறுபிழை என்பாய்,
சினந்திட மாட்டாய், சிரித்து விடுவாய்.
ஏசினும் பேசினும் எட்டி யடிப்பினும்
மறுத்தரை செய்யாய், பொறுத்துக் கொள்வாய்.
'மக்கள்மெய் தீண்டலுடற் கின்பம் மற்றவர்

சொற்கேட்டல் இன்பம் செவிக்'கெனச் சொல்லும்
உண்மைக் குறளின் உட்பொருள் அறிந்து
நடப்பவர் உன்போல் நானிலத் தில்லை!
ஆனால்,
மருமகன் வந்து வணங்கி நின்று

வாழ்த்த எண்ணி வாயைத் திறக்குமுன்,
வைதான் என்று பொய்தான் சொல்வாய்!
அடியேன் என்றுஅவன் அங்கை கூப்பினும்,
அடித்தான் என்று அநியாயமே கூறுவாய்.
காரண வா!உன் காரிய மெல்லாம்

அற்புதம்! அற்புதம்! அற்புதம்! அப்பா!
ஒருகண் வெண்ணெயும் ஒருகண் நீறும்
வைப்பதும் உனக்கு வழக்கம் தான்,அடா!

இதற்குச் சாத்திரம் எங்கே பார்த்து
வைத்திருக் கின்றீர், மாப்பிள்ளைத் துரையே!

போட்டும்;
ஆண்டு தோறும் அறுப்புக் காலம்உன்
நாலாம் மனைவி நாடகக் காரி,
வித்துத் தண்டும் வாளை மீனும்
முருங்கைக் காயும் மொச்சைக் கொட்டையும்

வட்டி வட்டியாய் வாங்கி வாங்கிக்
கறிகள் வைத்துக் கஞ்சியும் வைத்து,
கஞ்சியை
ஆற்றி ஆற்றி அரையரை அகப்பையாய்
விட்டுக் கொண்டு, விசிறி எடுத்து

வியர்வை மாற வீசிக் கொண்டு,
பற்பல பேச்சிலும் பக்குவ மாக
உண்மையும் பொய்யும் ஒருங்கு கலந்து
காலம் போக்கும் காரணம் இன்னதென்று
அப்ப முத்துநீ அறிவா யோடா?

கொட்டுக் குடவைப் புட்டும் தின்று,மேல்
குறுணிக் காப்பியும் குடித்தால் போதுமா?
வீட்டுக் காரியம் விசாரித்து அறிய
மதியில் லாதவன் மனிதனா? மாடா?
சாளையும் சோறும் சண்ணும் சப்பா,

களத்துச் சுவரைக் கடந்து போவது
எத்தனை வட்டிநெல் என்றுஅறி வாயோ?
கூடப் பிறந்தவள் கும்பி கொதித்து
வந்துநின் றாலும், மாபா தகன்நீ,
ஆழக்கு நெல்லும் அளித்திடு வாயோ!

அலர்தலை யுலகில் அறவழி நில்லா
அரசர் மகுடம் அனைத்தையும் ஒன்றாய்
அடித்து நொறுக்கி அழலிற் காய்ச்சி
மாசெலாம் அகற்றி வையகம் தொழுதன்
அடியில் இடுஞ்செருப் பாணிகள் ஆக்கவும்,

அவர்,
கொடுங்கோல் எல்லாம் குதிரைப் பாகர்
தாங்குதற் குரிய சவுக்குகள் ஆக்கவும்,
ஈட்டி வாள்இவை யாவையும் முறித்துப்
பண்பட நிலம்உழு படைகள் ஆக்கவும்

கொடிகள் கொற்றக் குடைகள் இவற்றைச்
சிறுசிறு துண்டாய்க் கீறிச் சிறுமியர்
பாவைக்கு அணிபா வாடைகள் ஆக்கவும்,
நாடும் நகரும் நாசம் செய்யும்
பென்னம் பெரிய பீரங் கிகளை
இந்திய நாட்டில் இழுத்துக் கொணர்ந்து
செந்நெல் கோதுமை தீங்கரும்பு என்று
பன்னப் படுபல பயிர்களும் ஓங்குநம்
நிலங்களில் என்றும் நீர்வளம் பெருகக்
கங்கை யமுனை காவிரி முதலிய
வற்றிலா நதிகளில் மடைகள் ஆக்கவும்,
கங்கணம் கட்டியெம் காவலர் காவலன்
ஐந்தாம் ஜ்யார்ஜாம் அமரா பரணன்
பூதலம் மீதலம் பாதலம் நடுங்க
ஏம கால தூதரும் இளைக்கக்
கடும்போர் செய்யும் இக்காலந் தன்னில்
காரண வர்களே! காரண வர்களே!
குடும்பந் தோறும் கொடுங்கோ லரசு
நிலைத்திட முயல்வது நீதிதா னாகுமோ?
அது,
நீணிலத்து இனியொரு நிமிஷம் நிற்குமோ?
ஐயோ! இவர் செய்யும் அநியா யங்களை
அறிபவர் யாரோ! அறிபவர் யாரோ!
கொடுங்கோ லரசர் குடிகளைப் போல்,இக்
காரண வர்களின் கைக்கீழ்த் தங்கி
இரவும் பகலும் எவ்வெப் பொழுதும்
மாறாக் கண்ணீர் வடிய விட்டுத்
தீராத் துயரம் தீருநாள் எண்ணி
நைந்து நொந்து நாளைக் கழிப்பவர்
எத்தனை எத்தனை எத்தனை என்பேன்!"
என்றெலாம் சொல்லி இனிய மொழிகளால்
வாழ்த்தி நல்ல வரங்களும் கொடுத்துத்
தெருவில் இறங்கினார். சிறிது தூரம்
சென்று, பின்னும் சீறிச் சினந்து
வந்தார்; வந்த வரவில், மண்டை
படீரென வாசற் படியில் மோத,
முன்னிலும் கோபம் மூண்டு, "மூடா!

வஞ்சகா! உன்குட வண்டியைக் கலக்கிப்
போடுகிறேன் பார்... ... ...
... ...
... ..."
படபட என்று பற்பல மொழிகளைப்
பொரித்துக் கொட்டிப் போனார், அம்மா!
கணவரே,
வைய வைய வைரக் கல்லும்
திட்டத் திட்டத் திண்டுக் கல்லும்
ஆகி யிருந்தனர்... ... ...

❋

11. கோடேறிக் குடி முடித்த படலம்

ஐயோ! ஐயோ! அடங்கா வீர
பத்திரப் பிள்ளை, (பாவி பாதகன், என்
குடியைக் கெடுத்த கொடிய சண்டாளன்,
அரக்கன், ஏழரை ஆண்டைச் சனியன்)
விரைவில் ஓடி வீட்டில் சென்று,
மனைவியை அழைத்து மண்டையைக் காட்டி,உன்
அண்ணன் அடித்த அடிகளைப் பாரடி!
இன்றைக்கு,
உயிர்போ காமல் இருந்தது உன் தாலிப்
பாக்கியம் தானடி, பகவான் செயலடி!
அவன், எண்ணிப் பாராது ஏசின ஏச்சில்
கடுகள வேனும்உன் காதில் விழுந்தால், நீ
நஞ்சைத் தின்பாய், நான்று சாவாய்,
நாக்கைப் பிடுங்கி நடுங்கி இறப்பாய்,
ஆற்றில் குளத்தில் அலறி விழுவாய்,
சங்கிலித் துறைபோய்ச் சாடி யொழிவாய்;
இதற்கோர் ஐயம் இல்லை, இல்லையே!
என்னைப்
பறைப்பயல் பள்ளப் பயலினும் கேடாய்
நினைத்துப் பேசின நீசன் அவனை
வாயில் மண்ணை வாரி யடித்து
வீட்டை விட்டு வெளியி லிறக்கின
அன்றைக்கு அல்லவோ ஆண்பிள்ளை யாவேன்?
என்று பற்பல இன்னும் சொல்லி
கோபா வேசம் கொண்டவ னானான்.
கூட இருந்த குசும்பன் சாமி
போதா தென்று புகையும் போட்டான்.
வீணாய்க் கதையை விரிப்பதேன்? அம்மா!

அப்பனும் மகனும் அண்டை வீட்டுக்
குசும்பன் சாமியும் குண்டுணிச் சுப்புவும்
கோட்டு மாடன் பிள்ளையும் கூடி
இரவு முழுதும் இருந்து, யோசனை
பலவும் செய்து, பலபல வென்று

விடியு முன்னம் விரைவா யெழுந்து,
பானையில் கிடந்த பழவோ லைகளும்
முறிப்பெட்டி யிலுள்ள முன்னோ லைகளும்
கைச்சீட் டுகளும் கடச்சீட் டுகளும்
கைச்சாத் துகளும் பொய்ச்சாத் துகளும்,

பத்திரச் சுருளும் பகர்ப்புச் சுருளும்,
எல்லாம் சுமடாய்க் கட்டி, இரண்டொரு
முண்டைப் போட்டு மூடிப் பொதிந்து
தோளில் வைத்துச் சுமந்து கொண்டு,
நாகையம் பதியை நாடிச் சென்றனர்.

அங்கு,
நீதிக் கெல்லாம் நிலைய மாகியும்
உண்மைக் கெல்லாம் உறைவிட மாகியும்
கருணைக் கெல்லாம் களஞ்சிய மாகியும்
வாழும் நியாய வாதிகள் தங்கும்

வீதியை முற்ற விலகிச் சென்று,வீண்
விவகா ரங்கள் விளைநில மாகியும்
பொய்கள் அடைக்கலம் புகுமிட மாகியும்
குதர்க்கம் குடிகொளும் குகையிட மாகியும்
திருஅவ தாரம் செய்தன் றிருந்தஓர்

அண்டப் புரட்டன் வக்கீல்ஆ பீஸில்
ஆனைப் பொய்யன் குமஸ்தனை யறிந்து,
காரியம் சொன்னார், கதைகளும் சொன்னார்;
'காரணவ னைப்பல காரணத் தாலே
மாற்றும் படிக்கு வந்தோம்' என்றார்;

புற்றை விட்டுப் புறம்போ காமல்
பட்டினி கிடக்கும் பாம்பின் வாயில்
தேரை குதித்துச் சென்று விழுவதும்
நாகம்முன் செய்த நல்வினைப் பயனோ?
தேரைமுன் செய்த தீவினைப் பயனோ?

ஈதெனச் சொல்ல எவரால் ஆகும்!
செல்லும் செலவு செய்திட, ரூபாய்
நூற்றைம் பதுக்கோர் நோட்டு, வக்கீல்

மைத்துனன் முத்து வாத்தியார் பேருக்கு
எழுதி முடித்தார்; எடுத்து வந்த

ஆதா ரங்கள் அனைத்தும் கொடுத்தார்;
இவரிவர் சாக்ஷிகள் என்றும் சொன்னார்;
வெள்ளை மடத்துக் கள்ள பிரானெனும்
மூத்த பிள்ளையே முதலாம் சாக்ஷி;
மாத்தால் கணக்கு மகரா சன்மகன்

பிச்சைக் காரன் பின்னொரு சாக்ஷி;
இருக ணில்லா இருளப் பன்மகன்
முத்தொளி மறவன் மூன்றாம் சாக்ஷி;
ஐயம் பிள்ளை அண்ணாவி புதல்வன்
நல்ல பிள்ளை நாலாம் சாக்ஷி;

பொய்சொலா மெய்யன் புத்திரன் மாறி
யாடும் பெருமாள் ஐந்தாம் சாக்ஷி.
நம்பர் பதித்த நாலாம் மாதம்
ஒருநாள் காலை, உறக்கப் பாயில்
எழுந்து என் கணவர் இருக்கும் பொழுது,

கறுப்பன் கட்டையன் கப்படா மீசைக்
காரன் ஒருவன், காலனைப் போல,
கோர்ட்டுச் சம்மனைக் கொண்டு வந்தான்,
(நச்சுவா யண்ணன் நாச காலன்
வீர பத்திரன், வெட்டையாய்ப் போவான்),

எண்ணினது போல எல்லாம் ஆச்சுதே!
நினைத்தது போல நேரம் விடிந்ததே!
இந்நாள் இங்கு யான்படும் பாடெல்லாம்,
நாளை
அவரும் மக்களும் அனுபவிப் பார்கள்,

யாதும் தடையிலை, யாதும் தடையிலை;
பத்தினி என்சொல் பழுதா காது,
உத்தமி என்சொல் ஊரையும் சுடுமே;
கேட்கும், கேட்கும், தெய்வம் கேட்கும்!)
சேவகன் வந்த காரியம் தெரிந்தோ,

இயல்பாய்த் தானோ (யாதோ அறியேன்)
மேல வீட்டிலிருந்து வெள்ளையம் பிள்ளை
அண்ணனும் அப்பொழுது அங்கு வந்து,
‘யார்இவன்’ என்றனர்; ‘இன்னார்’ என்றோம்;
சம்மனைப் படித்துச் சங்கதி யறிந்துஎன்

புருஷனை நோக்கி, “போன தெல்லாம்
போகட்டும், ஐயா! பொய்கைப் பற்றில்
ஆறு தடியும், அணஞ்சி விளையும்
துலுக்கன் தோப்பும், தோட்டிச்சி மேடும்,
மேலத் தெருவில் மேடை வீடும்,
ஈரணை ஏரும், ஏழு பசுவும்,
யாதொரு கடனும் இல்லா மல்,நீர்
இருக்கு மட்டும் யாப்பிய மாகவும்
அப்பால் அவற்றைஉம் அருமை மக்கள்
ஒன்று விடாது உகந் துடைமை யாகவும்
எடுத்துக் கொள்ளஓர் ஓலை யெழுதி
உம்மை மக்களோடு ஒதுக்கி விடுவரேல்,
வாங்கிக் கொண்டு வழக்கில் லாமல்
சும்மா இருப்பது மெத்த சுகமாம்.
இப்படி ராஜி எழுதிக் கொடுக்க
உமக்குச் சம்மத முண்டோ? சொல்லும்.
வியாச்சிய மென்னும் சுழியில் விழுந்து
கறகற வென்று கறங்கி மயங்கி,
கைப்பொருள் இழந்து கடனும் வாங்கி
வீணாய்த் துன்பம் விளைத்திட வேண்டாம்,
அல்லலை விருந்துக்கு அழைத்திட வேண்டாம்!
தொல்லைக்குத் தூது சொல்லிட வேண்டாம்!
ஐயோ! கோர்ட்டுக்கு ஆரே போவார்!
ஐயோ! கோர்ட்டுக்கு ஆரே போவார்!
பண்டொரு நீதிபதி, தம் கோர்ட்டு
வாயிலின் வந்த மனித ரெல்லாம்,
உடைந்த ஓட்டை ஒருகையி லேந்தி
வழக்கு இழந்தவன் வாடி நிற்பதையும்,
தாட்பொதி யொன்று தலையிற் சுமந்து
வென்றவன் உடலம் மெலிந்து நிற்பதையும்
கண்களால் கண்டு கண்டு, நாளும்
நல்லறிவு எய்திட நடைநடை தோறும்
இருபுறச் சுவரிலும் இரண்டு உருவங்கள்
செய்து வைத்த கதைதெரி யாதோ?
இழந்தவர் வென்றவர் இருவர் மீதியும்
இவைக ளன்றி வேறு எவையும் உண்டோ?
புத்தியில் லாஇரு பூனைகள் பண்டு
வானரத் திடம்போய் வழக்குச் சொல்லி

உள்ளதும் இழந்துவே றுணவும் இன்றி
வெறுங்கை யாகி வெட்கி மீண்டதாய்

நாம்,
பள்ளியில் பாடம் படிக்க வில்லையோ?
கோர்ட்டில் சென்று குதித்திட வேண்டாம்.
அரையடிச் சுவருக் காகஜக் கோர்ட்டு
வரையிலும் ஏறி வழக்குப் பேசி

அந்திர புரத்து மந்திரம் பிள்ளை
அடியோடு கெட்டது அறிய மாட்டீரோ?
வடக்கு வீட்டு மச்சம் பியும்அவர்
மருமக் களுமாய் வருஷம் எட்டாக
மாறி மாறி வாதம் செய்து

யாவையும் போக்கி, இரவா வண்ணம்
இரந்து திரிவதை இவ்வூ ரில்நாம்
கண்ணால் இன்று காணவில் லையோ?
வேலுப் பிள்ளை வீட்டு நம்பரில்,
ஐந்தாம் சாக்ஷி ஆண்டி அவனை

அழஅழப் படுத்தி, அறுபது ரூபாய்
வாங்கிக் கொண்டு,மேல் வாயிதாத் தோறும்,
'வீட்டுக் காரியம் வெட்ட வெளிச்சம்,
முட்டப் பஞ்சம், மூதேவி வாசம்;
பானையி லேபத் தரிசி இல்லை,

உப்போ புளியோ ஒன்று மில்லை,
உச்சிக்கு எண்ணெய் ஒருதுளி யில்லை,
தொட்டில் கட்டத் துணியு மில்லை,
காந்தி மதிக்குக் கண்டாங்கி யில்லை,
எனக்கும் வேட்டி யாதொன் றுமில்லை;

இப்படி யிருக்க, எப்படி உமக்காய்
கோர்ட்டில் மொழிநான் கொடுக்க வருவேன்?'
என்று சொல்லி, எத்தனை பணத்தைத்
தட்டிப் பறித்தான் சண்டாளன், அப்பா!
முளைய நல்லூர் முதல்பிடிப் பிள்ளை

அண்ணனும் இப்படி யாகக் காரணம்,
விளாத்திக் கோண விவகார மல்லவோ?
எத்தனை வகையை இழந்தார், அப்பா!
மூக்கறை யன்விளை மூலையில் நிற்கும்
பலாமர மொன்றுமே பத்துக் குடும்பம்

தாங்கி, மீதியும் தருமே, அப்பா!
அந்த
மதினி கழுத்தில் மங்கிலியம் தவிர
எல்லா நகையும் இறக்கி விட்டாளே!
ஒவ்வொரு காதிலும் உழக்குழக் குப்பொன்

இட்டிருந் தாளே! எல்லாம் போச்சே!
ஆளும் வேற்றாள் ஆகி விட்டதே
கருந்தாளி உலக்கை கையில் எடுத்து அவள்
கோவில் நெல்லைக் குத்துவாள் என்று
யாவ ராயினும் எண்ணினது உண்டா?

என்ன செய்வாள், ஏழை! பாவம்!
நட்டியும் குட்டியும் நாழியும் உழக்குமாய்
ஏழு மக்களை எப்படி வளர்ப்பாள்?
கோர்ட்டு வழக்குக் கொஞ்சமா செய்யும்?
இதுவும் செய்யும், மேல் எதுவும் செய்யும்;

கட்டுக் கட்டாய்க் காய்கறி யனுப்பவும்,
வல்லம் வல்லமாய் மாம்பழம் அனுப்பவும்,
பானை பானையாய்ப் பால்நெய் யனுப்பவும்,
மந்தை மந்தையாய் மாடுகள் அனுப்பவும்,
வண்டி வண்டியாய் வைக்கோல் அனுப்பவும்,

யாரால் முடியும்! யாரால் முடியும்!
எந்தக் குடும்பம் ஈடு நிற்கும்?
ஐயா,
வழக்கும் இழந்து வகையும் இழந்து
யாவும் இழந்து உளம் ஏங்கி யிருக்கும்

கைலாசம் பிள்ளைக் கரையாளன் வீட்டை
வக்கீல் பீஸு பாக்கி வகையில்
எழுபது ரூபாய்க்கு ஏலம் கூறிக்
கொட்டிக் கொட்டிக் கொண்டு போனதும்
நேற்றுத் தானே, நினைவு மில்லையோ?

இந்த மாசம் எட்டாந் தேதி
மேலத் தெருவில்... ... வீட்டில்
ஜப்திக்கு வந்த தலைவன், ஐயோ!
எள்ளள வேனும் இரக்கமில் லாமல்,
அந்தக்

கிழவனைத் தூக்கிக் கீழே போட்டுக்
கட்டிலை வெளியில் கடத்தச் சொன்னதும்,
தண்ணீர் குடிக்கும் சமயம் பார்த்துப்

பிள்ளைக் கெண்டியைப் பிடுங்கச் செய்ததும்,
சருவம் பானை சட்டுவம் அகப்பை
குட்டுவம் செம்பு குழியல் முதலாய்
உப்போடு சிரட்டை ஒன்றுமில் லாமல்
எல்லாம் வண்டியில் ஏற்றிச் சென்றதும்,
நாம்
கண்ணாற் கண்டதோ? கனவோ? ஐயா!
நாமெல்லாம் சேர்ந்து நடத்தின கட்சிக்
கொடையில், மாடன் கொண்டாடி நம்பி
சந்தனம் பூசிச் சல்லடம் கட்டிப்
பூவை யெடுக்கப் போன பொழுது,
வாறண்டுக் காரன் வந்ததை யறிந்து.
குட்டிச் சுவரெல்லாம் குதித்துச் சாடி
வாய்க்கால் வழியாய் வடக்கே யோடி,
ஒருவரும் காணாது ஓச்சன் குளத்து
மடைக்குட் சென்று மறைந்து கொண்டதும்,
‘சாமி சுடலைச் சாம்பலி லாடி
விளையா டுதற்கு வேகமாய்ப் போகிறார்’
என்று நினைத்து அங்கிருந்தவ ரெல்லாம்
எழுந்து போனதும், எங்கும் தேடிக்
காணா தானதும், கடைசியில் உண்மை
தெரிய வந்ததும், செலவோடு செலவு என்று
ஏழு ரூபாய் எண்ணிக் கொடுத்து
வாறண்டை அன்று மடக்கி விட்டதும்
நடந்த காரியமோ? நாடகந் தானோ?
வியாச்சியம் வேண்டாம், வியாச்சியம் வேண்டாம்;
தேடின முதலைத் தெருவில் வாரி
இறைக்க வேண்டாம்; இறைக்க வேண்டாம்.
அல்லும் பகலும் அலுப்பில் லாமல்
ஆஆ என்று அலை ஆமீன் வாயில்
அகப்பட் டார்வெளி யாவது முண்டோ?
சுறாமீ னையுமே தூக்கி விழுங்கும்
பொல்லா மீன்இது போலொரு மீனைக்
கடலினும் கூடக் கண்டவ ரில்லை.
‘எவரினும் பெரியவன் யானே ஆவேன்;
எப்பெரு வேலையும் எளிதில் முடிப்பேன்;
இம்மிரு கத்தையும் எடுத்தொரு நொடியில்

வானெல்லாம் சுற்றி வருவதற் குள்ள
ஆற்றலு முடையேன்; ஆனால், அத்திறம்
அனைத்தையும் வெளிப்படை யாகக் காட்ட
அற்பமும் ஆசை எனக்கிலை; அன்றியும்,
உருவமோ நீளமோ உயரமோ கண்டே

மூட உலகம் மோசம் போகும்;
ஆதலால் ஒருவரும் அறியா திருந்துஇந்
நாலுகை யானை நடத்து கின்றேன்'
என்றுதன் முதுகி லிருக்கும் ஈயொன்று
எண்ணாது டம்பம் எடுத்துரைப் பதுபோல்,

'இரவும் பகலும் இடைவி டாமல்
பற்பல வருஷம் படித்து பீ.எல்.,
எம்.எல். பட்டம் எல்லாம் பெற்று
வந்திடும் பெரிய வக்கீல் மாரும்,
யாங்க ளில்லையேல் என்செய் வார்?'எனப்

புத்தி யிலாது புலம்பித் திரியும்
குமஸ்தா வெனும்ஈக் கூட்டம் உம்மைக்
குத்தி ரத்தம் குடித்திடும், ஐயா!
கோர்ட்டில் சென்று குதித்திட வேண்டாம்!
குதித்துக் குடியைக் கெடுத்திட வேண்டாம்!

'இன்ன படியென்று எழுதி விட்ட
சிவனே வரினும் சிறிதும் அஞ்சேன்,
விதியினுக்கு ஆயிரம் விக்கினம் சொல்வேன்;
வருகிற வழியாய் வந்து எனைக் கண்டால்
சிக்கெலாம் போக்கித் தீர்ப்பையும் நடத்தித்

தருவேன்' என்று சற்றும்வாய் கூசாது
உரைக்கும் அந்த உத்தம புருஷன்
நிறையா வயிற்றை நிறைத்திடக் கடலைத்
திறந்து விட்டாலும் திகையுமோ? ஐயா!
வீட்டை விட்டு வெளிவரா உமக்குக்

கோர்ட்டுக் காரியம் கொஞ்சமும் தெரியுமோ?
பாரப் படிகளும் பட்டிகைப் படிகளும்
சாக்ஷிப் படிகளும் சமன்ஸூப் படிகளும்
கணக்கி லடங்காக் கமிஷன் படிகளும்
ஜப்திப் படிகளும் லேலப் படிகளும்

வாறண்டுப் படிகளும் வாசற் படிகளும்
ஏணிப் படிகளும், இப்படி அப்படி
எல்லாப் படிகளும் ஏறி இறங்கி,

வாணாள் கொடுத்து வாண தீர்த்தம்
ஆட ஆளும் நீரோ? ஐயா!

கோட்டுப் பீஸு குமஸ்தாப் பீஸு
கூடிக் காப்பி குடிக்கப் பீஸு
வெற்றிலை வாங்கிட வேறொரு பீஸு
வக்கீல் பீஸு மகமைப் பீஸு
வக்கா லத்து வகைக்கொரு பீஸு

எழுதப் பீஸு சொல்லப் பீஸு
எழுதிய தாளை எடுக்கப் பீஸு
நிற்கப் பீஸு இருக்கப் பீஸு
நீட்டின கையை மடக்கப் பீஸு
பாரப் பீஸு கீரப் பீஸு

பார இழவு பயிற்றுப் பீஸு
கண்டு பீஸு காணாப் பீஸு
முண்டு துணிக்கொரு முழுமல் பீஸு
அந்தப் பீஸு இந்தப் பீஸு
ஆனைப் பீஸு பூனைப் பீஸு

ஏறப் பீஸு இறங்கப் பீஸு
இப்படி யாக என்றென் றைக்கும்
பீஸு பீஸாகப் பிச்சுப் பிடுங்கும்
கோர்ட்டில் சென்று குதித்திட வேண்டாம்,
குதித்துக் குடியை முடித்திட வேண்டாம்;

மூவுல கேத்து மூவரும் நாணப்
பொதுரிக் கார்ட்டுப் புரையில் தனியாய்
ஓர்மூலையில் இருந்து முத்தொழில் இயற்றும்
தெய்வத் தின்இரு சேவடி நிதமும்
கண்டு தொழுது காணிக்கை யிட்டு

வணங்கா தவர்க்கு வருந்தோ ஷங்கள்
இத்தனை யென்றிட யாரால் முடியும்?
இதற்கெலாம் முதலுக்கு எங்கே போவீர்
வஞ்சியை முறித்து வாரப் போவீரா?
வாதி பாகத்து வக்கீல் உம்மைக்

கூட்டில் ஏற்றிக் குறுக்கு மறுக்காய்க்
கிராஸு கேட்டுக் கிடுக்கி விடுவான்;
சந்தேக மில்லை, சந்தேக மில்லை;
நீர்
அண்டப் புரட்டனை அறிய மாட்டீர்;

புத்தியில் பெரியவர், பொல்லாத வம்பர்;
ஆளும் தரமும் அறிந்திட வல்லவர்,
சீரும் திறமும் தெரிந்திடச் சமர்த்தர்;
ஆடிக் கறப்பதை ஆடிக் கறப்பார்;
பாடிக் கறப்பதைப் பாடிக் கறப்பார்;

தயவாய்ச் சொல்லுவார், தக்கில் கேட்பார்,
இரைந்து சொல்வார், எச்சில் எழுப்புவார்;
பார் பார் என்பார், பல்லைக் கடிப்பார்;
போருக்கு நிற்பார், புலிபோல் பாய்வார்;
அங்கும் இங்கும் அசையாதே என்பார்,

குனியாதே என்பார், கோட்டைப்பார் என்பார்,
கோட்டையும் கூடக் கூட்டாக் காமல்
கேள்விகள் பலவும் கேட்க வருவார்.
'ஓடும் குதிரைக்கு உச்சியில் கொம்புகள்
ஒன்றா? இரண்டா? உடன்சொலும்' என்பார்;

நாம்,
குதிரைக்கு ஏது கொம்புகள் என்றால்
அது,
கோர்ட்டு அலட்சியக் குற்றம் என்பார்!
'கேள்வியை நன்றாய்க் கேட்டுச் சொல்லும்;

இரண்டா? ஒன்றா? என்பது என் கேள்வி;
உண்டா? இல்லையா? என்றுநான் உம்மிடம்
கேட்டேனா? ஓய்? காதுகேட் காதோ?'
என்றெலாம் சொல்லி ஏமாற்றி விடுவார்.
குண்டில் விழுந்த குள்ள நரியைப்

படுத்தும் பாடெலாம் உம்மைப் படுத்துவார்.
இவர்,
ஈரங் கிகளை எடுத்துச் சொன்னால்
பீரங் கிகளும் பின்னிட் டோடும்;
பொல்லா தவர்அவர், பொல்லா தவர்அவர்.

இந்த வக்கீலுக்கு ஏழரை நாட்டனும்
இணையா வாரோ? இணையா வாரோ?
அறிந்து பிழையும், அறிந்து பிழையும்
சொந்த வீட்டில் துரும்பையும் தூக்கி
எறியச் சற்றும் இயலாது என்பவர்,

வக்கீல் வீட்டில் வரிக்கல் பிடுங்கப்
போவதும் எத்தனை புத்திகேடு, ஐயா!
தங்கை மக்கள் தரித்திரம் அடைந்து

வயிற்றுக்கு இன்றி வாடி யலைய,
வருக்கை மாம்பழம் வாழைப் பழமும்

பெட்டிப் பாலும் பிஸ்கூத் துகளும்,
ஊரார் மக்கள் உண்டு களித்திட
வாங்கிச் செல்வது மதியுளார் செயலோ?
மேடும் காடும் வெட்டித் திருத்திப்
பாறையும் உடைத்துப் படுநில மாக்கிப்

பருவம் அறிந்து பண்பட உழுது
மண்ணலம் உணர்ந்து வளமிகப் பெய்து,
வாசிறை மீண்டான் வளரச் செய்து,
சம்பாப் பயிரைத் தழைக்கச் செய்து
காலா காலத்தில் களைகள் எடுத்து

வேலியைக் கட்டி விலங்கினம் விலக்கிப்
பறைகளைக் கொட்டிப் பறவையை ஓட்டி,
நீரும் பாய்ச்சி, நிதமும் இராப்பகல்
உறக்க மின்றி உழைப்பத னாலே
விளையச் செய்த மேனிநெல் எல்லாம்,

வக்கீல் வீட்டு வாயிலிற் கொண்டுபோய்
விரித்துக் காய்ச்சி வீசித் தூற்றி
அளந்து வாரி அறைக்குட் போட்டு
வெறுங்கை யோடு வீடுபோய்ச் சேரும்
நம்மவர் போல் இந்நானிலத் தெங்கும்

ஒருவ ரேனும் உண்டோ? ஐயா!
மூச்சை யடக்கி முக்குளி போட்டுக்
கீழுலகம் போய்க் கிடைத்த சிப்பியை
வாரி யெடுத்து மேலே வந்திடும்
முழுக்கா ளியினிடம் முத்தொன் றேனும்

இருப்பதும் உண்டோ? எண்ணிப் பாரும்!
படிப்பிலார் தேடும் பற்பல பொருளும்
படித்தவர் வீட்டையே பார்த்துச் செல்லும்;
மூடர் முதலெலாம் வக்கீல் முதலாம்.
ஐயம் இதற்கிலை, ஐயம் இதற்கிலை,

ஐயா! ராஜி ஆவதே உத்தமம்!
ஐயா! ராஜி ஆவதே உத்தமம்!!
மருமக் கள்வழி வழங்கும்இந் நாட்டில்
வீடுவீ டாயொரு கோடிருந் தாலும்
வழக்குகட்கு ஓய்வு வருமோ ஐயா?"

என்று இவை யெல்லாம் எடுத்துச் சொல்லி
இறங்கிப் போனார். இக்கதை யெல்லாம்
நாலாம் மனைவி நாடகக் காரியின்
மாமன் மகன் ஒரு வக்கீல் குமஸ்தன்
அறிந்து வந்தான். "அண்ணே! அந்த
வெள்ளையம் பிள்ளைக்கு வேலை யில்லை;
காடு கூப்பிடுது காலம் வரவில்லை;
வீடு போக்கிடுது, வேளைவ ரவில்லை?
கூனக் கிழவன் கோர்ட்டு வழக்கில்
என்ன அறிவான்? அவன்பேச் சையும் ஒரு
காரிய மாகக் கருதிட லாமோ?
செல்வமும் கல்வியும் செழித்த நாட்டில்,
வியாபா ரங்கள் மிகுந்த நாட்டில்,
உழைப்புகள் பற்பல ஓங்கிய நாட்டில்,
வழக்குகள் நிதமும் வளர்ந்து வருவது
சகஜம் என்று ஸ்தாபித் திட நான்
'அத்தா ரிட்டிகள்' ஆயிரம் காட்டுவேன்
அண்டப் புரட்டன் வக்கீல், என்ன
ஆளைத் தூக்கி விழுங்கிடு வாரோ?
இவர்வீச் செல்லாம் யாரிடம் செல்லும்?
ஏழை, பாவம், யாவ ரேனும்
வந்தால், கொஞ்சம் வாலை முறுக்குவார்;
அன்றி,
பதிவு சாக்ஷிப் பலவேசம் பிள்ளை
கூட்டா ளிகளைக் கூட்டிற் கண்டால்,
வாயைத் திறவார், மௌனம் கொள்வார்;
பேடியைக் கண்ட பீஷ்மரும் ஆவார்;
அண்டமும் கோழி அண்ட மாய்விடும்;
உருட்டும் புரட்டும் ஒழிந்து போய்விடும்;
அண்ணன் எதற்கும் அஞ்ச வேண்டாம்;
எதுவந் தாலும் யான்இருக் கின்றேன்;
என்னை,
அண்ணன் நன்றாய் அறிய மாட்டீர்,
இந்து லாவில் எழுத்துக்கள் இத்தனை,
மகம்மத லாவில் வரிகள் இத்தனை
என்று சொல்ல எனக்குத் தெரியும்,
தி.பி.கோ. வைத் திருப்பித் திருப்பிப்
பாரா இரவும் பகலும் இல்லை.

சுருக்கி உம்மிடம் சொன்னால் போதுமே!
சட்ட மெனக்குத் தலைகீழாய்த் தெரியும்;

நடைபடி யெல்லாம் நன்றாய் தெரியும்;
இரண்டு கையால் எழுதத் தெரியும்;
அரை நிமிஷத்தில் அநியா யங்கள்
ஐம்பதைக் கோர்ட்டில் ஆக்கத் தெரியும்;
பட்டிகை எழுதப் பாரம் போடக்

கெட்டி கெட்டி என்றுபேர் கேட்ட
ஏட்டுக் குமஸ்தன் யானே யாவேன்.
சாடை காட்டிச் சாட்சிக ளுக்குத்
தெரியாக் காரியம் தெரியச் செய்ய
என்னைப் போல் இங்கு யாருண்டு? ஐயா!

கட்சிகள் வந்துஎன் கையில் தந்த
பணத்தைச் சொந்தப் பணம் போல் எண்ணி
வாங்கிப் பெட்டியில் வைத்துக் கொள்வேன்;
சிறிது மோசஞ் செய்திட மாட்டேன்;
வக்கீல் குமஸ்தன் சத்திய வாசகன்

இன்னார் என்றுஇந் நாடெல்லாம் அறியும்.
ராஜியும் வேண்டாம், கீஜியும் வேண்டாம்;
நானே கேஸு நடத்தி, ஐயமும்
வாங்கித் தருகிறேன்; மலைக்க வேண்டாம்;
என்,

வக்கீல் பேர்க்கு ஒரு வக்கா லத்தை
எழுதிப் போடும்" என்றெல்லாம் சொல்லி
இந்திர சாலம் மந்திர சாலம்
மகேந்திர சாலமும் வல்லஇம் மனிதன்
நாட்பண மாக நாலு ரூபாயும்

வக்கா லத்தும் வாங்கிச் சென்றான்
'அர்ஜி கொடுத்தேன், அவதி மாற்றினேன்.
பிரதி யுத்தரமும் பேஷாய்க் கொடுத்தேன்.
கேஸில் ஐயமும் கிடைக்கும், நிச்சயம்'
என்று வார்த்தைகள் இதமாய்க் கூறி,

இடையிடை ரூபாய் இருபது முப்பது
தட்டிக் கொள்வான்; (தலைவிதி! தலைவிதி!)
கொடுத்துவைத் தவர்கள் கொண்டு போனார்கள்;
என்விதி யானும் இப்படி யானேன்!
நாகைக் கோர்ட்டில் கேஸு நடந்தது;

நடந்தது, நடந்தது, நாலரை வருஷம்!
ஐயோ தெய்வமே! ஐயோ தெய்வமே!
இரவும் பகலும் இன்றிஎன் கணவர்
பட்ட பாடெலாம் பகர்வதும் எளிதோ?
திங்கட் கிழமை தெரிசனம் போச்சு,

திண்டாட் டங்கள் தீரா தாச்சு!
வெள்ளிக் கிழமை விரதம் போச்சு,
விவகா ரங்கள் மிகவே யாச்சு!
குளியும் போச்சு, கும்பிடும் போச்சு,
கோர்ட்டு வாசல் குடியிருப் பாச்சு!

மாதாந் தரங்கள் மறந்தே போச்சு,
வக்கீ லாபீஸ் வாழிடம் ஆச்சு!
உயர்ந்த மேடை உறைவிடம் போச்சு,
ஒட்டுத் திண்ணை உறங்கிட மாச்சு!
மெத்தை திண்டு விதானம் போச்சு,

விரிக்கும் பாய்அவர் மேல்முண் டாச்சு!
துப்பட் டாவும் தொங்கலும் போச்சு!
துவர்த்து முண்டு துணியுமே யாச்சு!
புட்டும் பழமும் காப்பியும் போச்சு,
புளித்த காடியே போதுமென் றாச்சு!

தோசை இட்டலி தோய்ப்பனும் போச்சு,
தொந்தியும் கரைந்து சுருங்குவ தாச்சு!
சுகந்தத் தூளும் சோப்பும் போச்சு,
சும்மா சிரங்கு சொறிவது மாச்சு!
சீலைக் குடையும் செருப்பும் போச்சு,

தினமும் வெயிலில் திரிவது மாச்சு!
அரைவண் டியுமாடும் அனைத்தும் போச்சு,
அஞ்ச லோட்டம் அவர்க்கே யாச்சு!
மட்டிலாக் கவலை மனங்குடி கொண்டது,
அளவிலாத் துன்பம் அடிமை செய்தது!

ஐயோ! யாங்கள் அனைவரும் அந்நாள்
அடைந்த துயரெலாம் யாரே அறிவார்?

வேறு

குலக்குறத்தி வரினுமொரு
கோடங்கி வரினும்
குறிகேட்டுப் பொருள்விரித்துக்
கொண்டிருந்தோம், அம்மா!

துலக்கமுறப் பரல்பரத்திச்
சோசியர்கள் கணித்துச்

சொன்னவைகள் உண்மையென்று
துணிந்திருந்தோம், அம்மா!

பதியிருக்கும் பதியெங்கும்
பதிவாகச் சென்று
பால்வைத்துக் கணக்குகளும்
பார்த்துவந்தோம், அம்மா!
கதிகிடைக்கும் எனக்காளி
கொடைநடக்கும் காலம்
கடாத்தறித்துப் பொங்கலிட்டுக்
காத்திருந்தோம், அம்மா!

குறத்திசொன்ன குறியெல்லாம்
குறிதவறிப் போச்சே!
கோடங்கி குறியாலும்
குணமில்லா தாச்சே!
நிறுத்துரைக்கும் நிமித்திகரின்
நிமித்தங்கள் இந்நாள்
நினைக்கும்போ துளம்வெந்து
நீறாகு தம்மா!

பதித்தலத்துப் பால்வைத்தும்
பயனைடைந்தோ மில்லை!

பலிகொடுத்தும் தேவிஅருள்
பாலித்தா ளில்லை!
விதித்தவிதி தான்இருக்க
வேறுவிதி வருமோ!
விம்மியினி அழுவதெலாம்
வீணலவோ அம்மா!

வேறு

இப்பெரும் கஷ்டம் யாரே படுவர்?
கணவர்,

அல்லும் பகலும் அலைந்து சடைந்தார்,
எலும்பும் தோலு மாக இளைத்தார்,
இருமல் இழுப்புக்கு இருப்பிட மானார்,
எதிலும் விருப்பம் இல்லா தானார்,
வெளியூர்ப் போக்கை விட்டே விட்டார்,

உள்ளூர் மட்டும் உலாவி வந்தார்;
சிலநாள் பின்னும் செல்லச் செல்ல
தெருவில் மாத்திரம் திரிவா ராயினர்;
படிப்படி யாய்இப் படியவர் பாடு
குறைந்து குறைந்து கொண்டே வந்தது;
அண்டை வீடாகி, அறைப்புரை யாகி,
படிப்புரை யாகிப் பாயிலும் ஆனார்;
எழுந்து நடக்க இயலா தானார்;
நடந்தவர் கீழே கிடந்தா ரம்மா!

☸

12. யாத்திரைப் படலம்

மூன்று மாதம் முன்ன தாகவே
மனைவியர் இருவர் மாண்டு போயினார்;
நாலாம் மனைவி நாடகக் காரியும்
விடுமுறி போட்டு விலகி விட்டனள்,
ஒருத்தி, பாவம், ஒருகதி யில்லாள்
நான்கு பிள்ளை நமனுக்குக் கொடுத்தாள்,

பெற்றும் மலடி, பேசா மடந்தை
எனக்குத் துணையாய் இருந்தாள், அம்மா!
எழுந்து நடக்க இயலா தாகிப்
பாயிற் கணவர் படுத்த நாள்தொட்டு
அடைந்த துயரெலாம் அறிபவர் யாரே?

ஒருநாள்,
தீனம் என்ற செய்தி யறிந்து
மருமகன் வந்தான், வாயிலில் நின்றான்;
எட்டிப் பார்த்தான், இனிஇவர் என்றும்
எழுந்திருப் பதுவு மிலையெனத் தேர்ந்தான்;

அண்டையிற் சென்றான், அழவும் செய்தான்;
என்ன வேண்டுவது என்றும் கேட்டான்!
பக்கத் திருந்த பாவிகள், யாங்கள்
இருவரும் ஏங்கி இரங்கி யழுதோம்;
கண்ட மக்களும் கதறி யழுதனர்,

புருஷனும் இதனைப் பொறுக்கமாட் டாமல்,
அருகில் நின்ற மருகனை நோக்கி,
"அப்பா! வாடா, அண்டையில் இருடா.
நாச காலர் நாலைந்து பேர்கள்
கூடி நம்மைக் கோர்ட்டில் நாடகம்

ஆடும் படியாய் ஆக்கி விட்டனர்.
போகட்டும், போகட்டும், போனது போகட்டும்.

இன்றோ நாளையோ இப்பொழுதோ என்று
எனக்கும் காலம் இறுகி விட்டது.
இதுநாள் வரையில், யான்என் மனைவி
மக்களுக்கு என்றொரு வஸ்து வாகிலும்
கொடுத்தது மில்லை, குடியிருப் பதற்கு
வீடும் அவர்க்கு வேறிலை, அப்பா!
தங்கத்தை நீயே தாலி கட்டினால்,
கவலை யின்றிக் கட்டையை விடுவேன்.

அவளும் சமைந்து ஈராண்டுகள் ஆச்சுது;
கண்ணால் உங்கள் கல்யா ணத்தைக்
காண்பனோ? தெய்வ கடாக்ஷம் எப்படியோ!
அத்தைமார் இவர்கள் அல்லும் பகலும்
படும்பா டுகள்நீ பார்க்க வில்லையோ?

அப்பா! இவரை ஆதரித்து என்றும்
காப்பாற் றுவதுஉன் கடமை யல்லவோ?
பயலையும் நீகண் பார்த்துக்கொள், ஐயா!
படிப்பான் கருத்தாய், பணந்தான் இல்லை;
பரீக்ஷை கொடுத்துப் பாஸாய் வரஇனும்

ஐந்து வருஷம் ஆகும். அப் பொழுதுஉன்
தங்கை வயதும் சரியாய் வந்திடும்
மேற்கா ரியம்உன் விருப்பம் போலச்
செய்து கொள்,நீ தெரிந்தது தானே?
இந்த

ஊரி லுள்ள ஒருபய லாவது
நல்லவன் என்றுநீ நம்பி விடாதே.
கொஞ்சம் இடம்நீ கொடுத்தா யானால்,
உள்ளதை யெல்லாம் ஒன்றில் லாமல்
கொள்ளை யடித்துக் கொண்டுபோய் விடுவான்.

நச்சு வித்துகள்! நச்சு வித்துகள்!
நம்பல் ஆகாது! நம்பல் ஆகாது!
என்னடா, அப்பா? என்ன செய்யட்டும்?
வயித்தியன் ஒழுங்காய் வருகிறா னில்லை;
தக்க மருந்தும் தருகிறா னில்லை;

பணம்பணம் என்று பதைத்துச் சாகிறான்.
எழுந்திருப் பதுவும் இனியிலை; ஆயினும்,
ஆட்டு லேகியம் கூட்டித் தின்றால்
சுகம்வரு மென்று சொல்லு கிறார்கள்;
கையிற் பணமிலை, கடன்தரு வாரிலை;

வழக்கில் முதலை வாரி யெறிந்தேன்;
கிழக்கு மேற்காய்க் கிடக்கின்றேன் இதோ!
என்ன செய்யலாம்? யாரை நோகலாம்?”
என்று இம்மொழிகள் இசைப்பது கேட்டு அவர்
கூடப் பிறந்து உயிர் கொல்லும் வியாதிபோல்,

அருமை மதினி ஆங்கார வல்லி
காந்தாரி யம்மை கடுகி வந்தாள்,
மகனை நோக்கி, “மடையா, மூடா!
முருக்குத் தடிபோல் வளர்ந்தமுட் டாளே!
ஐயா உன்னிடம் சொல்லி அனுப்பின

செய்திகள் என்ன?நீ செய்வதிங்கு என்ன?
நீயும்,
ஆண்பிள்ளை யோடா? அவலட் சணமே!
அத்தைமார் கூட அழஇருந் தனையோ?
அவர்,

கைவிஷம் கொடுத்துக் கணவனைக் கைவசம்
ஆக்க நினைத்த அரக்கிகள் அல்லவோ?
வருஷம் ஐந்தாய் வழக்கும் சண்டையும்
மூட்டி விட்ட முண்டைகள் அல்லவோ?
நினைத்த காரியம் நிமிஷம் முடிப்பரே!

மாய வல்லிகள் வலையில் நீயும்
விழுந்துவிட் டாயோ? வெட்கம்! வெட்கம்!
போதும் எழுந்திரு! போதும்! போதும்!
அரங்குக் கதவை அடைத்துப் பூட்டிவை;
தட்டுக் கதவையும் சங்கிலி யிட்டுவை;

சாய்ப்புக் கதவிலும் தாழைப் போட்டுவை;
பொதிய மலையும் பொட்டண மாகிப்
புழைக்கடை வழியாய்ப் போய்விடும், அப்பா!
ஐயா வரும்வரை அங்கே நீதான்
கருத்தாய் நின்று காத்திட வேண்டும்.

இந்தா பூட்டுகள், இவையும் போதுமா?
அதிகம் வேண்டுமோ? அறிந்துசொல் அப்பா!”
என்றுஇப் படியாய் எக்கா ரியங்களும்
சரியாய்ப் பார்த்துச் சட்டம் கட்டி,
அரங்கு நடையின் அருகாய் ஓர்மலைப்

பாம்பு போலப் படுத்துக் கொண்டாள்.
நினைக்க நினைக்கஎன் நெஞ்சு வேகுதே
ஐயோ! சிவசிவ! அரஹர! அரஹர!

போதும், போதும், இச்சன்மம் போதும்;
பட்ட துயரமும் பாடும் போதும்.

கணவர்க்கு அந்திய காலம், தண்ணீர்
குடிக்கும் பாத்திரம் குடுக்கை யானதும்,
பரந்த சட்டி படிக்க மானதும்
பாலும் அன்னப் பாலே யானதும், இனி
எடுத்துச் சொல்வது ஏனோ? அம்மா!

மருமக் கள்வழி வந்து பிறந்தவர்க்கு
ஏதும் புதுமை இவற்றில் உண்டோ?
ஈனாப் பேச்சிபோல் எங்களை வெருட்டின
மதினியின் மீதும் வருத்தமொன் றில்லை.
காயம் மணக்குமோ? காஞ்சிரம் இனிக்குமோ?

இயற்கையை மாற்ற யாரால் முடியும்?
இவையெலாம் அல்ல, என்றென்றைக்கும் என்
மனத்தி லிருந்து வாளா யறுப்பது!
நெஞ்சி லிருந்து நெருப்பா யெரிவது!
மற்று அக்காரியம் வையக மெல்லாம்

அறியும் படியான் அறைவேன், அம்மா!
கணவரின் மரண காலத்து அங்கு
வந்திருந் தவர்என் மகனை நோக்கி,
"தம்பி! உன் தந்தை தலைமாட் டிருந்து,
திருவா சகத்தில் சிற்சில பதிகம்

படி"யெனச் சொல்லிப் பண்ணை வீட்டி
லிருந்து ஒரு புத்தகம் எடுத்துக் கொடுத்தனர்.
பயலும் அதனைத் திறந்து பார்த்தான்.
'ஆரே தமிழை அறிபவர்?' என்றான்;
'பள்ளியில் தமிழும் படித்தேனோ?' என்றான்;

'பரீக்ஷயில் தமிழொரு பாடமோ?' என்றான்;
'என்னால் படிக்க இயலாது' என்னச்
சுவரிற் சாய்ந்து சும்மா இருந்தான்.
ஐயோ!
அப்பன் மரணம் அடையுங் காலம்

எமவே தனைகள் இல்லா தாக்கவும்,
சிந்தை சிவனடி சேரச் செய்யவும்,
செந்தமிழ் மறையாந் திருவா சகத்தைப்
பக்க மிருந்து படிக்க அறியா
மக்கள் படிப்பை வையகம் மதிக்குமோ?

நாஞ்சி னாட்டில் நல்லஆண் பிள்ளை
இல்லா ததனால் இப்படி யாச்சுது!
மலையா ளத்தில் வரைந்திடும் கோர்ட்டு
சமன்ஸு வந்தால் சரியாய்ப் படித்துக்
காட்டுவ தோபெருங் காரியம் அம்மா?
ஈசன் கழலுக்கு எமையா ளாக்கும்
புண்ணிய நூல்களைப் புறக்கணித் திடுதல்
அறிவோ? அழகோ? ஆண்மையோ? அம்மா!
பண்டு தொட்டுப் பரம்பரை யாக
முன்னோர் வைத்த முழுமணிப் பூணெலாம்
ஆசை யோடணிந்து அழகுபா ராமல்,
பாசிக் காகவும் பளிங்குக் காகவும்
கூச்ச மின்றியோர் குச்சுக் கடைபோய்க்
காத்துநிற் பவரைக் காசினி கண்டு
சீசீ யென்று சிரித்தி டாதோ?
பைத்திய மென்று பழித்தி டாதோ?
அன்னை யாக்கிய அமுதினை உண்ணாது
அண்டை வீட்டுக் கூழை யலந்து
வாரி யுண்டு வயிறு நிரப்பும்
மதியும் என்ன மதியோ? அம்மா!
நாஞ்சி னாட்டில் நடப்பவை யெல்லாம்
அதிசயம்! அதிசயம்! அதிசயம், அம்மா!
பாவம்! சாமியும் சுவரிற் சாய்ந்து, கண்ணீர்
மாலை மாலையாய் வடித்தங் கிருந்தான்.
இந்தச் சமயம், எங்கள்புண் ணியத்தால்,
உலகெலாம் புகழும் உமையொரு பாகத்
தேசிகன் பாற்சிவ தீக்ஷை பெற்றவர் –
நெற்றி நிறைந்த நீற்றுப் பூச்சினர்
கழுத்து நிறைந்த கண்டிகை யணிந்தவர்
உலந்து பழுத்த உடையை உடுத்தவர்
தளர்ந்த நடையினர் சாந்தம் உடையவர்
கண்டவர் தொழத்தகு காட்சி கொண்டவர்
மாணிக்க வாசகர் வழங்கிய மணியெலாம்
பேணித் தம்உளப் பெட்டியில் வைத்துத்
தினந்தினம் எம்மான் திருவடி சார்த்திப்
பணியுந் தொண்டர் – பாக்கியம் பிள்ளைப்
பாட்டா வந்தனர்; படிப்புரை யிருந்தவர்

வேண்டிய காரியம் விளம்பக் கேட்டு,
உரைத்த நாத்தேன் ஊறி யெழவும்,
உள்ளமும் செவியும் ஒருங்கு குளிரவும்,

திருத்த மாகத் திருவாச கத்தில்
பற்பல பதிகமும் பண்ணோடு ஓதினர்;
இப்படி அவரும் யாத்திரைப் பத்தில்,
“போவோம் காலம் வந்ததுகாண்
பொய்விட் டுடையான் கழல்புகவே”

என்ற பாகம் எடுத்துக் கூறவே,
கணவர்,
ஏங்கி யழுத எங்களை நோக்கினர்,
வாடி யழுத மக்களை நோக்கினர்,
கடவுளை எண்ணிக் கையை எடுத்தனர்;

கண்ணை மூடினர், கயிலைபோய்ச் சேர்ந்தனர்.

13. கும்பியெரிச்சல் படலம்

... ...
... ...

தீரா வழக்கும் சென்மப் பகையும்
உற்றா ருக்குள் உண்டாக்கும் வழி
அப்பனைப் பிள்ளை அண்டவொட் டாவழி
பிள்ளையை அப்பன் பேணவொட் டாவழி
புருஷனை மனைவி போற்றவொட் டாவழி
மனைவியைப் புருஷன் மதிக்கவொட் டாவழி

அண்ணனைத் தம்பி அடுக்கவொட் டாவழி
தம்பியை அண்ணன் தரிக்கவொட் டாவழி
மருகனை மாமன் வஞ்சித் திடுவழி
மாமனை மருமகன் வதைத்துக் கொலும்வழி
குடியை முடிக்கும் கொடிய தீவழி

அடிபிடி சண்டை அகலாப் பெருவழி;
மனிதரைப் பேயாய் மாற்றும் பாழ்வழி;
எண்ணும் படியுடல் என்பெலாந் தெரியக்
கண்ணும் குழிந்து கன்னமும் ஒட்டி
வயிற்றுக் கின்றி வறுமையின் மெலிந்து,

என்போல்
நடைப்பிணம் ஆயிரம் நடக்கும் வனவழி;
வெவ்வழி, சற்றும் வெளிச்ச மிலாவழி
இருள்வழி செல்பவர் இடறும் கல்வழி
கூகையும் ஆந்தையும் குடிகொள்ளும் குகைவழி

நெருஞ்சில் படர்ந்து நிரம்பிய முள்வழி;
'அன்னையும் பிதாவும் முன்னறி தெய்வ'மென்று
ஔவை சொல்மொழி அறியா மடவழி;
பெற்ற பிதாத்தன் பிள்ளை கட்குப்
பழியும் பாவமும் பற்றிய நோயும்

அழியாப் பொருள்களாய் அளிப்ப தன்றி,
ஒருகா சேனும் உதவாச் சதிவழி!
இது,
மக்கள் வழியென மதிக்கவொண் ணாது;
மருமக் கள்வழி யாகவு மாட்டாது;
இருவழி கட்கும் இடைவழி யாய்வரும்
வழியிது போல்இவ் வையகத்து எங்கும்
உண்டோ? அம்மா! உண்டோ? அம்மா!
வீடு விற்று விளைநிலம் விற்று,
ஆடு மாடுகள் அனைத்தும் விற்று
குடிக்கும் செம்பு குழியலும் விற்று,
பாத்திரம் பண்டம் பலவும் விற்று,
தண்டை பாத சரங்களும் விற்று,
காப்புக் காறை கடுக்கனும் விற்று,
பதக்கம் சிற்றுருப் பாம்படம் விற்று,
தாலியை விற்றுப் பீலியை விற்று,
வக்கீல் சாமி மலரடி களிலும்
குமஸ்தா மாடன் கோவில் களிலும்
சாக்ஷித் தெய்வச் சன்னிதி களிலும்
பழந்தேங் காய்கள் படைப்புகள் வைத்தும்,
வேண்டிய புகையிலை வெற்றிலை வைத்தும்,
விதம்விதம் வேட்டிகள் முண்டுகள் வைத்தும்,
சேலை தாவணி சீட்டிகள் வைத்தும்,
இன்னும் பலவாறு இவர்க ளிடத்து
முன்னம் கொண்ட கடன்களை முற்றும்
குறைகூ றாது கொடுத்தும் முடிவில்
வழக்கை இழந்து வாய்மண் ணாகி,
உண்ண உணவும் உடுக்கத் துணியும்
இல்லா தாகி, யாரும் கைவிட,
முற்றத் துறந்த முனிபுங் கவர்போல்
பக்கப் பழுத்த பட்டினத் தடிகள்போல்
“உற்றார் சதமல, ஊரார் சதமல,
பெண்டிர் சதமல, பிள்ளையும் சதமல,
இப்பே ருலகில் யாரும் சதமல”
என்று கூறி இனித் தோவாளைக்
கஞ்சிப் புரையே கதியெனச் சென்று,
பக்க மெங்கும் பரந்து சுற்றிச்
சுவான தேவர் துதித்து நிற்க,

அந்தரம் எங்கும் பந்தர் போட்டுக்
காக்கைபா டினியர் கானம் பாட,

பழஅடி யார்கள் பலரொடும் கூடி
வெட்ட வெளியில் வெண்சோ றுண்டு
பட்டைச் சோறும் பாற்சோ றாக
ஒட்டுத் திண்ணை உறங்கிட மாக
இருப்பதை நோக்கி இரங்கி, இரங்கி,

இழந்ததை எண்ணி ஏங்கி, ஏங்கி,
அழுபவர் கண்ணீர் ஆறாய்ப் போம்வழி –
ஐயோ! இவ்வழி ஆகாது ஆகாது!
ஆடுகள் மாடுகட்கு ஆகும் இவ்வழி –
மனிதர் செல்லும் வழியா யிடுமோ?

... ...
... ...
கற்றவர் உளரோ! கற்றவர் உளரோ!
பெற்ற மக்களைப் பேணி வளர்த்திடாக்
கற்றவர் உளரோ! கற்றவர் உளரோ!!

அறிஞரும் உளரோ! அறிஞரும் உளரோ!
வறுமைக்கு இரையாய் மக்களை விட்டிடும்
அறிஞரும் உளரோ! அறிஞரும் உளரோ!!
நீதியும் உளதோ! நீதியும் உளதோ!
மாதர் கண்ணீர் மாறா நிலத்தில்

நீதியும் உளதோ! நீதியும் உளதோ!!
தெய்வமும் உளதோ! தெய்வமும் உளதோ!
பொய்வழிப் பொருளைப் போக்கும் இந்நிலத்தில்

தெய்வமும் உளதோ! தெய்வமும் உளதோ!!

வெண்பா

காரணவன்... தேப்போகல்யாணம் செய்வதெப்போ
வாரமிகு மக்களொடு வாழ்வதெப்போ – தாரணியில்
எல்லா ரையும்போல் இருப்பதெப்போ...

... ... நாம்.

☸

VII

பின்னிணைப்புகள்

1. நாஞ்சில் நாட்டு வேளாளர் பாக வழக்கு

கண்ணன் துதி

1 தஞ்சம் என்றவர் தம்மை அளிப்பவன்
கஞ்சம் மாமரு கன்கழல் போற்றுவோம்.
நஞ்செய் நன்னிலம் ஓங்கிய நாடதில்
விஞ்சு பாக வழக்கை விளம்பவே.

வேறு

காரணவரைக் கண்டு அனந்திரவர்கள் கூறுவது

2 காணியெல்லாம் ஆளும் காரணவர் – உம்மைக்
கண்டு தொழுதிவை சொல்ல வந்தோம்;
வீணர் இவரென் றிகழ்ந்திடாமல் – கேட்டு

வேண்டும் விடைகள் பகரும், ஐயா!

3 பற்றுப் பருக்கையும் உண்டுவிட்டீர் – வெறும்
பானையைப் பங்கிட வைத்துவிட்டீர்;
சற்றும் கருணை உமக்கிலையே? – எங்கள்
சங்கட முற்றும் அறிகிலீரோ?

4 வட்டியிலே நெல் அளந்து நீர் – ஒவ்வொரு
மாதமும் தந்திட வேதனை ஏன்?
குட்டிக் கரணங்கள் போட்டிடினும் – இனிக்
கோர்ட்டு விதிகள் அழிவதுண்டோ?

5 யானைக் குலத்து நீர் வந்தவரோ – நாங்கள்
ஏழை எறும்பின் குலத்தவரோ?
மான மிலாது பெரும்பங்கு கேட்டிட
வாயும் சிறிதுமே கூசலையோ!

6 கைப்பொருள் எல்லாம் கடத்திவிட்டீர் – நூறு
கள்ளக் கடன்களும் காட்டிவிட்டீர்;
பப்படம் போல நொறுங்கிடோமோ? – இந்தப்
பாரமும் நாங்கள் பொறுப்போமோ?

7 கூனக் கிழவிகள் கொட்டை நூற்று – முன்னம்
கூட்டி தேட்டம் எமக்கிலையோ?
ஆனபொருளில் அதிகம் எடுக்க – நீர்
ஆசைப் படுவது எக்காரணமோ?

8 பத்துத் தலையுள்ள ராவணரோ? – பெரும்
பங்கு நீர் கேட்ட முறையும் ஏதோ?
சொத்துக் குரியரும் நீவிரேயோ; – நாங்கள்
தோட்டப் புழுக்களோ? சொல்லும் ஐயா?

9 உள்ள வகையெல்லாம் உங்களுக்கோ? – நாங்கள்
உண்ணாத சோறும் உமதேயோ?
கள்ள வழக்குஇனிச் செல்லாதையா! அந்தக்
காலமும் சென்று கழிந்ததையா!

10 பண்ணை முழுவதும் உமக்கானால் – எம்மைப்
பத்திரம் ஒப்பிடத் தேடுவதேன்?
கண்ணை விழித்துநீர் கண்டீரோ? – இந்தக்
காலத்தின் போக்கும் உணர்ந்திடீரோ?

11 சீறிப் பறித்தெங்கள் வாயமுதை – உங்கள்
செல்வர்க் களிப்பது அழகாமோ?
தேறித் தெளிந்த பெரியவரே! – இது
தெய்வம் பொறுக்கும் செயல் ஆமோ?

12 தேடிய தேட்டம் அளித்த தெல்லாம் – உங்கள்
செல்வச் சிறுவர்க்கும் போதாதோ?
கூடஇப் பங்கும் பிடுங்கி அவர்க்குக்
கொடுத்திட உள்ளம் துணிந்தீரோ?

13 நெற்றி வியர்வை நிலத்தில் விழ – நீரும்
நித்தம் உழைத்தது எமக்கேயோ?
பற்றிலா நெஞ்சம் படைத்தவரே! – பெரும்
பங்குநீர் கேட்கும் முறையும் ஏதோ?

14 கட்டி உழுவதும் மக்களுக்காம் – அந்தக்
காளைக்கு வைக்கோல் குடும்பத்திலாம்;
சட்டம் இதுநல்ல சட்டம், ஐயா! – எந்தச்
சாத்திரம் கண்டு படித்தீர் ஐயா!

15 குண்டுரம் தோட்டக் குழைகளை – நீரும்
குடும்ப வயலில் இடுவதுண்டோ?
உண்ட உணவுக்கு வஞ்சகம் செய்பவர்
உம்மைப் போல் இந்த உலகில் இல்லை.

16 பண்டம் பொருளெலாம் கொள்ளை கொண்டீர் – மேலும்
பங்கும் அதிகமாய் வேண்டுகின்றீர்;
சண்டைக்கும் நல்ல கொடி கட்டினீர் – இது
சற்றும் உமக்குத் தகுமோ? ஐயா!

17 கொள்ளிக் காசன்றிஉம் மக்களுக்கு – எங்கள்
குடும்ப வகையில் உரிமை உண்டோ?
அள்ளிப் பெரும்பங் கெடுத்தவர் கையில்
அளிப்ப துமக்குச் சரியாமோ?

18 சாகை சாகை என்று சத்தமிட்டீர் – அந்தச்;
சாகைகள் தம்முள்ளே ஒப்பதுண்டோ?
ஊகமாய்த் தாவர நூலைப் படித்து – அதன்
உண்மை வழிகண் டொழுகுவீரே

19 ஆறு பிஞ்சுள்ள தொருகிளையாம் – மற்றது
ஆயிரம் கொண்ட பெருங்கிளையாம்;
ஏறும் உணவுப் பொருளினை – இம்மரம்
எப்படிப் பங்கிடும்? செப்புவீரே

20 சாகைப் பாகம் அனியாயப் பாகம் – அது
சண்டைகள் மூட்டும் சழக்குப் பாகம்
நோக மனதைப்புண் ணாக்கும் பாகம் – ஒரு
நூல்வழி சென்றிடா நொண்டிப் பாகம்

21 இருந்தும் இறந்தவர் ஆக்கும் பாகம் – எம்மை
ஏழைக ளாக்கத் துணியும் பாகம்;
திருந்தும் அறிஞர் இகழும் பாகம் – நன்மை
சேராத பாகம் அச் சாகைப் பாகம்.

22 சாகைப் பாகம் சட்ட மாக்குவதே – எங்கள்
சாவுக்குத் தூது விடுவது, ஐயா!
காகமாய் எங்கும் பறந்து திரிந்து – இன்னும்
காலம் கழிப்பது கஷ்டம், ஐயா!

23 சட்டம் தெரிந்தவர் கூறும் பாகம் – தர்ம
சாத்திர சம்மத மானபாகம்;
திட்டமாய்ச் செல்வம் வளர்க்கும் பாகம் – நாங்கள்
செப்பும் தனித்தனிப் பாகம், ஐயா!

24 பாடு படவழி காட்டும் பாகம் – கல்விப்
பட்டங்கள் பெற்றிடச் செய்யும் பாகம்,
கூடிய சோம்பலை ஓட்டும்பாகம் – நீங்கள்
கூறும் தனித்தனிப் பாகம், ஐயா!

25 இட்டமாய் யாவரும் வேண்டும் பாகம் – எம்மை
இராசாக்க ளாக்கி இருத்தும் பாகம்;
கட்டமெலாம் அற நீக்கும் பாகம் – நாங்கள்
காட்டும் தனித்தனிப் பாகம், ஐயா!

26 வாழ்வின் பொறுப்பை உணர்த்தும் பாகம் – எம்மை
வம்பு வழக்குகள் போக்கும் பாகம்;
தாழ்வினை யெல்லாம் அகற்றும் பாகம் – நாங்கள்
சாற்றும் தனித்தனிப் பாகம், ஐயா!

27 வோட்டுக் குரியவ ராக்கும் பாகம் – எம்மை
ஊரார் மதித்திடச் செய்யும் பாகம்;
நாட்டுக்கு நல்வழி காட்டும் பாகம் – நாங்கள்
நாட்டும் தனித்தனிப் பாகம், ஐயா!

28 செம்பாக மாகிய பாகம் இது; – காலம்
சென்றாலும் கைத்திடாப் பாகம் இது;
வம்பாக நீர்கெட்டுப் போக வேண்டாம் – எங்கள்
வார்த்தையில் நம்பிக்கை கொள்ளும் ஐயா!

29 சாட்சிகளைத் தேடி ஓடவேண்டாம் – வக்கீல்
சாமிக்குத் தட்சிணை வைக்க வேண்டாம்;
ஆட்சிப் பொருளெலாம் விற்கவேண்டாம் – ஏழை
ஆண்டி பரதேசி யாக வேண்டாம்.

30 கோர்ட்டு வாசல் சென்று காக்க வேண்டாம் அங்கே
குள்ள நரிபோல நிற்க வேண்டாம்;
ஏட்டுக் குமஸ்தாவைக் காண வேண்டாம் – ஜட்ஜி
ஏச்சுக் கேட்டுள்ளம் எரிய வேண்டாம்.

31 ஊர்வகை ஆயிரம் கோட்டை நிலம் – பக்கத்து
உள்ளதனால் எமக்கு என்ன பயன்?
ஓர்பிடிச் சோற்றுக்கு உதவிடுமோ? – அதன்
உண்மையும் நீர் அறியாததுவோ?

32 கூட்டக் குடும்பங்கள் வேண்டாம், ஐயா! – இனிக்
கும்பி பொறுக்கவும் மாட்டாது, ஐயா!
பாட்ட நிலமும் கிடையாது, ஐயா! – எங்கள்
பாகத்தைப் பங்கிட்டுத் தாரும், ஐயா!

33 ஆறு சென்டு பூமி போதும், ஐயா! – சொந்தம்
ஆனால் அதுவும் ஆறு ஏக்கர், ஐயா!
சோறுதந் தெங்களைக் காக்கும், ஐயா! – அது
சொன்ன படிக்கும் விளையும், ஐயா!

34 காப்பிக் கடைபோக வேண்டுமென்றால் – எங்கள்
கையில் அரைக்காசும் உண்டோ? ஐயா!
தாப்புத் தரிப்புவே றில்லை, ஐயா! – பங்கைத்
தந்துவிட்டால் வெகு புண்யம், ஐயா!

35 பங்கும் கடைசியாய்ச் செய்யும் பங்காம் – இதில்
பட்ச பாதம் செய்ய நீதி உண்டோ?
தங்கும் புதுச் சட்டம் வந்திடுமேல் – உங்கள்
சந்ததி நாங்களும் ஆகுவமோ?

36 வீரியப் பேச்செலாம் விட்டுவிடும் – உள்ள
வீதம் பகிர்ந்து கொடுத்துவிடும்;
சூரியன் மேற்கே உதித்திடினும் – எங்கள்
சொத்து அவகா சங்கள் போய்விடுமோ?

37 நல்லவர் உண்மை நடுநிலை – யுள்ளவர்
நாட்டிற் பெரியவர் நம்வழக்கில்
நெல்இதுசாவி இதுவெனக் – கண்டுஇனி
நிறுத்தவர் நீதி அறிந்திடுவோம்.

2. நாஞ்சில் நாட்டு வேளாள சகோதரர்களுக்கு ஒரு கோட்டை வினாக்கள்

குறிப்பு: ஒவ்வொருவரும் கேள்விகளுக்கு விடை கண்டு மனச்சாக்ஷியைத் திருப்தி செய்துகொண்டால் போதுமானது.

1. ஓர் உத்தமமான மருமக்கள்வழிக் குடும்பத்தின் லக்ஷணங்கள் என்ன? நாஞ்சில் நாட்டில் எக்காலத்தி லாவது அவ்வித குடும்பங்கள் ஏற்பட்டிருந்ததுண்டா?

2. குடும்பங்களின் நிலைமை முற்காலத்தில் எப்படியிருந்தது? தற்காலத்தில் எப்படியிருக்கிறது? பல குடும்பங்களின் சரித்திரங்களையும் ஆராய்ந்து விடை நிதானிக்க.

3. நாஞ்சில் நாட்டு வேளாளர் – மருமக்கள்வழிக் குடும்பத் திற்கும் நாயர் – குடும்பத்திற்கும் வித்தியாஸம் உண்டா?

4. நாஞ்சில் நாட்டார் ஆதிக்காலந்தொட்டே மருமக்கள் வழியை அனுசரித்து வருகிறார்களா, அல்லது இடைக் காலத்தில் அதைக் கைக்கொண்டிருப்பவர்களா? சரித்திர ஆதாரத்துடன் விடை காண்க.

5. தம் தரவாட்டு க்ஷேமமொன்றையே முக்கிய ஜீவித நோக்கமாகக் கொண்டு உழைத்துவரும் காரணவர்கள் இப்பொழுது நாஞ்சில் நாட்டில் எத்தனை பேர் இருக்கக் கூடும்?

6. பொதுவாக ஒரு காரணவன் இறக்கும்போது குடும்பத் தின் செல்வநிலை எப்படியிருக்கிறது? அவன் குடும்ப பரணம் கையேற்ற காலத்தில் இருந்ததைவிட விருத்தி யடைந்திருக்கிறதா? அல்லது மோசமாயிருக்கிறதா? காரணம் என்ன?

7. தகப்பனால் முன்வந்திருக்கும் மக்கள் அதிகமா? அல்லது காரணவனால் முன்வந்திருக்கும் மருமக்கள் அதிகமா? ஒவ்வொன்றிலும் நூற்றுக்கு எத்தனை வரும்?

8. நாஞ்சில் நாட்டில் பெரும்பாலரும் தகப்பனுடைய ஊரில் வீடுங்குடியுமாயிருக்கிறார்களா அல்லது தங்கள் காரணவன் குடும்ப வீட்டில் இருக்கிறார்களா?

9. குடும்ப முதலைக் கறம்பி மக்களுக்குக் கொடுக்கும் காரணவர்களின் தொகை அதிகமா? அவ்வாறு கொடுக்காதவர்களின் தொகை அதிகமா?

10. வியவகாரமில்லாத குடும்பங்கள் நூற்றுக்கு எத்தனை வரும்?

11. காரணவனும் அநந்திரவர்களும் ரம்மியமாக இருக்கிற குடும்பங்கள் ஏதாவது இருக்கிறதா?

12. நாளுக்குநாள் பாகப்பிரமாணங்கள் அதிகப்பட்டுக் கொண்டு வருகிறதா? அல்லது குறைந்துகொண்டு வருகிறதா?

13. நூறு வருஷத்திற்கு இப்புறம் பாகமாகாத குடும்பங்கள் எத்தனை வரும்?

14. ஒருவனுக்கு மனைவி மக்கள்மீது அன்பு அதிகமாயிருக்குமா? அல்லது மருமக்கள்மீது அன்பு அதிகமாயிருக்குமா?

15. குடும்பத்தைப் பொறுத்துள்ள காரணவனது கடமைக்கும் அவனுக்கு இயற்கையாக மக்கள் மீது அமைந்துள்ள அன்பிற்கும் போராட்ட மேற்படுமாயின், ஜெயிப்பது பெரும்பாலும் எதுவாயிருக்கக்கூடும்? அன்பா? கடமையா?

16. காரணவனொழிந்த மற்றப் பேர்கள் சம்பாதிக்கும் பொருளைக் குடும்பப் பொது முதலோடு சேர்ப்பது உண்டா? சேர்ப்பதில்லையாயின் காரணமென்ன?

17. பொதுவாக நமது முன்னேற்றத்திற்கு மருமக்கள்வழி அனுகூலமாயிருக்கிறதா? பிரதிகூலமாயிருக்கிறதா?

18. 'நாஞ்சில்நாட்டு மருமக்கள்வழி மான்மிய'த்தால் தெளிவாகுந்தோஷங்கள் உண்மையானவைகளா? அல்லவா? அவற்றை நிவர்த்தி செய்யவேண்டிய அவசியமல்லவா?

19. உள்ளெல்லாம் அழுகிக் கொழுகொழுத்த முழுப்பூசணிக் காயா அல்லது அழுகாத நல்ல காயின் ஒரு துண்டா நமக்குப் பிரயோஜனமாவது?

20. பக்கக்கன்றுகள் தாய்வாழையைச் சுற்றி ஒன்றாக நின்றால் நன்றாய்க் குலைத்துப் பயன்தருமா? அல்லது அவற்றைத் தனித்தனியாயெடுத்து வைத்துப் பாதுகாத்தால் அவ்வாறு பயன்தருமா? நாற்று நடுவதில் முதலைக் குறைத்து வைத்து நடவேண்டும் என்பதன் கருத்து என்ன?

21. ஒரு பழைய வீடு; கூரை பிரிந்து கிடக்கிறது; சுவர் மலந்து நிற்கிறது; தளம் அவையான் அறுத்துப் பொந்தும் புடையுமாக இருக்கிறது; தேள், நட்டுவக்காலி, பாம்பு முதலிய விஷ ஜந்துகள் குடும்பத்தோடு குடியேறியிருக்கின்றன; இந்த வீட்டைப் பழுது பார்த்து முட்டுத் தட்டுகள் கொடுத்து நாம் வாசம் செய்தல் நல்லதா? அல்லது அடியோடே மாற்றிவிட்டு, காலரீதிக்கு ஏற்ற படி வீடு கட்டி வாசம் செய்தல் நல்லதா?

குறிப்பு:

ஒரு கோட்டை என்பது 21 மரக்கால் கொண்ட முகத்தல ளவை. 21 கேள்விகள் உடையதால் இது ஒரு கோட்டை வினாக்கள் எனப்பட்டது.

3. மான்மியம் – பாவடிவம்

ஆசிரியப்பா (வகைப்படுத்த முடியாதது)

வாழ்த்துப் படலம் *1*

நேரிசை ஆசிரியப்பா

விநாயகர் வணக்கம் *1*
கருடாஸ்திரப் படலம் *1*

இணைகுறள் ஆசிரியப்பா

அவையடக்கம் *1*

நிலமண்டில ஆசிரியப்பா

குலமுறை கிளத்து படலம் *1*
மாமி அரசியற் படலம் *1*
கேலிப் படலம் *1*
கடலாடு படலம் *1*
பரிகலப் படலம் *1*
நாகாஸ்திரப் படலம் *1*
கோடேறிக் குடிமுடித்த படலம் *1*
யாத்திரைப் படலம் *1*
கும்பியெரிச்சல் படலம் *1*

குறள்வெண் செந்துறை

கும்பியெரிச்சல் படலம் *4*

நேரிசை வெண்பா

கும்பியெரிச்சல் படலம் *1*

4. அடிக்குறிப்புகள்

விநாயகர் வணக்கம்

2 – 3 இவ்வடிகளுக்கு இரண்டு வகையாகப் பொருள் கொள்ள லாம். "விநாயகனே உன்னிடம் அன்புடையவர் படைத்த வற்றை, வாரி உண்பதற்கு வசதியாக யானையின் தும்பிக் கையை ஏந்தினாய்" என்பது ஒரு பொருள். "உன்னிடம் அன்பை உடையவர்கள் வேண்டியதைக் கொடுப்பதற்கு நீண்டகரத்தைப் பெற்றிருக்கின்றாய்" என்பது இன்னொரு பொருள்.

5 – 11 விநாயகனின் தந்தையாகிய சிவனைப் பற்றிய கதைகள் இவ்வரிகளில் உள்ளன.

சிவன் பிரம்மாவின் கபாலத்தைக் கையில் ஏந்தித் திரிபவன்; அவன் சுடலையில் ஆடுகின்றவன்; தனக்கென்று ஒரு இடமில்லாதவன்; திருப்பாற்கடலைக் கடைந்த போது வந்த நஞ்சை உண்டவன்; பித்தன் என வர்ணிக்கப்படுபவன்.

8 அம்பலம் – பலர் கூடும் வெளியிடம்

10 குனிப்பான் – நடனமாடுவான்

16 பணாமுடி – பாம்பின் படமுடி
அரவணை – பாம்புப் படுக்கை

19–20 சக்கரம் – திருமாலின் கையில் உள்ள சக்கராயுதம்;

திருவிதாங்கூர் சமஸ்தானத்தில் 1950 வரை வழக்கில் இருந்த நாணயம் (28½ சக்கரம் ஒரு பிரிட்டீஷ் ரூபாய் அல்லது 28 சக்கரம் 1 திருவிதாங்கூர் ரூபாய்) என இரு பொருள்களில் வருகிறது.

24 சந்தி – நான்கு தெருக்கள் கூடும் இடம்

26 இருவழி – விநாயகன், மாமன் (திருமால்) வீட்டிலும், தந்தை (சிவன்) வீட்டிலும் இடமின்றிச் சந்தியில் அமர்ந் திருப்பதைப் போல, மருமக்கள்வழிக் குழந்தைகளும் உள்ளனர் என்பதைக் குறிப்பது.

27 இடைவழி – இரண்டும்கெட்டான் நிலை

அவையடக்கம்

41 புல்வாய் – கலைமான்

45 தமியர் – தனியர்

46 போதம் – சுயஅறிவு

50 விகாரம் – முறைகேடு

56 பஞ்சப்பாட்டு – தனது ஏழ்மையை ஓயாமல் கூறும் கூற்று.

57 இலக்கண வழூஉக்கள் – இலக்கணப் பிழைகள்

குலமுறை கிளத்து படலம்

74 காசினி – உலகம்

75–78 'மலரும் மாலையும்' தொகுப்பில் 'கதர் விற்பனை' என்னும் தலைப்பில் உள்ள கவிதையில் கதர்விற்பவர் படும் துன்பம்,

பாவியேன் கதையினைக் கேளும் ஐயா – அந்தப்
பாஞ்சாலி கதையும் ஈதொக்குமோ ஐயா

எனக் குறிப்பிடப்படும். இது 1932இல் பாடியது.

தாங்கமுடியாத துன்பங்கள் சீதை, பாஞ்சாலி, சந்திரமதி நாட்டார் பாடல்களில் பொதுவாகக் காணப்படுகின்றன. குறிப் பாக, ஒப்பாரிப் பாடல்களில் இந்த நிலை அதிகம். நாஞ்சில் நாட்டு ஒப்பாரிப் பாடல் ஒன்று கீழ்வருமாறு: கணவனை இழந்த பெண் தனக்கு வாழ்வே இல்லை என்ற பொருளில்,

பெரிய திருவொத்த
பொண்ணாய் பொறந்த
பூம்பாடும் மெத்த உண்டு
பாஞ்சாலி கதையொன்று
பாரதத்தில் கேட்டதுண்டு
பாஞ்சாலி கதையோ
பழங்கதை ஆயிற்று
தீயும் தெகரமும்
சீதைக்கு என்றிருந்தேன்

சீதையின் கதையோ
சிறுகதை ஆயிற்று
சுடுகாட்டு வாசலிலே
தவமிருந்தாள் சந்திரமதி
சந்திரமதி கதையெல்லாம்
உமியாய் பறக்காதோ

என்கிறார். நாட்டார் பாடல் செல்வாக்கு கவிமணியின் மான் மியத்தில் இருப்பது இதனால் புலப்படும்.

80 பதும நாபன் – திருவனந்தபுரத்தில் குடிகொண்டுள்ள பத்மநாபன் என்னும் இறைவன்.

81–83 திருவிதாங்கூரின் முதல் அரசரான அனுஷம் திருநாள் மார்த்தாண்டவர்மா (1729 – 1758), உள்நாட்டுக் கலகத்தை ஒழித்த பின்பு தன் நாட்டை ஸ்ரீபத்மநாபனுக்குச் சமர்ப் பித்து, அவன் பிரதிநிதியாக ஆட்சி செய்வதாகப் பிரகடனப்படுத்தினார். அதுவே இங்கு பத்மநாபனின் தாமரைப் பாதத்தை மகுடமாகக் கொண்ட எனக் குறிப்பிடுகிறது.

இங்கு குறிப்பிடப்படும் திருமூல மன்னர் என்பவர் ஸ்ரீராமவர்மா என்ற ஸ்ரீமூலம் திருநாள் அரசர். இவர் 1857 செப்டம்பரில் பிறந்தவர். தந்தை ராஜராஜவர்மா; அம்மா ராணி லட்சுமி. இவர் 1886 முதல் 1924 வரை திருவிதாங்கூரை ஆண்டவர். இவர் காலத்தில்தான் ‘தமிழன்’ இதழில் ‘மான்மியம்’ வந்தது.

82–83 வஞ்சிநாடு – திருவிதாங்கூர்

84 தொல்லூர் நல்லூர் – பழமையான இவ்வூர் நாகர்கோவிலி லிருந்து கன்னியாகுமரி செல்லும் சாலையில் உள்ள சுசீந்திரத்தை அடுத்து இருப்பது. கல்வெட்டுகளில் இவ் வூர் நிருபசேகரவளநல்லூர் (கி.பி. 15 நூற்.) எனக் குறிப்பிடப் படுகிறது.

85 மேழிச் செல்வம் – ஏரால் வரும் செல்வம்; வேளாண் தொழில்.

91 தடி – சிறிய வயல்

ஓரணை ஏர் – ஒரு ஜோடிக் காளையும் ஏரும். இதே சொல்லைக் கல்வெட்டுக்களும் கையாளுகின்றன.

92 ஆஸ்தி – சொத்து

94 ஒரு கழிநூல் – மிக நீண்ட வரலாறு; கழி – மிகுந்த; ஒரு கழி நூல் – ஒரு குறிப்பிட்ட நீள அளவு நூல் சுருளாகச் சுற்றிவைக்கப்பட்டிருக்கும். நூலைப் பிரிக்கப் பிரிக்க வளர்ந்துகொண்டே இருப்பது போல் கதையும் சொல்லச்சொல்ல வளர்ந்துகொண்டே இருக்கும்.

97 தாழையம்பதி – கன்னியாகுமரி மாவட்டம் தோவாளை வட்டத்தில் உள்ள ஒரு ஊர்; பேச்சுவழக்கில் 'தாழக் குடி', 'தாழைக்குடி' எனப்படும். நாகர்கோவிலிலிருந்து 7 கி.மீ. தொலைவில் உள்ளது.

98. கணவன் பெயரை மனைவி சொல்லுதல் கூடாது என்பது மரபு.

103 தொழுத்துச் சாணம் – மாட்டுக் கொட்டிலில் உள்ள சாணம்.

104 தொட்டித்தண்ணி – மாட்டுக் கொட்டிலில் மாடுகள் குடிக்க வைக்கப்பட்டிருக்கும் தொட்டியில் உள்ள தண்ணீர்.

105 அடுக்களை – சமையல் அறை

111 பென்ஷன் – ஓய்வூதியம் (Pension)

112 பெருமாப்பிள்ளை – மூத்த மனைவியின் பெயர்

113 ஏகாங்கி – குழந்தையில்லாமல் தனியே இருப்பவள்

114 உரிய – உரி; அரை நாழி அளவு

115 உழக்கு – கால்படி

குறுநொய் – அரிசியின் சிறு நொய்; கஞ்சி காய்ச்சுவதற் குரியது. கஞ்சி – அரிசிச்சோறு கலந்த நீராகாரம்.

116 மகராசிகள் – எல்லாச் சிறப்பும் பெற்றவர்கள்

122 அழுபிள்ளைக்காரி – எப்போதும் அழுதுகொண்டிருக்கும் பிள்ளையை இடுப்பில் வைத்துக்கொண்டிருப்பவள்.

123 அடம் – பிடிவாதம்

125 கைமதலை – கைப்பிள்ளை

130 முழுகவுமில்லை – கர்ப்பமாயிருப்பதைக் குறிக்கும் பேச்சுவழக்குச் சொல்.

131 வயாக்கோட்டி – மசக்கை (யாக்கோட்டி)

133 எடுப்புக்காரி – கர்வமுடையவள்

134 இந்திராணி – இந்திரனின் மனைவி

140–143 இது ஒரு நாட்டுப்புறப் பாடலின் பகுதி; இந்த நாலுவரிப் பாடல் மு.வை. அரவிந்தன் தொகுத்த 'நாட்டார் பாடல்கள்' என்னும் நூலில் (பாரி நிலையம், சென்னை, 1956, பக். 65) உள்ளது. இதன் தொகுப்பாசிரியர் இதைத் தொகுத்த இடம் பற்றிக் கூறவில்லை.

140–154 இங்கு குறிப்பிடப்படும் நான்காம் மனைவி தேவதாசி வகுப்பைச் சார்ந்தவள். இந்த மனைவி 'கோடேறிக் குடி முடித்த படல'த்தில் (1307 – 1308) 'நாலாம் மனைவி நாடகக் காரி' எனக் குறிப்பிடப்படுகிறாள். இவளது மாமன் மகனே காரணவரைக் கோர்ட்டுக்குப் போகத் தூண்டுகிறான்.

146 அரக்குப்பாவை – மெழுகுப் பொம்மை; அடுக்களை அடுப்பு நெருப்பின் அருகில் நின்றால் உருகிவிடுவாள் என்பது கிண்டலாகக் குறிப்பிடப்படுகிறது.

147 கரிக்கலம் – கரிபட்ட பாத்திரம்

151 தலையணை மந்திரம் – படுக்கையறையில் கணவனுக்கு மனைவி இரகசியமாய்ச் சொல்லும் கோள்.

153 ஒவ்வொரு காலம் – சிறப்பு நிகழ்ச்சிகள் வீட்டில் வரும் காலம்.

மாமி அரசியற் படலம்

157 அரங்கு – வீட்டின் உள் அறை; முக்கியமான பொருட்கள் வைக்கப்படும் இடம்.

157 அறைப்புரை – வீட்டின் முன்புறம் அமைந்த தனியான அறை.

158 தட்டு – மாடி

158 சாய்ப்பு – சாய்வான கூரை உடைய சிறிய அறை. இது வீட்டின் இடதுபுறம் இருக்கும்.

161 கொல்லமிளகு – மிளகாய் வகை; பழுத்துக் காய்ந்த வற்றல் மிளகு.

162 உப்பில் புளியை உருட்டுதல் – உப்பும், புளியும் தனித் தனியாக இருந்தால் மருமகள் அவற்றை விலைக்குக் கொடுத்துவிடுவாள் என்பதால் மாமியார் இப்படிச் செய்கிறாள்.

163 தேங்காயைத் தீயில் சுட்டு வைத்தல் – இது கருக்குதல் எனப்படும். மருமகள் தேங்காயை விலைக்குக் கொடுத்து விடக் கூடாது என்பதற்கான முன்ஏற்பாடு.

170 காடிநீர் – கஞ்சித்தண்ணீர்; பழைய சோற்றில் ஊற்றப் பட்ட நீர்.

171 கும்பி – வயிறு

173 கண்டாங்கி – சாயப்புடவை.

175–186 இங்கு குறிப்பிடப்படும் இந்த வரிகள் திருவானந்தம் பிள்ளையின் 'இராமகீர்த்தனம்' என்னும் கதைப்பாடலின் செல்வாக்கால் உருவானவை எனக் கூறமுடியும். தாடகை யின் கொடுமையைக் குறிக்கும் இடத்தில் இப்பகுதி வருகிறது.

பெருத்த மலைபோல் வருவாள்
பெரும்பாவி தாடகை தான்
இந்திரன் ஆயிரம் கண்ணை
எளிதினிலே பெற்றவள்தான்
அங்கும் இங்கும் எங்கும் ஆகவே
எறும்பும் காணா இடத்தில் போவாள்
புகையும் நுழையா இடத்தில் நுழைவாள்
அரக்கி இவளும் ஆணாய் பிறந்தால்
அகிலம் ஆள்வாள்.

188–189 மாமியார் இறந்துவிட்டதை, கதை கூறும் பெண் இப்படிக் கூறுகிறாள்.

190 உழக்கு – கால்படி

192–193 மதுரை சோமசுந்தரக் கடவுளின் திருவிளையாடல் கதை நிகழ்ச்சியைக் குறிப்பிடுவது.

198 திருவிளையாடல் புராணம் பாடிய பரஞ்சோதி முனிவர்.

203–206 இங்கு, குறிப்பிடப்பட்ட வரிகளில் முத்தாரம்மன் கதை யின் பாதிப்பைக் காணலாம். முத்தாரம்மன் என்னும் நாட்டார் தெய்வத்திற்குரிய வில்லிசைக் கதைப்பாடலின் நடுப்பகுதியில் நாககன்னி கதை வருகிறது. இக்கதை

யில் மூத்தவளான நாககன்னி இளையவள் தெய்வ கன்னியைத் துன்புறுத்துவதாக ஒரு நிகழ்ச்சி உள்ளது. இதை இக்கதைப்பாடல்,

சடைத்ததென்று இருக்கவொட்டாள்
தலைமுடியைக் கோதவொட்டாள்
வடிப்பமுடன் பழக்கமிட
மறுவீட்டில் போகவொட்டாள்
வெற்றிலையைத் தின்ன வொட்டாள்
வோத்தாலும் குளிக்கவொட்டாள்
நிறைய அன்னம் உண்ண வொட்டாள்
குனியவொட்டாள் நிமிர வொட்டாள்

என்கிறது.

(ஆறுமுகப் பெருமாள் நாடார் (ப.ஆ.) முத்தாரம்மன் விற்கவிதை, நாகர்கோவில் 1978, பக். 62)

207 *மதினி – அண்ணி; காரணவரின் சகோதரி; காரணவத்தி; சொத்துக்கு உரிமை உடையவள்.*

208 *சடைவாறுதற்கு – ஓய்வெடுப்பதற்கு*

212 *சம்மந்தி – துவையல் வகை*

கேலிப்படலம்

219 *குலுக்கை – நெல் போட உதவும் குதிர்*

221 *பனந்தூர் – பனைமரத்தின் அடிப்பகுதி*

பாறி – இளைத்து.

225 *குதில் – குதிர்*

226 *பத்தயம் – நெல் வைப்பதற்குரிய மரத்தாலான களஞ்சியம்.*

225–226 *குதிர், பத்தயம் முதலியவற்றில் உள்ள நெல் எல்லாம் தீர்ந்துவிட்டது. இவர்கள் வந்து நீண்ட நாள் இருந்ததால் இப்படி ஆனது என்ற செய்தி குறிப்பால் உணர்த்தப் படுகிறது.*

228 *இந்த ஆடி முழுதும் இங்கிருந்து – ஆடி மாதத்தில் மருமக்கள், மாமன்மார்களின் வீட்டில் விருந்தின ராகத் தங்கும் வழக்கத்தைக் குறிப்பது.*

231–232 "தின்றவன் தின்றான்; திருக்கணங்குடியான் தெண்டம் இறுப்பான்" என்பது பழமொழி. செலவு செய்பவன் ஒருவன், அதனால் சுகமும் அனுபவமும் பெறுபவன் இன்னொருவன் என்பது இதன் பொருள்.

திருக்கணம்குடி – திருக்குறும்குடி; திருநெல்வேலி மாவட்டம் வள்ளியூரை அடுத்து 8 கி.மீ. தொலைவில் உள்ள வைணவத்தலம்.

தெண்டம் – வரி; இறுப்பான் – கொடுப்பான்.

233–238 கூட்டு, குழம்பு, பாயச வகைகள்.

அவியல் – எல்லாக் காய்கறிகளும் போட்டு அவித்துத் தேங்காய் சேர்த்துச் செய்யப்படும் கூட்டு.

துவையல் – தேங்காய், மிளகு வற்றல், புளி சேர்த்து அரைத்துச் செய்யப்படுவது, தொவையல்.

தீயல் – தேங்காய், நல்லமிளகு, வற்றல், உள்ளி, மல்லி, கறிவேப்பிலை முதலியவற்றை வறுத்து அரைத்துச் செய்யப்படும் குழம்பு.

பச்சடி – புளி சேர்ந்த கூட்டுவகை.

தொவரன் – அவரை அல்லது வெண்டைக்காயில் தேங்காய் அரைத்துச் செய்யப்படும் பொரியல் வகை.

புளிசேரி – தயிர்க்குழம்பு

ஏத்தன் – ஒருவகை வாழைக்காய் (நேந்திரன் காய்)

எரிசேரி – சேனைக்கிழங்கு, ஏத்தன் வாழைக்காய் இரண்டுமோ, தனித்தனியோ சேர்த்த கூட்டு.

பப்படம் – அப்பளம்

பிரதமன் – பாயசவகை (அடப்பிரதமன்)

238 படைப்பு – நாட்டார் தெய்வங்களுக்குப் படைக்கப் படும் உணவு; சாதத்துடன் பலவகைக் கறி குழம்பு களைச் சேர்த்துப் பிசைந்து படைத்தல்.

239 ஏலும் – இயலும்

243 கைச்சீட்டு – கையால் எழுதிய குறிப்புச் சீட்டு

244 ஒற்றி கொடுத்தல் – சொத்தை அனுபவிக்கும் பாத்தியதையுடன் அடமானம் வைத்தல்.

245 ஐயா – அப்பா; தூற்றுவது – பழிப்பது

254 உடையக்காரி – தந்தையின் சொத்துக்கு உரிமையுடையவள்;

தடைவையோ – தடை செய்வாயோ.

255 பத்திரமாய் இரு – மரியாதையாக இரு

பழைய காடு – ஊருக்குப் புறத்தே; வேளாளர்களால் சாதிப்பிரஷ்டம் செய்து ஒதுக்கிவைக்கப்பட்ட புழுக்க வேளாளர் வாழும் காட்டுப் பகுதி; நாஞ்சில் நாட்டுக்கு வெளியே உள்ள இடம்.

260 கண்ணில் மிளகு இடுதல் – கண்ணில் பச்சை மிளகாயைத் தேய்த்தல் என்பது கொடிய தண்டனைகளில் ஒன்று.

கடலாடு படலம்

270–272 கன்னியாகுமரிக் கடலில் ஆடி மாத அமாவாசையில் நீத்தாருக்குப் பிண்டங் கொடுத்தலும், நீராடலும் இன்றும் வழக்கில் உள்ளது.

273 பரிசு கேடு – சீரழிவு

275 தர்ப்பணக் கடன் – தேவர்களுக்கும், ரிஷிகளுக்கும், பிதிரருக்கும் இறுக்கும் நீர்க்கடன்.

280–281 கடலில் நீராடும் போது மனைவி அல்லது புதல்வரின் கையைப் பிடித்து நீராட வேண்டும் என்பது வழக்கு; அங்கை – உள்ளங்கை.

282–284 பன்னிருகரத்துப் பரமன் – முருகன்; இருபது கரத்து இராக்கதன் – இராவணன்; ஆயிரங்கரத்து அண்ணல் – வாணாசுரன்.

294 ஏட்டைத் திருப்பி – மருத்துவ ஏட்டைத் திருப்பிப் பார்த்து.

298 மிஷியன் தெரசர் – லண்டன் மிஷன் மருத்துவர்; தெரசர் – *Dresser*; டாக்டருக்கு உதவியாகப் புண்களைக் கட்டுபவர்.

300–303 தென் திருவிதாங்கூரில் அலோபதி மருத்துவம் 1838இல் வந்துவிட்டது. இதை முதலில் அறிமுகப்படுத்திய *Dr. Archibald Ramsay* என்பவர் இலவசச் சிகிச்சையும் உணவும் அளித்தார். மதப்பரப்புதலுக்காகச் செய்யப் பட்ட இப்பணி அக்காலத்தில் நாஞ்சில் நாட்டு மக்களைக் கவர்ந்தது. கவிமணியும் இதில் விதிவிலக்கில்லை.

306 சூரணம் – சூர்ணப் பொடி

307 தொந்தரை – தொந்தரவு

309 பணம், காசு என்பன திருவிதாங்கூர் சமஸ்தானத்து நாணயங்கள்.

பரிகலப் படலம்

329 வீரவநல்லூர் – கன்னியாகுமரி மாவட்டம், தோவாளை வட்டம், அருமநல்லூர் பஞ்சாயத்தில் அடங்கிய மலை அடிவார ஊர். நாகர்கோவிலிருந்து 15 கி.மீ. தொலை வில் உள்ளது.

332 எங்கள் மன்னர் – கணவர்; இங்கு இவர் கிண்டலாகக் குறிப்பிடப்படுகிறார்.

334–335 எனக்கு முன்னால் – நான் என் கணவருக்கு மனைவி யாக வருவதற்கு முன்பு – வாழ்க்கைப் பட்ட நான்கு மனைவிகள்.

336 இழுப்பும் வலிப்பும் – உடம்பைத் தொட்டுச் சண்டைக்கு ஆயத்தமாதல்.

337 அடியும் பிடியும் கடியும் – மாறிமாறி ஏசுதல், சண்டை போடுதல்.

352–53 மூக்கின்கீழ் ஆள்காட்டி விரலை வளைத்து வைத்துப் பார்ப்பது ஆச்சரியப்படுவதன் அடையாளம். ‘மூக்கில விரலவச்சு பார்க்கிற அளவுக்கு’ என்பது வழக்காறு.

355 மேலவீடு – காரணவரின் வீட்டிற்கு மேற்குப்புறம் உள்ளவீடு.

357 நாலு காரியம் – உலக அனுபவம்

358 பட்டுத்தேறிப் பழக்கம் வந்தவர் – உலக அனுபவத்தை இயல்பாக அனுபவித்து உணர்ந்தவர்.

362 புருஷன் எச்சில் – கணவன் உண்டுபோக இலையில் இருக்கும் எச்சியான உணவு வகைகள்.

368 பருகிய – சாப்பிட்ட

369 பரிகலம் – பரிமாறும் பாத்திரம்

377 களரி கூட்டுதல் – சண்டைக்கு ஆயத்தமாதல்; களரி – ஒருவகைப் போர்முறை; போர்க்கலை.

385 காரணவர் – குடும்பத் தலைவர்

கழுத்தைக் கொடுத்தல் – தாலிகட்ட இசைதல்

389 பஞ்ச பாவிகள் – பொய், களவு, கொலை, கள்ளுண்ணல், குருநிந்தை செய்தல் ஆகியவற்றைச் செய்பவர்.

நாகாஸ்திரப் படலம்

392 மருமகன் – காரணவரின் சகோதரி மகன்

393 வழக்கு – சொத்து தொடர்பான வழக்கு

395 அம்மான் – மாமன்; அம்மாவன்

398 ஆத்தாள் – ஆச்சி; பாட்டி; இங்கு காரணவரின் அம்மா;

அடியந்திரச் செலவு – இறந்தவரின் கருமாதிச் சடங்குச் செலவு.

400–401 விளை – புன்செய் நிலம். புன்செய் நிலத்தில் நின்ற பனை மரங்களை வெட்டிய பிறகுதான் அதை நன்செய் நிலமாகத் திருத்த முடியும். ‘வெட்டிய பனைகளை விற்றதனால் கிடைத்த பணம், புதுநிலம் திருத்துவதற்குப் போதாதோ?’ என்று மருமகன் காரணவனிடம் கேட்கிறான்.

சுசீந்திரம் கோவிலுக்குச் சொந்தமான பனை விளைகளை வெட்டி நஞ்சைப் பயிராக்கிய குத்தகைக்கார வேளாளர்கள் சிலரைப் பற்றிக் கல்வெட்டுக்களில் தகவல் உண்டு.

பேச்சிப்பாறை அணை கட்டியபின் பனைவிளைகள் நஞ்சை நிலங்களாகியிருக்கின்றன. இது 1897 – 1906இல் நடந்த நிகழ்வு.

402 கண்ணியம்மை – மருமகனின் உறவுப் பெண்; அவன் சகோதரி என்றும் கூறலாம்.

கன்னியம்மை என்ற பாடமும் உண்டு.

403 கால்காசு – மிகக் குறைந்த அளவுள்ள ஒரு காசு; ரூபாயின் 1/448 பகுதி.

கைப்பொறுப்பு – கையிலிருந்து செலவு

404 மஞ்சாடி – 260 மில்லி கிராம்; தங்கத்தை நிறுக்கும் ஓர் அளவு. 'மஞ்சாடிப் பொன் இல்லாதவள்' என்பது நாஞ்சில் நாட்டு வழக்காறு.

405 குச்சு – காதிலணியும் தங்க ஆபரணம்.

406 ஆதாயம் – லாபம்

408 மிச்சம் – எஞ்சியது

411 நெட்டரமா, நெடுங்கண் வயல் – வயலின் பெயர்கள். நாஞ்சில் நாட்டில் வயலின் தன்மை, இடம் அடிப் படையில் பெயர்கள் இடப்பட்டிருக்கின்றன. கல்வெட்டு களில் இதற்குச் சான்று உண்டு.

412 ஈடு – அடமானம் (Pledge)

414 ஊரில் காரிய விசாரம் – ஊர் பற்றிய கவலை; ஊர்ப் பொது நிர்வாகத்தில் தலையிடுவது.

416 கணக்கன் – ஊர் வரவு செலவுகளை எழுதுவதற்குரிய எழுத்தர்; கணக்குப் பிள்ளை என்று கூறுவதும் உண்டு.

418 அம்மன் வகை – ஊருக்குப் பொதுவான முத்தாரம்மன் அல்லது வேறு நாட்டார் பெண் தெய்வக் கோவிலுக் குரிய சொத்து.

419 தெண்டம் – தண்டம்; அநாவசியமாக ஏற்படும் நஷ்டம்

420 உச்சிக்கொடை – நாட்டார் தெய்வக் கோவில்களில் நண்பகல் வேளையில் நடத்தப்படும் சிறப்பான பூசையும், வேறு நிகழ்ச்சியும்.

பிச்சி வெள்ளை – பிச்சி என்னும் பூ

421 கொழுந்து – பச்சைநிறமுள்ள நறுமணமான இலை

423 ஏதுவினாலே – காரணத்தாலே

428 ஒரு பூ – பூ என்பது சாகுபடிக் காலத்தைக் குறிக்கும். வருஷத்திற்கு ஒருமுறை விளையும் நிலத்தை ஒரு பூ என்றும், இருபோகம் விளையும் நிலத்தை இரு பூ என்றும் கூறுவர். ஒரு பூ – ஒரு போகம்.

429 பொலி – நெல் குவியல். பொலியளவு – பொலி குவித்ததும், முதலில் சில மரக்கால் நெல்லை உறவினர்க்கு அன் பளிப்பது ஒரு வழக்கம்.

432 ஒற்றி கொடுத்திடும் காரணவருக்கு நிலங்களை விற் பதற்கு உரிமை கிடையாது; ஒற்றி – அடமானம்.

மலரணை – பேரிரவல், பினாமி *(Binami)*

434 பேர்க்கூலிப் பிரமாணம் – தன்பெயரை உடைய பேர னுக்குத் தாத்தா எழுதிக் கொடுக்கும் நன்கொடைப் பிரமாணம்.

435 இட்டதானம் – ஒருவர் மீதுள்ள விருப்பத்தினால், அவருக்குச் சொத்துக்களைத் தானமாக வழங்குவது.

438 உகந்துடைமை – காரணவரின் சொத்தில் மனைவி, மக்களுக்குரிய பாக உரிமை.

439 இருக்கும்போதே – உயிரோடு இருக்கும் சமயத்திலேயே.

443 பூசை – காரணவரின் சிறப்புக்குக் காரணமான விஷயங்கள்.

444 ஆரை – யாரை

446 பஞ்சகல்யாணிப் பிள்ளை – ஐந்து பேரைத் திருமணம் செய்ததால் ஊரில் இந்தப் பெயர் வந்தது.

451 ‘கள்ளர், மறவர், ஊர்க்கணக்கன் ஆகியோர் பிறர் பொருளை அபகரிப்பர்’ என்பது வழக்காறு.

453 கன்னக்கோல் – சுவரை அகழ்வதற்குக் கள்வர் வைத் திருக்கும் நெம்புகோல் போன்ற கருவி.

454 எழுதுகோல் இறகு – கழுகு என்னும் பறவையின் இறகைக் கூர்மைப்படுத்தி, கடுக்காய் மையில் தொட்டு எழுதும் வழக்கம் 20ஆம் நூற்றாண்டின் ஆரம்பத்தில் நாஞ்சில் நாட்டில் இருந்தது.

466 நீங்கள் –உங்களைப் போன்ற மருமக்கள்வழிக் காரணவர்.

469 காரணத்தீனம் – காரணத்தானம் (ஸ்தானம்) என்னும் சொல் கிண்டலாக இப்படி வருகிறது.

தீனம் – நோய்; கடிய தீனம் – தீர்க்க முடியாத நோய்

470 கண்டூரம் – கண்டௌஷதம்; ஜன்னி அதிகரிக்கும் போது கொடுக்கப்படும் மருந்து.

472 போகர், மச்சமுனி, புலிப்பாணியர் – பதினெண் சித்தர் களில் சித்த வைத்திய நூற்களை எழுதியவர்கள்.

473 கருணானந்தர், கருவூர்த் தேவர், அகத்தியர் – வைத்தியம், மந்திரவாதம் பற்றி நூற்கள் எழுதியவர்கள்.

479 குளிகை – மாத்திரை

லேகியம் – நக்கியுண்ணும் மருந்துவகை *(Electuary)*.

480 சூரணம் – சித்தமருந்து; அரைத்தோ பொடித்தோ பெறப்படும் தூள் வடிவ மருந்து.

481 அஷ்டாங்கிருத வைத்தியர் – அஷ்டாங்கஹிருதயம் என்னும் வடமொழிச் சாத்திரம் அறிந்தவர் (ஆயுர்வேத வைத்தியர்).

486 கஷாயம் – திரவ நிலை மருந்து

487 வயக்கரை மூசு, வைத்திய ரத்தினம் – இவர்கள் திருவிதாங்கூரில் உள்ள பிரபல வைத்தியர்கள். இவர் களை யுனானி மருத்துவர்கள் என்றும் கூறுவர்.

493 வெப்பை – சூட்டை

498 தீனம் – இங்கு காரணவ ஸ்தானத்தைக் குறிப்பது.

499 ஆனை தின்ற விளாம்பழம் – விளா மரத்திற்கு வரு கின்ற வியாதி ஆனை என்பது; இந்த நோய் வந்தால் விளாமரத்தின் காய்கள் பொக்காகிவிடும்.

யானை விளாம்பழத்தைத் தின்றபின் பழத்தின் முழு ஓடும் சாணிவழியே அப்படியே விழும் என்பது வழக்கு.

வெளியே பார்க்கின்றபோது ஏதோ உள்ளேயிருப்பது போலவும், உள்ளே நுழைந்து பார்த்தால் அங்கு எதுவு

மில்லாது இருப்பதுவும் ஆகிய செயலைக் குறிக்கப் பயன்படுத்தப்படும் வழக்காறு.

502 குடும்ப தோஷி – குடும்பத்திற்குத் துரோகம் செய்தவன்.

507 காலரை – கோர்ட்டுக்குரிய குறைவான செலவுத் தொகை.

508 குறுக்குமறுக்காய் கிராஸ் – தன்பக்க வக்கீல் மூலம் காரணவரை அவமானப்படுத்துவதற்குக் கேள்வி கேட்க வைப்பது.

நாஞ்சில் நாட்டு வேளாளர்களின் பாக வழக்கின் போது, எதிராளியை அவமானப்படுத்தும்படி வழக்குரைஞர்களிடம் கேட்டுக்கொள்வதும், அவர்கள் நீதிமன்றத்தில் அப்படிக் கேட்டபின்பு அதைச் சொல்லி மகிழ்வதுமான நிகழ்வுகளை இது குறிக்கிறது.

கருடாஸ்திரப் படலம்

517 கலியன் – கலி

518 என் மாமனார் – காரணவரின் மாமனார்; முந்திய காரணவர்.

525 கொக்கு நோய் – நெற்பயிருக்கு ஏற்படும் ஒருவகை நோய்.

525 குடியை – குடும்பத்தை

526 கார் – ஆவணி, புரட்டாசி மாதங்களில் விளையும் நெற்பயிர்.

பசானம் – மாசி, பங்குனி மாதங்களில் அறுவடையாகும் நெற்பயிர்.

529 பிள்ளைப்பேறு – குழந்தைப்பேறு

533 ஆலடி மாடன் – ஆலமரத்தின் அடியில் உள்ள சுடலை மாடன் என்னும் நாட்டார் தெய்வம்.

534 கொடை – நாட்டார் தெய்வ விழா

536 வில்லுக்காரி – வில்லிசை என்னும் நாட்டார் கலை நிகழ்த்தும் பெண் கலைஞர்.

540 சல்லடம் – நாட்டார் தெய்வக் கோவில் விழாவில் சாமியாடுகின்றவர் இடையில் அணிந்திருக்கும் நிக்கர் – (கால் சட்டை) போன்ற உடை. இதன் கீழ்ப்பகுதியில் மணிகள் வைத்துத் தைக்கப்பட்டிருக்கும்.

கச்சை – சல்லடத்தை இடுப்பில் கட்டப் பயன்படும் நீண்ட துணி.

542 போக்கில்லாத பயல் – வசதியில்லாதவன்

546 பிலே – பயலே

547 சன்னதி – நாட்டார் கோவில் வளாகம். சன்னதி என்பது பெருநெறித் தெய்வக் கோவிலின் முன் பகுதியைக் குறிக்கப் பயன்படும் சொல். இங்கு காரணவரின் அறிவீனத்தைக் கிண்டல் செய்ய அவரே அப்படிக் கூறுவதாகச் சொல்லப்படுகிறது.

547 தறித்த – வெட்டிய (பலிக்காக வெட்டிய)

கடா – ஆண் ஆடு

550 மக்கள் – காரணவரின் மருமகன்கள்

552 கொடியிறைச்சி – அதிக அளவில் ஆட்டிறைச்சி கிடைக்கும் நிலையில் அதில் உப்பும் மஞ்சளும் தடவி, நீண்ட கயிற்றில் கோர்த்து வெயிலில் காய வைப்பர். பின் தேவையான போது நீரில் ஊற வைத்துப் பயன் படுத்துவர். இவ்விறைச்சி, கொடியில் (நீண்ட கயிறு) காயுமாறு கட்டப்படுவதால் கொடியிறைச்சி எனப் பட்டது.

557 முடங்கினால் – நின்று போனால்

558 குடும்ப தோஷம் – குடும்பத்திற்கு இடையூறு

563 பந்தல் – இறந்த வீட்டின் முன்னே போடப்படும் ஓலைக் கொட்டகை.

பாடை – பிணத்தைத் தூக்கிச் செல்ல மூங்கிலால் செய்யப்படும் சாதனம். இது தேர் போன்ற அமைப்பில் செய்யப்படுவதால் தேர்ப்பாடை எனவும் படும். இது செய்வது குறித்த ஒப்பாரிப் பாடல் உள்ளது.

564 பறை மேளம் – பறையர்கள் அடிக்கும் தப்பு மேளம்

பாட்டு – கூலிக்காகப் பாடப்படும் ஒப்பாரிப் பாடல்கள்.

565 நடைமாற்று – பிணத்தைச் சுமந்து செல்பவர்களும், இறந்து போனவரின் மக்களும் வீதியில் நடக்கும் பகுதியில் விரிக்கப்படும் நீண்ட துணி; இத் துணியை விரிக்கும் பொறுப்பு ஊர் வண்ணானுடையது.

566 காளம் – எக்காளம்

கருங்கொம்பு – ஓங்காரமாக ஒலிக்கும் ஒருவகை இசைக் கருவி.

567 களியல் – கோலால் அடித்து ஆடப்படும் நாட்டார் நிகழ்த்துகலை. வயதானவர்களின் இறப்புச் சடங்கு நிகழ்ச்சியில் நிகழ்த்தப்பட்ட கலை. பிண ஊர்வலத்தின் முன்னே களியலாட்டக்காரர்கள் ஆடிக்கொண்டும் பாடிக்கொண்டும் செல்வர்.

அசை கம்புகள் – பிணத்தின் முன் நீண்ட கழிகளைக் கையில் பிடித்துக்கொண்டு ஆடிக்கொண்டு செல்லும் நிகழ்ச்சிக்குரிய கழைகள்.

568 முரசு – நையாண்டி மேளத்துக்குரிய முரசு என்னும் தோலிசைக் கருவி. பாடை ஊர்வலத்துடன் இவ்விசைக் கருவி அடிக்கப்படும்.

570 வயதானவர்கள் இறப்புச் சடங்கில் ஞாயிறு, வியாழன் ஆகிய கிழமைகளில் இறந்தவரின் ஆத்மா சாந்தியடைய தோசையைப் படைத்த சடங்கு இங்கு குறிப்பிடப்படு கிறது. இங்கு ஆயிரம் தோசை வைத்து அழுத செயல் வருகிறது.

572 பத்துச் சாக்கு – பத்து மூட்டை

573 அடுத்த கிழமை – ஒருவர் இறந்த தினத்தை அடுத்து வரும் ஞாயிறு அல்லது வியாழக்கிழமை

576 விளம்பவில்லையா – வினியோகிக்கவில்லையா

577 பதினாறு – இறந்து போனவருக்குக் கருமாதிச் சடங்கு நடத்தும் நாள். இது பெரும்பாலும் இறந்த தினத்தி லிருந்து தொடரும் 16ஆவது ஞாயிறு அல்லது வியாழக் கிழமை அன்று நடத்தப்படும்.

578–585 வயதானவர்கள் இறந்த 16ஆம் நாள் சடங்கில் பிராமணர்களுக்குப் பட்டு, குடை, செருப்பு, கட்டில், மெத்தை, கடுக்கன், மோதிரம், பாயசப் பாத்திரம், பஞ்ச பாத்திரம், காணிக்கை, பசு, கன்றுக்குட்டி, அரை ஏக்கர் நிலம் ஆகியவற்றைக் தானமாகக் கொடுத்த செயல் இதில் குறிப்பிடப்படுகிறது.

579 கடுக்கன் – ஆண்கள் காதில் அணியும் சிறிய காதணி.

580 பஞ்ச பாத்திரம் – பூசையின் போது அர்ச்சியம், பாத்தியம், ஆசமனீயம், ஸ்நாநீயம், சுத்தோதகம் என்பவைகளுக்கு உபயோகிக்கப்படும் பாத்திரம்.

581 அமுது படி – வேளாளரின் பதினாறாம் நாள் சடங்கில் பிராமணர் எடுத்துச் சென்று சமைத்துண்ணத் தரப் படும் அரிசி அல்லது அதற்கீடான பணத்தொகை.

587 படிப்புரை – ஒட்டுத்திண்ணை

படிக்கம் – வெற்றிலைச் சாற்றை உமிழ்வதற்குரிய வாயகன்ற பாத்திரம்.

588 பத்திரகாளி பலி பீடம் – பத்திரகாளி என்னும் நாட்டார் தெய்வத்தின் பலிபீடம் எப்போதும் பலியின் ரத்தம் பட்டுச் சிவப்பாக இருக்கும். அதுபோல் படிக்கம் பாத்திரத்திலும் சிவப்பு நிறத்தில் வெற்றிலைச்சாறு நிரம்பியிருக்கும்.

590–95 வயது முதிர்ந்தவர் இறந்துபோனால், அவரது 16 என்னும் அடியந்திரச் சடங்கு நிகழும் நாள் வரையுள்ள நாட்களில் வயதான பெண்கள் துக்கத்தை வெளிப்படுத்தப் பட்டினி கிடக்க வேண்டும் என்பது மரபு. இந்தக் காலத்தில், அரிசிச் சாதம் தவிர இட்டலி, தோசை போன்ற பிற பலகாரங்களைச் சாப்பிடலாம். எனவே இதற்காகவே பட்டினி கிடக்க வயதான பெண்கள் முன்வருவார்கள். பதினாறு சடங்கு முடிந்த பின்னர் இப்பெண்களைப் பார்த்தால், நல்ல திடகாத்திர மாக இருப்பார்கள். அளவுக்கு மீறிய பலகாரச் சாப் பாட்டிற்காகப் பட்டினி கிடக்கும் செயல் இங்குக் கிண்டல் செய்யப்படுகிறது. பருத்திப் பொதி – பஞ்சுப் பொதி.

595 ஏமகாலர் – எமன், காலன்

598–601 கட்டளை – கோவிலுக்குக் குறிப்பிட்ட நாளில் ஏற்படுத்தப்பட்ட தருமம். நாஞ்சில் நாட்டு வேளாளர்களில் வசதியுள்ள குடும்பத்தினர் சிதம்பரம் நடராசர் கோவில், மதுரை மீனாட்சி அம்மன் கோவில், திருச்செந்தூர் முருகன் கோவில் ஆகிய கோவில்களில் கட்டளை ஏற்படுத்தியிருந்தனர். கட்டளையை நிறைவேற்றும் பொறுப்பை இக்கோவில்களுடன் தொடர்புடைய பிராமணக் குருக்கள் செய்வர். இக்கட்டளைக்குரிய செலவுக்கு நெல் அல்லது பணம் கொடுக்கப்படும். மதுரை, சிதம்பரம் கோவில் தொடர்பின் காரணமாக வேளாளர்களில் சிலர் அங்கிருந்து நாஞ்சில் நாட்டுக்குக் குடிபெயர்ந்தவர்கள் என்ற கருத்து இதனால் வலுப்படுகிறது.

602–606 பெரும்பழஞ்சி – திருநெல்வேலி மாவட்டம், நாங்குநேரி வட்டத்தில் வள்ளியூரிலிருந்து 5 கி.மீ. தொலைவில் உள்ள குக்கிராமம். இவ்வூரில் மந்திரவாதம் செய்யும் பிராமணர்கள் மரபுவழி வாழ்ந்தனர்.

604 கொண்டகடன் – வேறு வழியில்லாமல் கட்டாயமாகக் கொடுக்க வேண்டிய கடன்.

606 குறளி – குட்டிச்சாத்தான்; மந்திரவாதி கட்டளை இட்டபடி நடக்கும் பிசாசு.

609 சானல் வாச்சர் – குளத்துக் கால்வாய்க் காவலர்; பொதுப்பணித்துறையில் குற்றேவல் செய்யும் பணியாளர். அதிகாரியின் கட்டளைப்படி, வாய்க்காலிலிருந்து வயலுக்குத் தண்ணீரைத் திறந்துவிட வேண்டிய வேலை இவருடையது.

610 அட்ரஸ் – புதிதாக வரும் அரசுப் பணியாளர்களுக்குக் கொடுக்கப்படும் வரவேற்பு.

614 கார்டர் – *Guarder.* வனத்துறையில் குறைந்த சம்பளத்தில் வேலை பார்க்கும் ஒரு பணியாளர். இவரைப் போன்றவருக்கும் உபசாரப் பணம் கொடுக்கும் வழக்கு இருப்பதைக் கிண்டல் செய்கிறார் கவிஞர்.

620–621 நாஞ்சில் நாட்டில் இன்றும் வழக்கில் உள்ள பழமொழி இது. உழவுத் தொழிலில் நஷ்டமே எஞ்சும் என்பது இதன் பொருள்.

629 சாஸ்தா என்னும் தெய்வத்திற்குப் பூசை செய்யும் பிராமணன்.

636 பரீக்ஷை – தேர்வு

638 ஆமைவடை – பருப்புவடை. ஆமை போல் இருப்ப தால் இப்படி அழைப்பர்.

அரைஞாண் – அரையில் அணியும் நாண்; பெரும் பாலும் வெள்ளியில் செய்யப்பட்டிருக்கும்; இது வெள்ளிக் கொடி எனவும் படும்.

639 போளி – கோதுமை மாவில் செய்யப்படும் இனிப்புப் பலகார வகை.

640 சீடை – கோலிக்குண்டு அளவுள்ள, பச்சரிசியால் செய்யப்பட்ட உருண்டையான பலகாரம்.

சிலேட்டு – சிறுவர் எழுதப் பயன்படுத்தும் மாக்கல் பலகை; பலப்பம் *(Slate)*.

641 முறுக்கு – ஒரு எண்ணெய்ப் பலகாரம்

643 காலர் – சட்டையில் பொருத்தப்படும் கழுத்துப்பட்டி *(Collar)*.

644 காறை – சிறுவர்களும், பெண்களும் கழுத்தில் அணியும் ஒருவகை அணி.

645 பணயம் – ஈடாக வைத்தல்.

648 முருக்குத்தடி – முள்ளு முருக்கை மரத்தின் அடிமரம்; இவை உயரமாகவும் பருமனாகவும் வளர்ந்தாலும், உபயோகமற்றதாகக் கருதப்படும். இந்த மரத்தைப் போல மருமகனும் உபயோகமற்றவன் என்கிறார் காரணவர்.

650 மீட்டி – மீட்டு

653 ஐக்கோர்ட் – உயர் நீதிமன்றம் *(High Court)*

654 பஞ்ச கல்யாணிப் பிள்ளை என்ற இந்தக் காரணவரின் மாமாவும் நீதிமன்றத்துக்குப் போயிருக்கிறார். இதை அவர் பெருமையாகப் பேசுகிறார்.

655 பாதர் சிங்கம் – பஹதூர் சிங்கம்

659 விளை – தோட்டம், தோப்பு

மைனர் – வயதுவராதவர் *(Minor)*

வியாச்சியம் – வழக்கு *(Dispute)*

662–663 அன்பாகப் பேசும் . . . முண்டோ? – இங்கு மருமக்கள் வழி முறையில் மகனுக்குத் தந்தையால் எந்த உதவியும் கிடைக்காது என்பதைப் பொதுவாகவும் எடுத்துக் கொள்ளலாம்.

664–665 மூத்த காரணவர் – பஞ்ச கல்யாணிப் பிள்ளையின் மாமனாராகிய காரணவர்.

கன்றுகள் – மூத்த காரணவரின் பிள்ளைகள்; இங்கு நிந்தையாகக் 'கன்றுகள்' என்கிறார்.

666 ஆவலாதி – புகார் *(Complaint)*

669 உகந்துடைமை – அன்பின் காரணமாக வருவது, அல்லது அன்பின் வழி வந்தது என்பது பொருள். முன்னோர் களின் சொத்துக்களைப் பங்கிட்டுக் கொள்ளும் பங் காளர்களின் பழைய வழக்கத்தின் நினைவுச் சின்னம் உகந்துடைமை.

மகனுக்குக் கொடுக்கப்பட வேண்டிய பரம்பரைச் சொத்து உகந்துடைமை எனப்படும். உகந்துடைமை என்பது சட்டப்படி மக்களின் உரிமை சார்ந்து கொடுக்கப் படுவது (நாகர்கோவில் கோர்ட்; செல்லப்ப பிள்ளை நீதிமன்றத் தீர்ப்பு எண் 42:1049), கவிமணி ஆங்கிலக் கட்டுரை பார்க்க.

தந்தை இறக்கும் போது இறப்புச் செலவிற்காகப் பணம் கொடுக்கப்படும். இறந்தவரின் மக்களுக்கு உரிமை உடையது. இது யாப்பிய உகந்துடைமை எனப்படும்.

காலஞ்சென்ற காரணவர் மக்களுக்கு அனந்திரவன் மனமுவந்து கொடுப்பது உகந்துடைமை.

காலஞ்சென்ற காரணவரின் (குழந்தையில்லா) மனைவிக்கு அனந்திரவன் கொடுப்பது நங்குடைமை.

நங்குடைமை என்பது பெண்ணுக்குக் கிடைக்கும் சொத்து. குழந்தை இல்லாத விதவைக்குக் கொடுக்கப் படும் உதவித் தொகை.

669–671 இங்கு காரணவர் தன் மனைவிகளுக்கும், குழந்தைகளுக்கும் நியாயமாய்ப் போய்ச் சேரவேண்டிய சொத்துக்களை இல்லாமலாக்கியதை வருத்தத்துடன் கூறுகிறார்.

672 குசும்பன் – கோள் சொல்பவன்; கிண்டலாகக் கோள் சொல்பவன்.

குண்டுணி – கோள் கூறிச் சண்டை மூட்டுபவன்.

678 செருப்பாலடித்த காசு – வழக்கில் தோற்கடிக்கப்பட்டு நீதிமன்றச் செலவைத் தருமாறு தீர்ப்புப் பெற்றுவிட்டால், அச்செலவுப் பணத்தைக் கொடுக்காவிட்டால் தண்டிக்கப்பட நேரிடும் என்ற குறிப்பு.

680 வட்டிமுடையட்டும் – முன்குறித்த பணத்தைக் கொண்டு செல்ல, ஓலைப் பெட்டியை இப்போதே செய்யட்டும் என்பது குறிப்பு.

682–712 காரணவர் வயலைப் பயிரிட்டு, தன் சகோதரியின் கணவருக்கு நெல்லைக் கொண்டுசெல்லும் சாதாரண வழக்கம் கிண்டல் செய்யப்படுகிறது. காரணவரின் மைத்துனரோ எந்த வேலையையும் செய்யாமல் சோம்பேறியாக வாழ்வது குறிப்பிடப்படுகிறது.

685 வீசித் தூற்றி – ஈரமும் பதரும் இல்லாதகற்றுது; வயல் அறுத்துக் கதிரைச் சூடடித்து, நெல்லைத் தூசியின்றிப் பிரித்துக் காய வைத்து, பதரைப் பிரித்து எடுப்பது.

688 ராஜா – இங்கு மருமகன் எதிர்பார்க்கும் ராஜபோகம் கிண்டல் செய்யப்படுகிறது.

690 கொட்டாரம் – அரண்மனை (கிண்டலாக)

695 நாயும் புலியும் – ஒருவகை நாட்டார் விளையாட்டு; இதில் நாயைக் குறிக்கப் பதினைந்து சிறுகற்களும், புலியைக் குறிக்க மூன்று பெரிய கற்களும் வைக்கப்பட்டிருக்கும்.

நடுமனை கீறுதல் – நாயும் புலியும் விளையாட்டு விளையாடுவதற்குரிய கட்டம் வரைதல்.

696 இஷ்டர்கள் – நண்பர்கள்

699–700 காரணவரின் மருமகனின் நிலை கிண்டலாகக் காட்டப்படுகிறது.

இறக்கு வெட்டு – சீட்டு விளையாட்டில் உற்சாகத்தில் பேசப்படும் பேச்சுக்கள்.

702 பக்க மந்திரிகள் – உடன் அமர்ந்திருக்கும் நண்பர்கள்

703 சீட்டுக் கச்சேரி – சீட்டு விளையாட்டை ஒரு இசை நிகழ்ச்சியாகக் கிண்டல் செய்கிறார் ஆசிரியர்.

கச்சேரி – ஆடல்பாடல் முதலியவற்றிற்காகக் கூடும் கூட்டம்.

705 தாயப்போர் – தாயம் என்னும் நாட்டார் விளையாட்டு; சூதுக்காய் கொண்டு உருட்டும் விளையாட்டு.

706 குடித்தனம் – இங்கு கள் அல்லது சாராயம் குடித் திருக்கும் வேளை.

குறிகள் – அடையாளங்கள்.

707 தடித்தனம் – மிகுந்த கோபத்துடன் இருக்கும் வேளை

708–711 கடவுளுக்குப் படைக்கப்படும் நிவேதனத்தைப் போன்றது, மருமகனுக்குக் கொடுக்கப்படும் நெல்லும் எனப் பரிகாசம் செய்யும் பகுதி.

710 கற்பனை பாவித்து – மன்னர் ஆணை ஏற்றுக்கொண்டு

725 கொத்து – வயல் அறுவடை செய்த கூலியாள்களுக்குக் கொடுக்கும் கூலி நெல்.

726 போன பூ – முந்திய பருவப்பயிர்

புளியடிச்சூடு – புளிய மரத்தை அடுத்த பகுதியில் உள்ள வயலில் விளைந்த நெற்கதிர்களின் குவியல்.

727 வட்டம் தள்ளுதல் – போரடித்தல்; வட்ட வடிவமாகப் போடப்பட்ட நெற்கதிரின் மேல் மாடுகளை ஓட்டுதல் (ஓட்டி மிதித்தல்).

728 களம் – நெற்களம்; வீட்டின் பின்புறம் நெற்கதிரைப் போரடிக்கும் இடம்.

கண்காணி – மேற்பார்வையாளர்

730 அரைக்கோட்டை – 10½ மரக்கால்

731 கடத்துதல் – ஏமாற்றிக் கொண்டுசெல்லுதல்

734 விசாரிப்புக்காறன் – காரணவரின் வீட்டில் குற்றேவல் செய்பவன்; இவன் வீட்டின் பொறுப்பான வேலை களையும் செய்வான்.

735 சாக்கு – கோணிப்பை; நெல் கொண்டுபோன சாக்கைக் குறிப்பது.

736 இருபதாம் நம்பர் ஷாப்பு – கள்ளுக் கடைகளுக்கு அரசு வழங்கும் உரிம எண்.

741 செப்பு – மரம் அல்லது உலோகத்தால் ஆன சிமிழ்.

திருக்குப் பூ – பெண்களுக்குரிய கூந்தல் அணி.

742 இரண்டாம் குடியாள் – கோவிலில் நடனமாடும் தேவ தாசியர்; நாஞ்சில் நாட்டுத் தேவதாசிகளின் குடி யிருப்பை எண்களால் குறிப்பது வழக்கு; ஒவ்வொரு ஊரிலுள்ள கோவில்களுக்கும் இந்த எண் மாறும்.

'இரண்டாம்குடி' – புழுக்க வேளாளப் பரத்தை; ஊருக்குப் புறத்தே உள்ள வீட்டில் குடியிருப்பவள் என்றும் பொருளுண்டு.

747 காரியம் – குடும்பக் காரியம்

750 பிடாகை (படாகை) உட்பிரிவு; நாஞ்சில் நாட்டின் எல்லை மங்கலம் முதல் மணக்குடி வரை என்பது மரபு. இதன் 12 பிரிவுகள் காலத்துக்குக் காலம் மாறவும் செய்திருக்கின்றன. 'பன்னிரண்டு பிடாகைகளிலும் என்னைப் போல் கிடையாது' எனப் பெருமை பேசும் வழக்கு இன்றும் உள்ளது அவை:

மேல் பிடாகை

நடுவுப் பிடாகை

அழகிய பாண்டியபுரம் பிடாகை

அனந்தபுரம் பிடாகை

தாழக்குடிப் பிடாகை

தோவாளை பிடாகை

படப்பற்றுப் பிடாகை

கோட்டாற்றுப் பிடாகை

பறக்கைப் பிடாகை

தேர்ப் பிடாகை

சுசீந்திரம் பிடாகை

அகஸ்தீஸ்வரம் பிடாகை

752 ஏடு பொடிந்திருப்பதன் அடையாளம் "..." எனக் காட்டப்பட்டுள்ளது.

763 வீரபத்திர பிள்ளை – காரணவரின் தங்கையின் கணவர்

769 ஊத்தை வாய் – பல்தேய்க்காத, நாற்றம் அடிக்கின்ற வாய்.

உளறின – அர்த்தமின்றிப் பேசிய

773 திகையா – பூர்த்தியாகாத

774 கன்னியும் காப்பும் காணாக் குமரன் – கலியாணம் ஆகாத சிறுவன்; கன்னி அழியாத இளைஞன். காப்பும் காணா – திருமண நிகழ்ச்சியில் தாய்மாமன் கையில் கட்டுகின்ற மஞ்சள் நூல் காப்பு அணிந்த அனுபவம் இல்லாதவன்.

778 தானிகன் – ஸ்தானிகன்; தாசிகளின் வீட்டையே இருப்பிடமாகக் கொண்டவன்.

780 ஒருவனைப் பழித்துப் பேசிக் கோபப்படும் போது 'நாக்கை வெட்டி நாய்க்குப் போடுவேன்' என்று கூறும் வழக்காறு நாஞ்சில்நாட்டில் இன்றும் கேட்க முடியும்.

782 சாமி – காரணவரின் ஐந்தாம் மனைவியின் மகன்.

785 பரத்தை நாடி – மோட்சத்தை விரும்பி; பரத்தையை விரும்பி என இருபொருள் கொள்ளலாம். பௌரணை – பவுர்ணமி; முழுநிலவு

786–788 கன்னிப்பதி – கன்னியாகுமரி. கன்னியாகுமரியில் கோவிலுடன் தொடர்புடைய தேவதாசிகளைச் சந்திக்கக் காரணவரின் மகன் சாமி சென்றான் என்னும் பொருள் இதில் தொக்கி நிற்கிறது.

791 மந்தாரம்புதூர் – நாகர்கோவில் – கன்னியாகுமரிச் சாலையில் 10 கி.மீ. தொலைவில் உள்ள மிகச் சிறிய கிராமம்; பனைஏறும் நாடார்கள் பெருமளவு அங்கு வாழ்ந்தனர்.

மதுவிளை – கள் இறக்கும் பனைகள் நிறைந்த ஒரு தோப்பு.

792 கிட்டின முத்து – ஒருவரின் பெயர் (கிருஷ்ணமுத்து)

796 மாதவராயர். இவர் உத்திரம் திருநாள் (1847 – 1860), ஆயில்யம் திருநாள் (1860 – 1880) ஆகிய திருவிதாங்கூர் அரசர்களின் காலத்தில் திவானாக (1858 – 1872) இருந்தவர். திருட்டுப் பயத்தை ஒழித்தவர். இலவசக் கல்வி முறையைக் கொண்டுவந்தவர்.

804–805 திருக்குறள் ‘புதல்வரைப் பெறுதல்’ அதிகாரம் பாடல் 5.

816 ‘ஒருகண் வெண்ணெயும் ஒருகண் நீறும்’ – பழமொழி; பாரபட்சமாக நடத்துதல் என்பதை இது குறிக்கும்.

820 போட்டும் – போகட்டும்; இந்தச் செய்தி நிற்கட்டும்; நிற்க.

821 அறுப்புக்காலம் – அறுவடைக் காலம்

822 நாலாம் மனைவி நாடகக்காரி – காரணவரின் மனைவி; இவள் கோவிலுடன் தொடர்புடைய தேவதாசிக் குலத்தைச் சார்ந்தவள்.

823 வித்துத்தண்டு – விளைந்த தண்டங்கீரை

வாளைமீன் – ஒருவகை கடல்மீன்.

824 மொச்சைக்கொட்டை – அவரை இனத்தைச் சேர்ந்த மொச்சை என்னும் தானியம்.

825 வட்டி – பனை ஓலைப் பெட்டி

826 கறிகள் – கூட்டு; கஞ்சி – சோற்றுப்பருக்கை உடைய நீராகாரம்.

828 அரைஅரை – கொஞ்சம் கொஞ்சமாக

அகப்பை – குழம்பு, கறிவகைகள் முகருவதற்குப் பயன் படும் மரம் அல்லது கொட்டாங்கச்சியால் ஆன கருவி.

834 அப்பமுத்து – பொதுவாக மடையன், மூடன் என்பதைக் குறிக்கப் பரிகாசமாகச் சொல்லும் பெயர்.

835 கொட்டுக்குடவை – புட்டு அவிக்க உதவும் சிறிய மண்பானை.

836 குறுணி – ஒரு மரக்கால்

837 விசாரித்து – நன்றாகக் கேட்டு அறிந்து

839–841 சாளையும் . . . அறிவாயோ

சாளை – சாளை மீன்; இந்த மீனில் முள் அதிகம் இருக்கும்; அதனால் முள்ளை மெதுவாக எடுத்துத் தான் சாப்பிட முடியும். எனவே சாப்பிடும் நேரம் அதிகமாகும். இந்த நேரத்தில் சாப்பிடுபவரின் மனைவி, வீட்டுக் களஞ்சியத்தில் கிடக்கும் நெல்லைத் திருட்டுத் தனமாக விலைக்குக் கொடுத்துப் பணம் சேர்ப்பாள் என்பது நாஞ்சில் நாட்டில் வழக்கமாகக் கூறப்படும் கிண்டலான செய்தி.

சண்ணும் – நிறையவே சாப்பிடுகின்ற

சப்பா – எதற்கும் லாயக்கற்றவன்

845–870 முதல் உலகப்போரைக் (1914 – 1919) குறிக்கும் செய்தி இங்கு கூறப்படுகிறது.

859 பென்னம் பெரிய – மிகப் பெரிய

867 ஐந்தாம் ஜார்ஜ் – இங்கிலாந்து தேசத்து மன்னர். இந்தியாவில் பிரிட்டீஷ் அரசு இருந்த போது இந்தியச் சக்கரவர்த்தியாக இருந்தவர்.

870 இக்காலம் தன்னில் – மருமக்கள்வழி மான்மியம் நிகழும் காலமும், முதல் உலகப் போர்க்காலமுமாகக் கொள்ள லாம். முதல் உலகப்போர் 1914 – 1919இல் நடந்தது. மான்மியமும் இதே காலத்தில் வெளியானது. ஆனால் பழைய ஏட்டிலிருந்து எடுத்ததாகக் கற்பனை செய்து வெளியிடப்பட்டதை இங்கு நினைவில் கொள்ளவும்.

892 குடவண்டி – தொந்தி; தொப்பை.

‘குடவண்டியைக் கலக்குவேன்’ என்பது நாஞ்சில் நாட்டு வழக்காறு.

894 ஏடு பொடிந்த பகுதி

899 வைய வைய – திட்டத் திட்ட; ஏச ஏச

திண்டுக்கல் – அசையாது இருக்கும் கல்; வீட்டு முன்திண்ணையில் உள்ள கல்.

கோடேறிக் குடிமுடித்த படலம்

905 ஏழரை ஆண்டைச் சனியன் – ஒருவரின் வாழ்வில் 7½ ஆண்டுகள் சனி பிடிக்கும் என்பது சோதிட நம்பிக்கை. எனவே, அடுத்தவரைச் சனியன் எனத் திட்டுவது வழக்கு.

914 நான்று – தூக்குப் போட்டு

915 நாக்கைப் பிடுங்கி – மானம் கெட்ட பின்பு நாக்கைப் பிடுங்கிச் சாகவேண்டும் என்று கூறும் வழக்கு நாஞ்சில் நாட்டில் உள்ளது; வில்லிசைப் பாடல்களும் இதைக் கூறும்.

917 சங்கிலித் துறை – கன்னியாகுமரிக் கடலில் தீர்த்த மாடும் இடத்தை அடுத்துள்ள ஆழமான ஓரிடம். தீர்த்தமாடுவோர், அலைகளால் இழுத்துச் செல்லப் படாமலிருக்க இரும்புச் சங்கிலி போடப்பட்டிருப்ப தால் அது சங்கிலித்துறை எனப் பேச்சுவழக்கில் வழங்கப்படுகிறது. பிறரைப் பரிகாசமாகவேனும், கோபமாகவேனும் 'சங்கிலித் துறையில் போய்ச்சாடு' எனக் கூறும் வழக்கு இன்றும் உள்ளது. இத்துறையைக் கட்டியவர் மூலம் திருநாள் என்ற திருவிதாங்கூர் அரசர்.

922 வாயில் மண்ணை வாரியடித்து – ஒருவர் 'வாயில் மண்ணைப் போட்டு சுடுகாட்டுக்கனுப்புவேன்' என்பது வழக்காறு.

928 புகையும் போட்டான் – கோள் மூட்டினான்; சாம்பி ராணிப் புகை போட்டான் என்று கூறும் வழக்கு இன்றும் உள்ளது.

930 அண்டைவீடு – பக்கத்து வீடு

932 கோட்டு மாடன் பிள்ளை – மாடன் பிள்ளை என்பவரின் அடை மொழி. 'கோர்ட்' *(Court)* எனக் கூறலாம்.

936 பானையில் கிடந்த பழவோலை – சொத்து ஆவண ஓலைகளைப் பானையில் வைத்திருக்கும் வழக்கம் நாஞ்சில் நாட்டில் இருந்தது.

937 முறிப்பெட்டி – ஓலை ஆவணங்களைக் காப்பாற்றி வைப்பதற்குள்ள பெட்டி.

முறி – ஓலைப் பிரமாணம் (ஆவணம்)

முன்னோலை – பழைய பிரமாணங்கள்

938 கைச்சீட்டு – கடன் சீட்டு; அடமான ஓலை; கடன் வாங்கியதற்குக் கொடுத்த ஓலை; கையால் எழுதிக் கொடுப்பது.

939 கைச்சாத்து – கையால் எழுதிக்கொடுத்த பற்றுச்சீட்டு.

பொய்ச்சாத்து – பொய்யான பற்றுச்சீட்டு

940 பத்திரச்சுருள், பகர்ப்புச் சுருள் – ஓலைப் பத்திரங்களைச் சுருணை என்பது நாஞ்சில் நாட்டு வழக்கு. தாளில் எழுதப்பட்ட பத்திரங்களை அப்படியே வைக்காமல், அவற்றைச் சுருட்டி மூங்கில் குழாய்களில் வைத்திருப்பதால் பத்திரச்சுருள் எனப்பட்டது.

பகர்ப்பு – நகல். இதுவும் சுருட்டி வைக்கப்பட்டிருக்கும்.

941 சுமடாய்க் கட்டி – தலையில் தூக்கிச் செல்ல வசதியாகக் கட்டி.

942 முண்டு – வேட்டி

மூடிப் பொதிந்து – பெரிய வேட்டியில் பத்திரங்களைக் கட்டி.

944 நாகையம்பதி – நாகர்கோவில்

951 விவகாரங்கள் – வழக்குகள்

955 அண்டப்புரட்டன் – உலகப்பொய்யன்; ஒரு வழக்குரைஞரின் பட்டப்பெயர்.

956 ஆனைப் பொய்யன் – ஒரு பட்டப்பெயர்.

குமஸ்தா – வழக்குரைஞரின் எழுத்தர்.

958–959 காரணவனைப் . . . . வந்தோம் – காரணவர்களின் போக்கு சரியில்லாமல் எதிர்வழக்கு தொடுப்பது என்பது பத்மநாபபுரம் நீதிமன்றத்திலும் நடந்திருக்கிறது. தென் திருவிதாங்கூரின் தலைநகரான பத்மநாபபுரத்திலிருந்து நீதிமன்றம் நாகர்கோவிலுக்கு மாற்றப்பட்ட பிறகு காரணவர் தொடர்பான வழக்குகள் அதிகரித்தன.

960–964 காரணவரிடமிருந்து தப்பி நீதிமன்றத்திற்குப் போவதை, ‘தேரை புற்றிலிருந்து புறப்பட்டு, பட்டினி கிடந்த

பாம்பின் வாயில் விழுவதுபோல' என உவமை கூறுகிறார்.

967 நோட்டு – பிராமிசரி நோட்டு; கடன் பத்திரம்.

காரணவரை எதிர்த்து அவரது மைத்துனன் வழக்குப் பேசுவதற்கு வழக்குரைஞருக்குக் கூலி கொடுக்க வசதி யில்லாததால் வழக்குரைஞரின் மைத்துனனிடம் 150 ரூபாய் கடன் வாங்கியதாகக் கடன் பத்திரம் எழுதிக் கொடுத்த நிகழ்ச்சி இங்கு கூறப்பட்டுள்ளது.

972 வெள்ளமடம் – நாகர்கோவிலிலிருந்து திருநெல்வேலி செல்லும் சாலையில் 5 கி.மீ. தொலைவில் உள்ள ஊர்.

972–973 கள்ளபிரான் என்னும் மூத்தபிள்ளை – மூத்தபிள்ளை யின் பட்டப்பெயர்.

974 மாத்தால் – நாகர்கோலிலிருந்து வடக்கே எட்டுக்கல் தொலைவில் உள்ள சிறு ஊர்.

கணக்கு மகாராசன் – ஊர்க் கணக்கு எழுதிய மகா ராசன். அக்காலத்தில் நாஞ்சில் நாட்டு வேளாளர் தமது பெயர்முன் 'கணக்கு' என்ற அடையைச் சேர்த்து வந்தனர்.

975–981 பிச்சைக்காரன், இருளப்பன், முத்தொளி மறவன், ஐயம்பிள்ளை, நல்லபிள்ளை, மாறியாடும் பெருமாள் ஆகியன சாட்சிக்காரர்களின் பெயர்கள்.

978 அண்ணாவி – திண்ணைப் பள்ளிக்கூட உபாத்தியாயர்

982 நம்பர் பதித்தல் – ஒருவர் மீது வழக்குத் தொடுப்பது; வழக்குத் தொடுத்ததற்கு அடையாளமாக நீதிமன்றத்தில் நம்பர் (பதிவு எண்) கொடுப்பர்.

985 கப்படா மீசை – மிகப்பெரிய மீசை

989 வெட்டையாய் – நாசமாக

1004 சங்கதி – செய்தி

1006 பொய்கைப் பற்று – பொய்கையாற்றுப் பக்கம் உள்ள வயல்.

1007 ஆறுதடி – ஆறு வயல்

1008 தோட்டிச்சி மேடு – ஒரு நிலத்தின் பெயர்

1009 மேலத்தெரு – மேற்குத் தெரு

மேடை வீடு – பெரிய பங்களா வீடு

1012 யாப்பியம் – நாஞ்சில் நாட்டு மருமக்கள்தாயக் குடும்பத்தைச் சேர்ந்த ஒருவர், குடும்பத்திலிருந்து விலகும்போது அக்குடும்பத்தில் அவருக்குள்ள பாத்தியதைக்கு ஈடாகக் கொடுத்து ஒதுக்கும் சொத்து. யாப்பியம் என்பது 'வியாபகத்துள் அடங்கியது' என்ற சைவ சித்தாந்த சாத்திரம் தொடர்பான சொல்லிலிருந்து வந்தது எனலாம்.

1019 ராஜி – சமாதான ஒப்பந்தம்

1021 வியாச்சியம் – நியாய வழக்கு

1029–1038 முன்பு நீதிபதி ஒருவர், நீதிமன்ற வாயிலின் இரண்டு பக்கங்களிலும் அங்கு வருகின்றவர்கள் எல்லோரும் காணும்படியாக இரண்டு ஓவியங்களை வரையும்படி ஏற்பாடு செய்திருந்தார். முதல் ஓவியத்தில், ஒரு மனிதன் எலும்பும் தோலுமாகி, வறுமைக் கோலத்துடன், உடைந்த சட்டி ஒன்றைக் கையில் ஏந்திக் கொண்டு நிற்கிறான். நீதிமன்ற வழக்கில் ஈடுபட்டுத் தோற்றுப் போனவர், கையில் உள்ள எல்லாச் சொத்துக்களையும் இழந்து, இரப்பதற்கு நல்ல சட்டிகூடக் கிடைக்காமல் உடைந்த சட்டியைக் கையில் வைத்திருக்கும் நிலையை இது சித்தரிக்கிறது.

இரண்டாவது ஓவியம், ஒரு மனிதன் காகிதப்பொதி ஒன்றைத் தலையில் சுமந்துகொண்டு நிற்பது போன்ற காட்சியைக் குறிப்பது. இது வழக்கில் வென்றவர், தனது பொருளை எல்லாம் வழக்காடுவதில் இழந்து, பின்னர் வழக்குத் தொடர்பான ஆதார ஆவணங்களை மட்டுமே சுமந்துசெல்வதாகக் குறிப்பிடுகிறது.

இந்த இரண்டு ஓவியங்களையும் பார்க்கின்றவர்கள், வழக்கில் வென்றவர் நிலையையும், தோற்றவர் நிலையையும் நன்றாக உணரட்டும் என்பதற்காக இந்த ஓவியங்கள் இருந்தன என்பர். பத்மநாபபுரத்திலிருந்து நீதிமன்றம் நாகர்கோவிலுக்கு மாற்றப்பட்ட காலத்தில் இந்த ஓவியங்கள் இருந்தன. இது வாய்மொழிச் செய்தியும் கூட.

1031 ஓட்டை – சட்டியை (சுடுமண் பாத்திரம்)

1033 தாட்பொதி – காகிதக் கட்டு

1041 புத்தியில்லாத ... மீண்டதாய் – இரண்டு பூனைகள் தங்களுக்குக் கிடைத்த அப்பத்தைப் பங்குவைத்துக் கொடுக்குமாறு ஒரு குரங்கிடம் கேட்க, குரங்கு இரண்டு பூனைகளையும் ஏமாற்றி அப்பத்தைத் தின்றது. இது பஞ்சதந்திரத்தில் உள்ள கதை.

1050 அந்திரபுரம் – நாஞ்சில்நாட்டில், தோவாளை தாலுகாவில் உள்ள மலையடிவார ஊர்.

1052 மச்சம்பி – மைத்துனன்

1061 வாய்தா – விசாரணை நாளைத் தள்ளிப் போடுகை *(Adjournment).*

1063 முட்டப் பஞ்சம் – முழுமையான பஞ்சம்

மூதேவி வாசம் – கொடிய வறுமை

1066 உச்சி – தலைமுடி

1067 தொட்டில் கட்டத் துணி – குழந்தைகளுக்குரிய தொட்டில் கட்டப் பயன்படும் துணி.

1068 கண்டாங்கி – சேலை

காந்திமதி – ஆண்டியின் மனைவி

1071 மொழி – சாட்சி

கொடுக்க – சொல்வதற்கு

1074 முதல்படி – ஊர்த்தலைவர்; ஊர் டிரஸ்டி; ஊரில் குறிப்பிடத்தகுந்த முதல் ஆள்; பொக்கிஷதாரர். ஊரின் பொது நிதி இவர் வசம் இருக்கும்.

முளைய நல்லூரைச் சார்ந்த ஒருவன் நாஞ்சில் நாட்டு மக்களுக்குப் பெரும் துன்பம் கொடுத்தான் என்பதைக் குறிக்கும் பழம்பாடல் இது:

கோளை மூட்டும் கடுக்கரையில்
    கொச்சு மாடன் சங்கரனும்
தாழக்குடியில் வைரவனும்
    தமிழ்த் தேரூரில் சந்திரனும்

கூழம் பெருத்த முளைய நல்லூர்
குறும்பன் அணஞ்ச பெருமாளும்
நாளை இவர்கள் தலை தெறித்தால்
நன்றாய் வாழும் நாஞ்சில்நாடு.

இப்பாடலின் முதல்வரி 'மான்மிய'த்தின் முந்திய பதிப்புகளில் இல்லை. இப்பாடலின் முழுவடிவத்தை வீரபத்திரச் செட்டியார் அவர்களிடம் கேட்டபோது அவர் இதைச் சொல்லி விளக்கமும் சொன்னார்.

1076 விளாத்திகோணம் – ஒரு பெரிய நிலத்தின் பெயர். கோணம் – ஒருவருக்கு உரிமையான பல நிலங்கள் அடுத்தடுத்து ஒரு சேகரமாகக் கிடக்கும் பகுதி.

1078 மூக்கறையன் விளை – ஒரு தோட்டத்தின் பெயர்; புன்செய் நிலம்.

1079 வகை – சொத்து

1082 மதினி – அண்ணி

1083 இறக்கிவிட்டாள் – கழற்றி விட்டாள்

1086 வேற்றாள் – வித்தியாசமான ஆள்

1087 கருந்தாளி உலக்கை – கருந்தாளி மரத்தால் செய்த உலக்கை.

1088 கோவில் நெல் – நெல் அரைவை ஆலை வரும் முன்பு, நெல்லை உலக்கையால் குத்தி அரிசியை எடுக்கும் நிலை மட்டுமே நாஞ்சில் நாட்டில் இருந்தது. அரசுக்குச் சொந்தமான குறிப்பிட்ட சில கோவில்களில் தினமும் பெரும் அளவுக்கு அரிசி தேவைப்பட்டதால் நெல் குத்துவதற்கு உயர்சாதிப் பெண்களை வேலைக்குப் பயன்படுத்தும் வழக்கம் இருந்தது. பெரும்பாலும் கணவனால் கைவிடப்பட்ட மருமக்கள்வழி வேளாளப் பெண்கள் இந்த வேலைக்குச் சென்றனர்.

1091 நட்டியும், குட்டியும், நாழியும், உழக்கும் – கைக்குழந்தைகள்; ஒரு வயதுக்கு ஒரு குழந்தை என இருக்கும் எண்ணிக்கையைக் குறிக்கும் வழக்காறு.

1096 வல்லம் – பச்சைத் தென்னை ஓலைக்கூடை

1105–1109 வழக்குரைஞர், வழக்குப் பேசுவதற்குரிய சம்பளத்தைப் பிராமிஸரி நோட்டாகத் தன் கட்சிக்காரரிடம் எழுதி

வாங்கிக்கொள்ளுவதும், பின்னர் அவர் எழுதிக் கொடுத்த பணத்தைக் கொடுக்காத நிலையில் அவரது வீடு அல்லது நிலத்தை எடுத்துக்கொள்வதும் ஆகிய நிகழ்ச்சிகளை இவ்வரிகள் குறிப்பிடும்.

1105 கரையாளன் – இது உத்தியோகப்பெயர். கரையில் வரிப் பணம் வாங்குபவர். நாஞ்சில் நாட்டின் கரை, தேசம் என்னும் பகுதிகளில் வரிபிரிப்பவர்.

1111 ஏடுபொடிந்துள்ளது.

1118 பிள்ளைக்கெண்டி – குழந்தைகள் தண்ணீர் குடிக்கப் பயன்படும் பாத்திரம்; மூக்குள்ள பாத்திரம்.

1119–1120 சருவம் . . . சிரட்டை – பாத்திர வகைகள்

குட்டுவம் – தண்ணீர் விட்டு வைத்திருப்பதற்காகப் பயன்படும் பெரிய பாத்திரம்.

கொப்பரை – பிடியோடு கூடிய பெரிய பாத்திரம்.

குழியல் – உணவு உண்பதற்குப் பயன்படும் பாத்திரம்.

உப்போடு – உப்பு வைக்க உதவும் மரப் பாத்திரம்; உப்பு மரவை எனவும் படும்.

சிரட்டை – கொட்டாங்கச்சி *(Coconut shell)*.

அற்பமான பொருட்களையும்கூட நீதிமன்றம் விட்டு வைக்காது என்பது இங்கு குறிக்கப்படுகிறது.

1125 கட்சிக் கொடை – கிராமங்களில், மக்களில் சிலர் பணம் போட்டு நடத்தும் நாட்டார் தெய்வவிழா.

1126 மாடன் கொண்டாடி – சுடலை மாடன் என்னும் தெய்வத்திற்கு அருள்வந்து ஆடுபவன்.

1128 பூவை எடுத்தல் – விழா நிகழும் நாட்டார் தெய்வத்தின் அருள் வந்து சாமியாடுபவரின் செய்கையில் பூ எடுத்தல் முக்கியமான நிகழ்ச்சி.

1129 வாறண்டுக்காரன் – *(Warrant)* ஆளைக் கட்டுப்படுத்திப் பிடிக்க அரசாங்கத்தாரின் கட்டளையைக் கொண்டு வரும் நீதிமன்றப் பணியாளன்.

1130 குட்டிச்சுவர் – கட்டையான சுவர்

1132 ஓச்சன் குளம் – உவச்சன் குளம். உவச்சன் ஒரு சாதிப் பெயர்; காளி கோவிலில் பூசை செய்கின்ற இச்சாதி யினர் கம்பர், பாரி சைவர் எனவும் படுவர். இச்சாதி யின் பெயரால் அழகியபாண்டியபுரம் வீரபத்திர அம்மன் கோவிலின் எதிரே ஒரு குளம் உள்ளது.

1133 மடை – குளத்துக்கு நீர்வரும் வழி

1134 சாமி சுடலைச் சாம்பலிலாடி – சுடலைமாடன் கோவில் விழாவில், சாமியாடி சுடுகாட்டுக்குச் சென்று, சுடு காட்டுக் குழியில் இறங்கிச் சாம்பலைப் பூசி வரும் என்பது வழக்கு.

1141 மடக்கிவிட்டதும் – சாமியாடியை வாறணடுக்காரன் பிடிக்காமல் திரும்பிப் போகச் செய்ததும்.

1144 தேடின முதல் – உழைத்துச் சம்பாதித்த சொத்து

1147 ஆமீன் – அமீனா. உரிமையியல் நீதிமன்றத்தின் உத்தரவு களை உரியவரிடம் சேர்ப்பிக்கும் பொறுப்பிற்கான அலுவலர்.

1151–1164 வழக்குரைஞர் பற்றிய வர்ணனை

1165–1171 வழக்குரைஞரின் குமஸ்தா பற்றிய கிண்டல்

1162 நாலுகை யானை – வழக்குரைஞர் நீதிமன்றத்தில் அணியும் கறுப்பு கவுன்; நாலுகைச் சட்டைக்காரன் என வழக்குரைஞரைக் கிண்டலாகக் கூறுவது வழக்கம். உள்சட்டை, மேலங்கி ஆகிய இரண்டிலும் 4 கைகள்.

வழக்குரைஞரைத் தான் நடத்துவதாகக் குமஸ்தா கூறிக்கொள்ளுகிறான்.

1175 அவ்வையார் பாடியதாகத் தனிப் பாடல் திரட்டில் உள்ள,

இட்டமுடன் என்தலையில் இன்னபடி என்று எழுதி
விட்ட சிவனும் செத்து விட்டானோ – முட்ட முட்டப்
பஞ்சமே யானாலும் பாரம் அவ னுக்கன்னாய்
நெஞ்சமே அஞ்சாதே நீ

என்ற பாடலின் முதலிரண்டு வரிகள் இங்கு வருகின்றன.

1177 விக்கினம் – தடை

1183 திகையுமா – போதுமா

1186 பாரப் படி – பாரம் *(Form)* எழுதுவதற்குரிய கூலி; எந்தப் படிவத்தையும் நிரப்பக் கூலி கொடுக்க வேண்டும்.

1186 பட்டிகைப் படிகள் – விண்ணப்பக்கூலி

1190 வாசல்படிகள் – நீதிமன்ற வாயிற்படிகள்

1191 ஏணிப்படிகள் – நீதிமன்ற மாடிப்படிகள். இது கிண்டலுக் காகக் கூறப்படுவது.

1193 வாணாள் கொடுத்து வாண தீர்த்தம் –'வாணாளைக் கொடுத்து வாணதீர்த்தம் ஆடுவது' என்பது நாஞ்சில் நாட்டு வழக்காறு. வாணதீர்த்தம் – திருநெல்வேலி மாவட்டம், பாபநாசம் அருவியில் உள்ள தீர்த்தக் கட்டம். இதில் தீர்த்தமாடி வருவது சிரமமான காரியம். அதிகக் கஷ்டப்பட்டு ஒரு காரியத்தை நிறைவேற்றுவது என்பது இம்மொழியின் கருத்து.

1195–1210 நீதிமன்றத்தில் கட்டணங்கள் *(Fees)* என்ற பெயரில் அபகரிக்கும் செயலைக் கிண்டல் செய்யும் பகுதி.

1205 இழவு பயிற்றுப் பீஸு – இறந்த வீட்டில் வைக்கப்படும் பயறு என வெறுப்பும் கிண்டலுமாகக் கூறப்படுவது.

1207 முண்டு – வேட்டி

முழுமல் பீஸு – முழுதான மல்வேட்டி

1212 பீஸுபீஸாய் – *Fees* என்னும் கட்டணம்; *Piece* – துண்டு துண்டாக என்னும் பொருள்படும்.

பிச்சு – பிய்த்து; கிழித்து

1215 மூவர் – பிரம்மா, விஷ்ணு, சிவன்

1216 பொது ரிக்கார்ட்டுப் புரை – ஆவணங்கள் வைக்கப்பட் டிருக்கும் ஆவணக்களரி *(Record Office)*. புரை – அறை.

1217 முத்தொழில் இயற்றும் தெய்வம் – இல்லாததை உண்டு பண்ணுதல், உண்டுபண்ணியதைப் பரிபாலித்தல், உள் ளதை அழித்தல் என்பன; தெய்வம் – இங்கு குமஸ்தா.

1223 வஞ்சி – கோவிலில் காணிக்கை செலுத்தும் உண்டியல் பெட்டி.

வஞ்சியை முறித்தல் – உண்டியல் பெட்டியை உடைத்தல்; திருட்டுத்தொழிலில் வல்லவனை, ‘வஞ்சியை முறித்த கள்வன்’ என்பது மரபு.

1226 கிராஸ் – குறுக்கு விசாரணை (*Cross*).

1229 அண்டப் புரட்டன் – உலகத்தையே புரட்டி எடுக்கும் வக்கீல்.

1235 தக்கில் – தாழ்ந்த குரலில்

1254 குண்டில் – குழியில்

1257 ஈரங்கி – வழக்குக் கேட்கை (*Hearing*).

1260 ஏழரை நாட்டான் – *Eardley Norton* என்னும் பிரசித்தி பெற்ற ஆங்கிலேயே வழக்குரைஞர். பாமரமக்கள் இப்பெயரை உச்சரிக்கும்போது ஏழரை நாட்டான் என்பர். நாஞ்சில் நாட்டில், நாட்டான் என்னும் பட்டப் பெயருள்ளவர்கள் இருந்தனர். இவர்கள் எதற்கும் விவாதம் செய்பவர்கள்.

1265 வரிக்கல் – நீளமாக அடித்துத் திருத்திய கல்

1269 வருக்கை – பலாப் பழவகை

1270 பெட்டிப்பால் – *milk powder*. பெட்டியில் இருக்கும் பால்பொடி.

பிஸ்கூத் – *Biscuit*

1277 வாசறை மீண்டான் – வாரிசிறை மீண்டான் என்னும் நெல்வகை; நாஞ்சில்நாட்டுத் தளபதி ஒருவனை நெல்லைச் சீமைப் படைத்தலைவன் சிறை எடுத்துச் சென்ற போது நாஞ்சில் நாட்டு மக்கள் பெரும் அளவு நெல் கொடுத்து அந்தத் தளபதியை மீட்டார்களாம். பின் அந்த நெல் வாரிசிறை மீண்டான் என்று பெயர் பெற்றது என்பது வாய்மொழி வழக்காறு.

1278 சம்பா – ஒருவகை நெல்

1280 விலங்கினம் – ஆடு, மாடு, பன்றி போன்றவை

1291 முக்குளி – நீரில் மூழ்கும் செயல்

1294 முழுக்காளி – முத்துக்குளிப்பவன்

1311 காடு – சுடுகாடு

1320 அத்தாரிட்டிகள் – அத்தாட்சி, ஆதாரம் (authorities).

1328 பதிவு சாக்ஷி – பணம் வாங்கிக்கொண்டு முன்பின் தெரியாத எந்தப் பத்திரத்திலும் சாட்சிக் கையெழுத்து போடவும், சாட்சி சொல்லவும் தயாராய் இருப்பவன்.

பலவேசம் பிள்ளை – பலவேசம் என்பதைப் பல வேடம் தாங்கிய பிள்ளை என்றும் கொள்ளலாம். இவர் பணம் பெற்றுக்கொண்டு யாருக்கு வேண்டுமானாலும் சாட்சி சொல்லுவார்.

1331 பேடியைக் கண்ட பீஷ்மர் – உத்தம வீரனான பீஷ்மர், பேடி வீரன் மீது அம்பு தொடுக்காதவர். அவரை யாரும் போரில் வெல்ல முடியாத நிலையில் அர்ஜுனன் பீஷ்மர் முன் சிகண்டி என்ற ஒரு அரவானை நிறுத்தி வெற்றிகொண்டான் என்பது மகாபாரத நிகழ்ச்சி.

1332 அண்டமும் கோழி அண்டமாய்விடும் – மிகப்பெரிய கோழி அண்டம் (முட்டை) போல ஆகிவிடும்.

1341 தி.பி.கோ. – திருவிதாங்கூர் பீனல் கோட் (குற்ற விசாரணைச் சட்டம்).

1345 நடைபடி – நீதிமன்ற நடைமுறைகள்

1347 அநியாயங்கள் – பிராது அல்லது நியாயக்கேடு

1349 பட்டிகை – *Draft*

1350 கெட்டி – கெட்டிக்காரன்; திறமையானவன்

1351 ஏட்டுக் குமஸ்தன் – தலைமைக் குமஸ்தா (Head Clerk).

1352 சாடைகாட்டி – அடையாளம் சொல்லி; நாசூக்காகப் பேசி.

1358 சிறிது மோசம் – சிறிதுகூட மோசம் செய்யமாட்டேன் என்றும், சிறிய மோசம் செய்யாமல் பெரிய மோசமே செய்வேன் என்றும் இருபொருள்.

1359 சத்திய வாசகன் – வாசகம் என்ற சொல் மட்டுமே சத்தியம். செயல் முற்றிலும் பொய்யும் புரட்டும் என்பது கருத்து.

1365 வக்காலத்து – வழக்கு முதலியன நடத்துவதற்கு வக்கீலுக்குக் கொடுக்கும் அதிகாரப் பத்திரம் *(Power of attorney given to the lawyer for conducting a case).*

1371 அர்ஜி – மனு *(Complaint)*

அவதி – வாய்தா

1372 பிரதி உத்தரமும் – பதில்

1387 விவகாரங்கள் – வழக்குநிலை

1388 குளி – தினமும் குளிப்பது.

கும்பிடும் – தெய்வத்தை வணங்குதல்

1390 மாதாந்தங்கள் – ஒவ்வொரு மாதக் கடைசியிலும் குறிப்பிட்ட ஒரு தினத்தில் ஏதேனும் ஓர் ஆலயத்துக்குச் சுவாமி தரிசனம் செய்யப்போகும் வழக்கம்.

1396 துப்பட்டா – மேலே அணியும் விலை உயர்ந்த சரிகை ஆடை.

தொங்கல் – கழுத்தில் தொங்கவிடும் ஆடை

1397 துவர்த்து முண்டு – ஈரம் துவட்டும் துண்டு

1398 புட்டு – பிட்டு எனும் பலகாரம்

1400 தோய்ப்பன் – ஒருவகை இனிப்புப் பலகாரம். சுசியன் எனவும்படும்.

1401 தொந்தி – தொப்பை

1404 சீலைக்குடை – துணிக்குடை; வசதியுடையவர்கள் துணிக்குடை வைத்திருப்பர்; மற்றவர்கள் ஓலைக்குடை, தாழங்குடை வைத்திருப்பர்.

1406 அரைவண்டி – பயணம் செய்வதற்குரிய மாட்டுவண்டி. இது வில்வண்டி எனவும்படும். வண்டிச் சட்டத்தின் அடியே, அச்சின் மேலே சுருள்வில் பொருத்தப்பட்டிருப்பதால் பயணம் சொகுசாக இருக்கும்.

1407 அஞ்சலோட்டம் – தபால் சுமந்து செல்லும் அஞ்சல்காரனின் ஓட்டம் (அஞ்சல் – தபால்).

1412 குலக்குறத்தி – குறிசொல்பவள்

கோடாங்கி – குடுகுடுப்பைக்காரன் (கணிகர் சாதியினர்).

1414 பரல் பரத்தி – சோதிடன் சோழி என்றும் பரலை விரித்து வைத்தல்.

1416 பதியிருக்கும் பதி – குறி சொல்லும் இடங்கள்; அய்யா வைகுண்டர் என்னும் திருத்தூதரின் பதிகளில் தெய்வ சன்னதம் வந்து, எதிர்காலம் பற்றிக் கூறுதல் உண்டு.

1417 பதிவாக – வழக்கமாக

1418 பால்வைத்து – பதிகளில் சிறப்புச் செய்வது பால் வைப்பது எனப்படும்;

கணக்குப் பார்த்தல் – எதிர்கால நிலைபற்றிக் கூறுதல்.

1418 கதி – நல்லநிலை.

கொடை – நாட்டார் தெய்வ விழா

1419 கடாத்தறித்து – ஆடு பலிகொடுத்து

1441 படிப்புரை – வீட்டின் வெளியேயும், உள்ளேயும் உள்ள முன்திண்ணை.

யாத்திரைப் படலம்

1447 விடுமுறி – கணவனும், மனைவியும் பிரிந்து கொள்வதைக் குறிக்கும் ஆவணம்.

1460 அண்டை – அருகே

1473 இறுகிவிட்டது – இறுதிநாள் வந்துவிட்டது

1478 தங்கம் – காரணவரின் மகள்

1479 கட்டை – உடல்

1480 சமைந்து – பருவமடைந்து

1487 பயல் – காரணவரின் மகன்

1501 நம்பல் – நம்புதல்

1510 முதலை – தன் கைப்பொருளை

1514 கூடப்பிறந்து உயிர் கொல்லும் வியாதி – உடன் பிறந்தே கொல்லும் வியாதி.

1515 ஆங்காரவல்லி – காளி; இவளுக்குக் கொடுக்கப்படும் பலியும் ஆங்காரபலி எனப்படும்.

1516 காந்தாரி அம்மை – காரணவரின் சகோதரி. காந்தாரி என்ற பெயர் கொடூரமானவள் என்பதைக் குறிக்கும். காந்தாரிமிளகு என்ற மிளகு அதிக அளவு எரிப்புடையது. அதிலிருந்து வந்த வழக்குச் சொல் இது.

1519 ஐயா – தந்தை (இங்கு காரணவரின் மைத்துனன்).

1525 கைவிஷம் – கணவனைத் தன்வசம் வைப்பதற்காகக் கொடுக்கப்படும் வசிய மருந்து.

1536 பொட்டணம் – மூட்டை முடிச்சு

1537 புழக்கடை – புறக்கடை

1543 கட்டம் கட்டி – ஏற்பாடு செய்து

1550 அந்திய காலம் – இறுதிக்காலம்

1551 குடுக்கை – சிறிய மண் பாத்திரம்

1553 அன்னப்பால் – உலையில் உள்ள கொதிநீர், கஞ்சி.

1557 ஈனாப்பேச்சி – குழந்தை பெறாத நிலையில் இறந்த கர்ப்பிணி பேயாக மாறுவாள்; அவளை ஈனாப் பேய்ச்சி என்பது மரபு.

1559 காயம் மணக்குமோ காஞ்சிரம் இனிக்குமோ – காயத்திற்கு என்று தனி வாசனை உண்டு; காஞ்சிரங்காய் கசப்பது. காயத்திலிருந்து நறுமணத்தையும், காஞ்சிரங்காயிலிருந்து இனிப்பையும் எதிர்பார்க்க முடியுமா? இது போல மருமக்கள்வழிக் காரணவரின் சகோதரியிடம் அன்பையோ இரக்கத்தையோ எதிர்பார்க்க முடியாது என்பது இதன் பொருள்.

1570 பண்ணைவீடு – நிறைய வயல்கள் உள்ள ஒரு செல்வந்தரின் வீடு.

1573–1577 அக்காலத்தில் நாஞ்சில் நாட்டில் பள்ளிகளில் தமிழ் முக்கியப் பாடமாக இருக்கவில்லை. மலையாளமே முக்கிய மொழியாக இருந்தது.

1597 குச்சுக்கடை – மலிவுவிலைப் போலிப் பொருட்கள் விற்கப்படும் சிறிய கடை.

1610 உமையொருபாகக் குருக்கள் என்னும் சைவ அடியவரிடம் கவிமணி சிவ தீட்சை பெற்றிருக்கிறார் (1895 – 1900). இந்தக் குருக்கள் நாஞ்சில் நாட்டு வேளாளர்கள் சிலருக்கும் சிவதீட்சை கொடுத்திருக்கிறார். இவர் கவிமணியின் சொந்த ஊரான தேரூர் வாணன் திட்டு மடத்தில் சில ஆண்டுகள் இருந்திருக்கிறார். ஸ்ரீவைகுண்டம் மடத்துடன் தொடர்புடையவர். இவர் (உமையொரு பாகம்) பெயரால் தேரூரில் ஒரு மடம் உள்ளது. இவரைக் குறித்துக் கவிமணி,

வேறும் ஒருதுணையான் வேண்டுவனோ வேணுவனம்
தேறும்உமை யோர்பாகத் தேசிகனே – கூறும் எமக்கு
எய்யாப் பிறவி இருள்அகல நீ அளித்த
பொய்யா விளக்கிருக்கும் போது

என்று ஒரு பாடலைப் பாடியிருக்கிறார்.

1613 கண்டிகை – உருத்திராட்ச மாலை

1614 உலந்து பழுத்த – துவைத்துப் பழுப்பேறி உலர்ந்த (உடை).

1621 பாட்டா – தாத்தா

1626 பற்பல பதிகம் – திருவாசகப் பாடல்களைப் பதிகம் எனக் கூறும் வழக்கு இல்லை; இக்காவியத்தைக் கூறும் பெண் அறியாமல் கூறுவது இது.

1627–1629

பூவார் சென்னி மன்னனெம்
புயங்கப் பெருமான் சிறியோமை
ஓவாது உள்ளம் கலந்துணர்வாய்
உருக்கும் வெள்ளக் கருணையினால்
ஆவா என்னப் பட்டு அன்பாய்
ஆட்பட்டீர் வந்து ஒருப்படுமின்
போவோம் காலம் வந்ததுகாண
பொய்விட் டுடையான் கழல்புகவே

(யாத்திரைப்பத்து - திருவாசகம்)

கும்பியெரிச்சல் படலம்

1635–1649 ஏட்டில் பொடிந்த வரிகள்

1656 தரிக்கவொட்டா – தொடர்பு இல்லாமல் ஆக்குவது; குறிப்பிட்ட இடத்தில் இருக்கவிடாமல் ஆக்குவது.

1670 நெரிஞ்சில் – நெரிஞ்சிமுள் எனும் செடி. இது படர்ந்து கிடக்கும் இடத்தில் நடந்து செல்ல முடியாது.

1685 குழியல் – சாப்பிடப் பயன்படுத்தும் பாத்திரம்

குடிக்கும் செம்பு – தண்ணீர் குடிக்கும் பாத்திரம்

1687 தண்டை, பாதசரம் – கால் அணிகலன்கள்

1688 காப்பு – வளை என்னும் ஆபரணம்

காறை – ஆபரணம்

1689 பதக்கம் – சரடு முதலியவற்றில் கோக்கப்படும் கல் லிழைத்த தொங்கல் கழுத்தணி.

சிற்றுரு – கழுத்தணி

பாம்படம் – வயதான பெண் காதில் அணியும் எடை கூடிய அணி.

1690 பீலி – கால் விரலில் அணியும் வெள்ளி அணி

1705 பக்கப் பழுத்த – மிக வயதாகி உடல் பழுத்த.

1706–1707

ஊரும் சதமல்ல உற்றார் சதமல்ல உற்றுப்பெற்ற
பேரும் சதமல்ல பெண்டிர் சதமல்ல பிள்ளைகளும்
சீரும் சதமல்ல செல்வம் சதமல்ல தேசத்திலே
யாரும் சதமல்ல நின்தாள் சதம்கச்சி ஏகம்பனே

(பட்டினத்தார் படால்)

1709–1710 தோவாளைக் கஞ்சிப்புரை – நாஞ்சில் நாட்டில் நாகர் கோவில் – திருநெல்வேலி சாலையில் 12 கி.மீ. தொலை விலுள்ள ஊர் தோவாளை. இங்கே திருவிதாங்கூர் அரசர் மார்த்தாண்டவர்மாவால் (1728 – 1759) நிறுவப் பட்ட கஞ்சிமடம் இருந்தது. இதில் ஏழைகளுக்கு எந்த நேரத்திலும் கஞ்சி இலவசமாக வழங்கப்பட்டது.

1712 சுவான தேவர் – நாய்கள்

1714 காக்கை பாடினியார் – ஒரு சங்கப் புலவரின் பெயர்; இங்கே காகங்கள்.

1715 பழ அடியார்கள் – பிச்சைக்காரர்கள்

1716 வெண்சோறு – தொட்டுக்கொள்ள எதுவுமில்லாத சோறு.

1717 பட்டைச்சோறு – கோவில்களில் வழங்கப்பட்ட கட்டிச்சோறு.

பாற்சோறு – பாலில் வேகவைக்கப்பட்ட சோறு.

1718 ஒட்டுத் திண்ணை – (அடுத்தவர்) வீட்டு வாசலில் உள்ள திண்ணை.

1725 ஏடு பொடிந்துள்ளது.

1742 வெண்பா; ஏடு பொடிவு.

5. கவிமணியின் வாழ்க்கைக் குறிப்பு

1876 ஜூலை 26 (மலையாள ஆண்டு 1050 ஆடி மாதம் 14ஆம் நாள் தாது வருஷம் ஆயில்ய நட்சத்திரம் – கவிமணியின் பிறப்பு.)

தந்தை: தேரூர் சிவதாணுபிள்ளை;

தாய்: தாமரைக்குளம் மாணிக்கவாசகம் பிள்ளையின் இரண்டாம் மகள் ஆதிலட்சுமி.

1881 தேரூரில் ஆரம்பக்கல்வி; முதலில் படித்தது மலையாளம்.

1885 தந்தை மறைவு

1886–89 தேரூர் வாணந்திட்டு திருவாவடுதுறை ஆதீனம் சாந்த லிங்கத் தம்பிரானிடம் தமிழ் இலக்கிய இலக்கணங் களைக் கற்றல்.

1887–93 கோட்டாறு அரசுப் பள்ளியில் படிப்பு. இப்போது (2008) இப்பள்ளியின் பெயர் கவிமணி தேசிக விநாயகம் பிள்ளை நினைவு மேல்நிலைப் பள்ளி.

1893 திருநெல்வேலி உமையொருபாகக் குருக்களிடம் சிவ தீட்சை பெறுதல்.

1901 திருமணம்; மனைவி உமையம்மா.

கோட்டாறு அரசு ஆரம்பப் பள்ளியில் ஆசிரியர் பணி.

1902 திருவனந்தபுரம் மகளிர் ஆசிரியர் பயிற்சிப் பள்ளியில் ஆசிரியப்பணி.

1904–31 திருவனந்தபுரம் மகாராஜா பெண்கள் கல்லூரியில் ஆசிரியப்பணி.

1920–30 திருவனந்தபுரத்தில் நீதிபதி கே.ஜி. சேஷையர், எஸ். வையாபுரிப் பிள்ளை, இசையரசு லட்சுமண

பிள்ளை, கே.என். சிவராஜ பிள்ளை, 'தமிழன்' பத்திரிகை ஆசிரியர் முத்துசாமிப் பிள்ளை ஆகியோ ருடன் இலக்கியம், தமிழக வரலாறு குறித்து விவாதம் செய்தல்; மதுரைத் தமிழ் சங்கத் தொடர்பு; திருவனந்த புரம் சைவப்பிரகாச சபையில் திருக்குறள் ஆராய்ச்சி செய்தல்.

1926–30 முதலியார் ஓலைகளை அடையாளம் காணுதல்; ஆராய்தல்.

1932 ஸ்ரீவைகுண்டம் சுப்பிரமணிய பிள்ளை, கவிமணியின் கவிதைகளைச் சிறுபிரசுமாக வெளியிடுதல்.

1936 காந்தளூர் சாலை கட்டுரை சிறுபிரசுமாக வருதல்.

1938 'மலரும் மாலையும்' தொகுப்பு வெளிவருதல் (காரைக் குடி புதுமைப் பதிப்பகம்).

1940 டிசம்பர் 24. சென்னை பச்சையப்பன் கல்லூரியில் நடந்த சென்னை மாகாணம் ஏழாம் மாநாட்டில் உமாமகேசுவரனார் 'கவிமணி' பட்டம் கொடுத்தல்.

1941 'இளந்தென்றல்' என்னும் தலைப்பில் குழந்தைப் பாடல்கள் வெளிவருதல்.

1942 'நாஞ்சில் நாட்டு மருமக்கள்வழி மான்மியம்' நூல் வடிவில் வருதல் (புதுமைப் பதிப்பகம்).

1943 மே 11 நாட்டுக்கோட்டை நகரத்தார் ஆத்தங்குடியில் பாராட்டுக் கொடுத்தல்.

1944 செப். 26 திருநெல்வேலியில் பாராட்டு.

1945 நாகர்கோவிலில் 70ஆம் ஆண்டு விழா பாராட்டு, சுத்தானந்த பாரதி எழுதிய 'கவிமணியின் வாழ்க்கை வரலாறு' வெளிவரல்.

1945 'உமர்கய்யாம்' பாடல்கள் (கோட்டாறு கவிக்குயில் பதிப்பகம்).

1947 'காதல் பிறந்த கதை' (ஆசிய ஜோதி), அருள் நிலையம் பதிப்பு.

1950 நாகர்கோவிலில் ஆர்.கே. சண்முகம் செட்டியார் பாராட்டு.

1951 கவிமணியின் பாடல்களை வெளியிடப் பாரி நிலையம் பதிப்புரிமை பெறல்.

1952 ‘கவிமணியின் உரைமணிகள்’ – பாரி நிலையம்.

1954 ‘மலரும் மாலையும்’ செம்பதிப்பு.

1954 செப்டம்பர் 26 ஞாயிறு பகல் (மலையாள ஆண்டு 1130 புரட்டாசி 7) மறைவு.

1976 நாகர்கோவிலில் ஜூலை 27 நூற்றாண்டு விழா

1999 கவிமணியின் நூற்கள் அரசுடைமை ஆதல்.

have their ancestral family temples in the districts of Madura and Tirunelvelly. There are also many an old family both in Nanchinad and the above districts, claiming mutual relationship.

3. *Language:* The home language of the Nanchinadians like that of the other Velalas is Tamil.

4. *Village System:* The Nanchinadians have a village organisation of their own. Each village has a common temple and a common fund. The chieftains of the villages were once all powerful. These circumstances remind us of the village constitutions of the Pandi Velalas of the East Coast.

5. *Religious System:* The Nanchinadians are all Saivities. Their high priest is called the Gurukkal. Ammankodai is their most important religious festival. Devil-dancing is even now very common among them. Ancestral worship is kept up every year in almost all the house-hold. To whom we trace these customs except to the Tamil Velalas?

6. *Personal names:* All the names of the Nanchinadians are those current among the Tamilians while many of them are quite unknown among the Nayars, e.g, Kuttalingam, Subra manian, Muthuswamy, Ponnampalam, etc., among males, and Sivakami, Kanthimathi, Valli, Thaivana etc., among females.

7. *Dress and personal Decoration:* The dress and ornaments of the Nachinadians especially of the female members bear the closest resemblance to those of the Velala community living beyond the Ghats.

8. *Marriage and funeral rites:* The Nanchinadian weddings agree in all respects with those of the Makkathayam Velalas and the right of performing the funeral ceremonies is vested in the son as among the latter.

9. *Ukanthudamai and Nankudamai:* These are proprietary rights peculiar to the Nanchandians alone, being enjoyed by no other Marumakkathayam community and point to their once following the Makkathayam law of inheritance.

10. *Intermarriage and inter dining with the Pandi Velalas:* Marriage alliance between the Nanchinadians and the Pandi Velalas are not quite unknown. Members of the two communities freely interdine with one another without any fear of their being ostracised by their caste men.

These are some of the important arguments urged in support of the Pandi-origin of the Nachinadians. Let us now weigh them one by one and find out their value in the settlement of this racial question.

1. *Tradition of Immigration:* A close examination of the institutions, customs, manners, dress, ornaments, architecture, language etc., of the Nanchinadians will not fail to convince even a very superficial observer that the original home or the people of Nanchinad should be sought for in the neighbouring kingdoms of Pandia or Chola. Ancient inscriptions on the walls of temples and on rocks throughout the country strongly bear out the above fact. The tradition of the Nanchikuravas, too, can not but throw some light on it. Scholars have not failed to take note of this particular and press the same into services in their literary works. In Manonmaniyam the late Professor P. Sundaram Pillai makes Nanchinad the subject of a war between Manomani's father (a Pandia King) and the hero Purushothama of the Chera house the former claiming the land solely on the grounds we have cited a little before. Mr. E.Thurston in his valuable work *The Castes and Tribes of Southern India* says that 'The Nanchinad Velalas were not originally different from their Panidan analogues, but settled in the taluqs above mentioned (Thovala and Agasteeswaram), over which the Pandyans held sway during several periods in medieval times.' He gives 824 A.D. as the probable date of this important event in the history of the Nanchinad Velalas.

The Nanchinadians are well known for their skill in ciphering and for a long time the accountant branch of the Travancore State service was recruited from this community alone. As symbolic of their mathematical training the Nanchinadian bridegroom is to this day presented with, among other things, an iron-writing style and knife by the bride's party. The Tamil notation or system of signs for representing fractional parts and the peculiar table of square measure by means of which the areas of rice-fields are indicated in the old Ayacut records of Nanchinad immensely warrant our inference that the Nanchinadians had their ancestral homes somewhere in the Pandia or Chola country. The words Kani, Arama, Oruma, etc., have no existence at all in the early accounts of the Nairs of the West Coast and were introduced into Nanchinad and other parts of the West Coast only after the advent of the Nachinadians. Again the author of the Kanniakumari Sthalapurana in his description of the country in the first chapter includes Nanchinad in the Pandian Kingdom. The Travancore history also bears ample testimony to this fact.

2. *Existence of relatives and of family deities in the Tamil districts even at the present day:* Apart from what we have stated above we have other evidences which command acceptance at once. Many a Nanchinadian of the present day has his ancestral Sastha temples located in the villages of Tirunelvelly, Madura and other Tamil districts and annual pilgrimages to them are even now kept up by the respective families. This pious tour gives the present day Nanchinadian an opportunity of meeting his distant relatives in the land of his fore-fathers.

All these facts are no doubt traceable to the Pandi-origin of the Nanchinadians and to their early immigration into Nanchinad.

Now come the difficult questions:- When did the Nanchinadians change their law of inheritance? What were the circumstances that led to it? How did remarriage find a place among their institutions?

In the absence of a regular history of this interesting people we cannot but try to get some grains of truth by a rigorous sifting of traditional accounts current among them. A tradition exists that during the reign of the Kurava chieftains the people ashamed to have Kuravas as their lords went over in a body to the Travancore camp, sought protection under the present ruling dynasty of Travancore and also adopted the Marumakkathayam law of their new Royal master as a token of loyalty and submission. There is also another version of the story to the effect that a certain prince of the Chera house persuaded, if not compelled, the new Velala immigrants of Nanchinad to accept the Marummakkathayam law of Malabar lest they might return to their native homes. Probably this tradition has been fashioned on the model of Parasurama's as regards the early colonisation of Malabar. The inference to be drawn from the above is that the Nachinadians changed their law of inheritance either by force or of their own accord under the rule of a particular sovereign of the Chera line. Perhaps, this may appear strange and unnatural to many who think that in the progress of evolution the Matriarchal system should precede and not follow, as it does in the present case, the Patriarchal. But one should hesitate to subscribe to this view as the Nanchinadians have evidently not been left to themselves to work out their social evolution but subjected to external compulsion. We quote below what the author of the *Travancore State Manual* says on this points: "Evidences as to whether the Nanjinadians were Makkathayees: The purohits of Pandi Velalas and Nanjinadu Velalas are Makkathayees. The language, ornaments, marriage and funeral obsequies of the Nanjinadu Velalas are those of the Makkathayees.

Though many of the Nanjinadu Velalas became Marumakkathayees, several of them and all the people of the other castes are Makkathayees. This establishes the fact that the Nanjinadians were originally Makka thayees." The circumstances which led the Nanchinadians to change their law of inheritance are given as follow: "There was once a dispute as to the sovereignty of Nanjinad between the Pandyan and the Travancore kings. It was contended by the Pandian kings that the whole of Nanjinad was under his sway that a dam that had been constructed across the Paraliar with feeding channels for irrigating the paddy fields, went by the name of Panidan Anai in memory of the king who constructed it, that the king of Travancore and his subjects were Marumakkathayees, that the inhabitants of Nanjinad were Makka thayees like the Pandy people and for these reasons, the sovereign right vested in him. This contention was opposed by the Travancore king who argued that the inhabitants were Marummakkathayees, that the Pandyan dam was constructed by the Travancore Government, that with a view to perpetuate the memory of the Pandian king who was in sincere intimacy with his contemporary king of Travancore the dam was called by that name and that as the land where the dam stands is indisputably included in the Travancore territory permission could not have been granted to construct it for the benefit of an alien sovereign. The dam was soon after destroyed and made unserviceable. The Najinadians deposed to their having become Travancore subjects and their ancestors having adopted the Travancore law of succession viz., the Marumakkathayam law. They did not desire to be the subjects of the Pandyan king or follow the Makkathayam law of inheritance. To this effect they made a solemn statement in the Madura temple.

In the manuscript records in Padmanabhaswamy temple at Trivandrum, it is stated that this happened in M E (1106 A.D).

From what has been already stated we may well conclude that a modern Nanchinadian belongs to the stock of Velalas and is on apar with his brother Velalas of the East Coast except as regards the law of inheritance.

Now a word about the re-marriage of the Nachinad women. The adoption of the Marumakkathayam Law really facilitated the introduction of re-marriage among them. As soon as they returned form Madura after taking the solemn oath in the temple there, a general conference was held of the Nattars and in it widow marriage was declared permissible from that time forward. It is an account of such medley nature of their social constitution that the Nanchinadians were compared to a kind of "ethno-chemical compound." Whatever may be their defects in other respects the ancient Nanchinadians deserve to be congratulated on their having achieved peacefully years ago what all India over the social reformers are fighting for in these days of advanced education. The rigour of the marriage bond thus have been felt too much by the Nanchinadians at that time as do the Brahmins and other Makkathayees of the present day and consequently they were quite prepared to welcome the introduction of re-marriage customs into their community. So they relaxed the marriage-bond a little and did not want the tali to be tied so tight as to strangle the wearer to 'social death'. By this privilege no marriage union has ever been wantonly broken nor an unwilling couple allowed to remain yoked together for ever. Remarriage among Nanchinadians is still looked upon only as a refuge to be resorted to in cases of extreme necessity. The Nanchinadians, who badly felt the want of remarriage custom and ushered in the same, nevertheless, stigmatised such unions as irreligious and informal and styled them "cloth-giving" - a very poor but significant substitute for the sacred name of marriage. Contracting alliance by cloth-giving is considered second rate and it is the form of wedding that is very largely in vogue in Malabar. The orthodox Nachinadians look upon the issue of such unions as ineligible for performing the funeral rites or the death anniversaries of the father. These notions largely serve as an effective check on the abuse of this privilege. The present conditions of the Nanchinadians, as regards remarriage, is safe and sound and does not stand in need of any reform at all. Nanchinad in this respect occupies a half-way station, a golden mean, between the ideal land of a modern social reformer and the priest-ridden, caste-bound Puranic India of our remote fore-fathers.

3. *Language:* Tamil is the home language of the Nanchinadians and it is not as largely mixed up with Malayalam words and phrase as certain writers have stated it to be. The cadjan books preserved in some of the old families of Nanchinad are a clear proof of the veneration they attached to the Tamil works. The Thevaram and Thiruvachakam hymns are even now regarded by them as the Tamil Vedas. It is only after the opening of the Primary schools in their midst that they were able to pick up a little Malayalam. In the whole of Nachinad, very few people can be found even to this day who could speak Malayalam with the natural accent and freedom of a Malayali. Thus the language also bears evidence of their Pandi origin.

4. *Village system:* The Nanchinadians are mainly agriculturists and posses all the characteristics of a typical rural people.

They live grouped together in villages situate in the midst of their paddy fields. The houses are built in streets unlike those of the Nairs, who live in isolated homesteads. Their hamlet is an epitome of a town. They have a village organisation of their own with office-bearers such as the Dharmakartha or trustee, the Muthalpidi or treasurer and the Kanakkan or accountant and the management of the village common fund is vested in them. Every village has generally one or more common temples with rich endowments. Each profession is represented in the village. It has its own carpenters to build houses, its own blacksmith to forge ploughshares, its own cobblers to mend the shoes, its own shepherds to tend the cattle, its own watchmen to guard the houses, and its own schoolmasters to teach their children, its own barbers and dhobies, its own masons and potters, its own physicians and poets.

In ancient days the law-suits among the village folk were all settled by the Village Court of Arbitration. The Moothapillyas and Karayalans known as Ambalakars were the leaders of the society. Occasionally the whole Nanchinad used to meet at different centres by representatives and discuss political questions of great importance at time. These meetings were known as Nallukootams and were announced by the parish tom-toms and bugles throughout the whole country. Till 985 M.E. (A.D. 1810) it was the Ambalakars who collected the revenue and paid the same to Government, and then the practice was put a stop to by a royal proclamation. The ancient Nanchinadians were a very independent class and once they even attempted to establish a commonwealth in Nanchinad, defying the authority of the ruler. From the above accounts we can very easily infer that the village system too of the Nachinadians has been modelled after the East Coast type.

5. *Religion:* The Nanchinadians are one and all Saivites. Their high priest is the Umayorubhagom Gurukal of Srivaikuntam and not of Kumbhakonam as stated in the Travancore Census Report for 1901. Mr.E.Thurston in his work. *The Castes and Tribes of Southern India* writes on the authority of Mr. N. Subramonia lyer, M.A., of Travancore that "like the Tamil Vellalas the Nanchinad vellalas are divided into two classes, Saiva and Asaiva, of which the former abstain from flesh and fish while the latter have no such scruple. Asaivas will take food in the houses of Saivas but the Sasivas cook

their own food when they go to an Asaiva house. Again though the Saivas marry girls from Asaiva families, they are taught the Saiva hymn by the Gurukkal immediately afterwards, and prohibited from dining with their former relatives. This custom is, however, only known to prevail in the south." I am sorry I have to demur to these statements entirely. There is not a particle of evidence to support them. I myself am a Nanchinad Vellala of the south and a strict vegetarian. The matter of abstinence from flesh or fish does not create any division in the community. The division, referred to, has never existed. True a vegetarian may have a sentimental objection to dine with a fish-eater, but the members of the community, as a whole, do not evidence any such repugnance. Nanchnadians whether Saiva or Asaiva freely interdine with one another without any scruple whatever. The girls from Asaiva families are never prohibited from dining with their former relatives by their husbands if they happen to be vegetarians. Returning from this digression, I may state that the Nanchinadians as disciple of the Saiva Gurukkals wear holy ashes. They generally have three horizontal lines on the forehead and on certain other specified parts of the body, the different Guroos introducing slight differences in the above so as to constitute a sort of a trade-mark for the easy identification of their followers.

The Nanchinadians, at the time of their Deeksha or initiation into the religious truths, form a brotherhood known as Sahothara as Piravi. A few friends conjointly undergo certain religious rites and make certain solemn promises in the presence of their religious instructor by which they all bind themselves to look upon one another as brothers during the whole of their life-time. Mutual help is its main purpose. It is, in fact, a brother-hood as obtains among the freemasons. The relation thus created is considered to be more than friendship - it is almost kinship. They even observe pollution for three days on the death of any one of these brothers. This institution is peculiar to Nachinad and is not without its evils. It is however, fast dying out.

The Nanchinadians are also devil-worshipppers. Madan, Esakki, and Inan are some of their recognised tutelary deities. Paykodai and Ammankodai form their most important religious festivals. Like the Pandi Velalas they also observe Thyponkal, Theepavali and such other festive occasions. The worship of ancestors is very common among them. Ceremonies are performed every year in propitiation of the departed forefathers of every house-hold. Under these circumstances we cannot but be convinced that the Nanchinadians belong to the Dravidian or the Tamilian group of Southern India.

6. *Personal Names:* In Southern India the inhabitants of a place take their individual names after those of the deities of some neighbouring shrines. Most of the names common among the Nanchinadians, male and female, are those of Gods of the important temples scattered over the various parts of the Tamil districts of Madura, Tirnnevelly, Tanjore and Trichinopoly. We have already pointed out that many of these names are unknown among the Nairs.

The Nanchinadian in writing his full name tags on his own to that of his father from a time as far back as tradition and records reach. This of course cannot but be a remnant of the old practice still continued. The other Marumakkathayees act differently in this particular. The reference in Mr. E. Thurston's *Castes and Tribes of S. India* to several Nanchinad families in Travancore having dropped the designation of Vellala and adopted Nanchinad Nair as their caste name is unwarranted. The Nanchinadians are always referred to in document as Vellalas or Pillamars and not even a Sudras like the Nairs[2].

7. *Dress and Personal Decorations:* The dress of the Nanchi nadian is extremely simple, a Mundoo and a Thuvarthu forming his usual suit of clothes. In this respect he may be said to resemble the Nair more than his brother Vellala on the East Coast. But the female costumes in the two communities - the Nanchinadians and the Nairs - bear little or no resemblance whatever. The Nanchinadian woman is indistinguishable from her sister in the Tinnevelly and Madura Districts by the dress. The ordinary Nair woman wears a short white cloth round her loins and an insufficient covering over her breast. The male and female dresses of the Nairs are not quite distinguishable from one another. The Nanchinadian lady usually wears coloured cloths seven or eight yards long all in one piece like the East Coast Velalas woman. She gathers up a few folds of this cloth into a bunch on her right side unlike the Nair women. White colour is with the Nanchinadian women a sign of widowhood and none but widows wear a pure white cloth.

The ornaments used by the male members of the community are not many and even the few they wear have no special features about them. The ornaments of women with a few exception are similar to those worn by their Pandi Velala sisters. The following is a list of the typical ornaments of a Nanchinadian lady.

(i) Pampadam *(பாம்படம்)*, Koppu *(கொப்பு)* and other ear-ornaments,

(ii) Suriapirai *(சூரியப்பிறை)*, Chandrapirai *(சந்திரப்பிறை)* and other head-ornaments,

(iii) Thali *(தாலி)*, Sutturu *(சுற்றுரு)*, Savadi *(சவடி)*, Villaimalai *(வில்லமாலை)* and other neck-ornaments.

(iv) Kadayam *(கடையம்)*, Chandhukarai *(சந்துகாரை)*, Muduku *(முடுகு)* and other wrist-ornaments.

(v) Padakam *(பாடகம்)*, Thandai *(தண்டை)*, Konathandai *(கோணத்தண்டை)* and other ankle-ornaments.

Many of these have gone out of use in these days and have been replaced by the more fashionable jewels of the East Coast. The Thali or the wedding-jewel is the best index of the community to which a woman belongs. It is the most sacred of ornaments and its shape differs with different people all the world over. The Thali worn by a Nanchinadian woman is similar to that of a Pandi Velala woman both in size and shape. The Minnu (Thali) of the Nair lady is of a peculiar form. She is very indifferent about its wearing and is often found without it. But it is not so with the Nanchinadian woman. If her husband is alive she could never be seen without her Thali round the neck. None but the death of her partner deprives her of this ornament. Thali and Peeli, according to the Tamil proverb, belong to husband. *(தாலியும் பீலியும் தலைவனுக்குடையவை)*. They are the symbols of married life and they remain on the person of a woman only so long as her husband lives. Turmeric paste, the most indispensable of bathroom articles, is another symbol of wifehood. The Nanchinadian lady uses it profusely as a cosmetic wash during the life-time of her husband. After his demise she eschews this also as she does flowers and other luxuries of a like sort. This kind of turmeric wash does not obtain among the Nair ladies probably because of their fair complexion not standing in need of any improvement by such artificial means. Tattooing is not very common among the Nanchinadians and the use of cobyrium for the eyes finds favour with girls in their younger days.

8. Marriage, Sambanda and Divorce: Marriage among the Nanchinadians bears a close resemblance to that of the Pandi Velalas. It is attended by all the religious rites prescribed in the Sastras and its legal binding is beyond all question. The comparison of horoscopes, the exchange of turmeric or betel between the parties as a token of confirmation, the appointment of an auspicious day for the celebration of the marriage itself, form the usual preliminaries to be gone through. A Saiva Gurukkal or a Brahmin officiates as priest during the whole ceremony. The sacred fire is ignited and kept alive as a witness to the marriage and the blessings of the Gods are invoked. Then the father makes a free gift of the bride to the bridegroom and ratifies the same by the pouring of water in the hands of the bridegroom repeating after the priest certain mantras forming conveying solemn promises. This over, the most important and the most sacred item-the tying of the Tali comes in. The bridegroom ties the thali slightly round the bride's neck; amidst loud hurrahs, tomtoming and conch-blowing the bridegroom's sister, however ties it tightly, and takes off one of the garlands worn by the bridegroom and puts it on the bride's neck. The bridegroom also takes one from his neck himself, and puts it on the bride's. The bride then takes one of hers and puts it on the bridegroom's neck. This is the end of the ceremony of tying the tali.' The hands of the couple are then united; and they are in this posture made to undergo certain rites and repeat certain mantras conveying promises of conjugal fidelity for all time to come. Then they retire from the marriage pandal, walking round the manavarai or marriage dais, once or thrice according to the custom obtaining in the village. The marriage ceremony is supposed to spread over seven days but ordinarily economic considerations have cut short the period to one, two or three days; and very poor people conclude the affair is as many hours too. In one of these days a very significant ceremonial is performed by the couple so as to ensure the bride's love and constancy to her life-partner. It is called "*அம்மி மிதித்து அருந்ததி காணல்*" which consisted in the newly married couple treading on a block of stone, usually the kitchen grinding stone, and looking up in the sky at Arunthathi *(அருந்ததி)* the paragon of chastity and the ideal wife of Vasishta. The piece of grain is taken to represent Ahalya *(அகலிகை)* in allusion to her illegitimate connection with Indra and the curse pronounced on both of them by her husband Gautama Rishi. Consequently Ahalya *(அகலிகை)* is despised and trampled under foot and Arunthathi *(அருந்ததி)* revered and worshipped by every newly married couple. The ways of the one are to be shunned and those of the other followed. The sprinkling of turmeric water and the performance of some more minor rites close the marriage ceremony. The above is only a brief conspectus of the customs and rites attached to a Nanchinadian marriage, getting forth only such parts as would enable one to form at least a rough estimate of its binding force on the parties concerned and also to institute a comparison and contrast between the Nachinadians and other people in this particular. From the account it is clear that the marriage is celebrated among the Nanchinadians with all the ceremonies and with all the solemnities observed by the Hindus who follow the Makkathayam Law of inheritance. "Amongst Nanchinad Velalas following the Marumakkathayam Law there is, unlike the custom of the Nairs up West and North who follow the same law of inheritance, binding legal marriage as distinct from the latitudinarian co-habitation of the latter." (O.S.42 of 1649 Nagercoil Zillah Court). The Kettukalianam of the Malayali girls is only a mock-marriage and a four days' wonder. On the 5th morning the cloth is torn and the union dissolved between the husband and wife. In a Malabar marriage the legal and religious elements are conspicuous by their absence. The Nanchinadian and the Pandi Velala marriages are the same and the one is as good as the other.

Sambanda: The Nanchinadians have relaxed their marriage bond a little in cases of dire necessity. Widow marriage is allowed among them and it is performed in the simplest form known. The children born of such a Sambandam alliance are equally entitled to Ukanthudamai *(உகந்துடமை)* after their father's death as those of parents united in regular wedlock in the manner described above. In this respect also a Nanchinadian Sambandam differs from a Nair Sambandam in as much as the latter entails no responsibility or legal obligation on the husband towards his wife and children. In his article in the matrimonial customs of the Nairs Mr. R.Kannan Nair says that "marriage among the Nairs, is indeed pure and simple, unmixed with considerations of civil rights of property - a marriage for the sake of marriage alone. It is not an institution intended, as in more advanced societies, for the perpetuation of family, but a social arrangement intended for the peaceful satisfaction of that "blindest appetite" of man. In the case of the Nanchinadians, Sambandam is only a later introduction in their midst and the full dignity of a regular wedding is never attached to it. With them the Sambandam ceremony is far simpler than in other community. It begins and ends with the presentation of a cloth to the lady-elect by the husband or his sister or other female relations acting as his proxy. Occasionally an Yeduppu deed is also executed in favour of the wife by the husband in accordance with the terms of an arrangement they have come to before Sambandam takes place. The Yeduppu deed is drawn more in the form of a contract than anything else. By this the husband binds himself to pay the wife a certain sum of money as remuneration on his death provided the latter continued to live with him till he died or resorted to a divorce of his own accord. However she is more than a concubine taken on contract since her children also could claim *Ukanthudamai (உகந்துடமை)* right. Further, the Nachinadians never marry outside their caste and children born of a Nanchiandian and a Nair women are not considered as legitimate ones and consequently they can not legally lay any claim to Ukanthudamai *(உகந்துடமை)*. But intermarriages between the Nanchinadians and Makkathaya Velalars are common to some extent. This marriage has also been recognised by courts of law and the children resulting from the same declared to be the offspring of legitimately wedded husband and wife. I need not add here that such things have become possible only as both of them belong to the same caste and observe the same customs as regards marriage etc. Thus we see that a Nachinadian woman may be the lawful wife of Makkathaya Velalas and a Makkathaya woman, of a Nachinnadian Velala. What then is the law of succession applicable to these cases? In the former i,e, a Makkathaya man marrying a Nachinadian woman it is a settled point that the children of such a union inherit, under the ordinary Hindu Law, the property of their father. (T.L.R.Vol IX pp. 21, S.A No. 336 of 1003) These children do not on this account lose their right to the properties of both the parents. As the sons of a Makkathaya father they inherit the father's assets and liabilities and as those of a Marumakkathaya mother they inherit their mother's property. Thus we see that by the above union the sons have the advantage of a double inheritance while daughters should be satisfied with what they get from their mothers being themselves ineligible for inheriting their father's property according to Hindu Law. Considering the legal recognition and validity of the above marriage it is a pity that the custom has been allowed to die out in these days when racial feelings are on the wane. When other people are trying to remove the barriers existing between their various sub-sects the Nanchinadians bring into existence many where they had not a single one before.

Now as to the marriage between a Marumakkathaya husband and a Makkathaya wife I have to add the following. In theory there is no objection to such an alliance but it works badly to the issue of such unions in practice. The children have nothing to inherit on the mother's side nor can they expect a full share of their father's property. The father being a member of a Marumakkathyam Tarawad, his children will be given only the Ukanthudama portions after his death and nothing more. Here we see the opposite systems of inheritance followed by the parents working together for the ruin of the offspring. Consequently a Nanchinadian husband is seldom counted by a Makkathaya women and the door for inter-marriage practically stands blocked on his side.

Widowhood is not compulsory among Nanchinadian women. The community holds the view that the marriage contract ceases with the death of either of the parties; but, opinion is not unanimous in this respect and there have been many instances of women remaining widows till their death.

Separation by mutual consent under a registered deed executed in settlement of all marital claims is also prevalent. It is also effected at the instance of either of the parties on reasonable grounds e.g., incompatibility of temper, change of religion, adultery, cruelty, permanent and infectious disease, impotence, sexual incapacity, unsoundness of mind or any other cause which renders the mutual discharge of marital duties impracticable with due regard to personal safety. The Nanchinadians have a settled course of procedure for dissolving the marriage bond. When the husband or wife applies alone or jointly for the dissolution of the union, an informal panchayat consisting of their relations or friends and leading men of the village is called in the presence of which the claims of the parties against each other are settled, their marital relation severed and duly attested by the presiding Moothapillai and others. sitting on the village tribunal. The custom is slowly disappearing in these days. The principle is observed but the formal ties are not strictly adhered to. In the case of a husband desiring to repudiate the wife and the wife not willing to break off her connection the former is legally bound to maintain her till her death and if she survived him, his property becomes liable for her maintenance. If the wife takes the initiative in the separation for no just cause on her part she cannot lay any claim for her support. She is not free to enter into a new alliance before the customary release-deed is taken or the panchayat decision got. Any man accepting a woman similarly circumstanced, for wife before the said deed or decision is obtained, is liable to be criminally prosecuted for the offence. There are also cases in which the wife was made to compensate her husband to the extent of his marriage expenses when her separation could not be reasonably justified. The existence of the divorce system among the Nanchinadians cannot be argued as militating against the validity of the marriage and its dissolving the bond when circumstances imperatively demand such a step; it is a safety value provided for the sound working of the machinery of the marriage institution.

The funeral rites of a Nanchinadian are all performed by his son. Although the Nanchinadians adopted Marumakkathayam Law they could not entirely give up the customs which they had brought with them from the land of their birth. They are those of marriages and funeral rites. According to the Sastras it is the duty of the son to perform the obsequies of his father. The Nanchinadians are Saivites and their religious heads are the Saiva Gurukkals of the various *mutts* situated both in and out of Nanchinad. Their ceremonies are all presided over and guided by these priests either in person or by proxies. Under these circumstances a change in the mode and practice of religious rites can not be effected as easily as in the law of inheritance. The faith in the efficacy of performing the religious rites in a particular manner enjoined by the Sastras and its results in the future life with all the hoary traditions of the past is not likely to be shaken very easily. So the Nanchinadians have been keeping up the two essential customs of marriage and funeral rites intact as in ancient days. It is the sacred duty of the son to perform the obsequies of his father and it is not one for which he goes unrewarded. The immediate reward is found in the person of the deceased to his son. The more substantial portion, Ukanthudamai, comes later on and it is the compensation to the son for his performing his father's obsequies and giving up the right as his son to a share in the family property.

The Sanchayanam, (collecting of bones) as is common among the Makkathayam Velalars is done on the second day. The wife and children observe pollution for 16 days. The Kartha[3] wears the holy thread while he performs the funeral rites or the death anniversaries of the parent. All the expenses of the first day of the funeral should be met by the children of the deceased man and they have every right to remain in the house where their father died till the last day of the ceremony (i.e., for 16 days.) All these customs are no doubt followed by the Makkathyam Velalars even to this day and they totally differ from those of the Nairs. Among the latter the nephew performs the funeral rites and the Sanchayanam ceremony is performed on the 5th or 6th day. The wife and children are free from pollution. The Kartha never wears the holy thread.

9. The Ukanthudamai and Nankudamai rights: Ukanthudami means inheritance or right by love. This is a relic of the ancient custom of co-heirs partitioning ancestral property. It is a true tell-tale of the past history of the Nanchinadians. The late Justice Chellappa Pillai of the Travancore High Court in his judgement on a suit for Ukanthudamai, incidentally has the following in respect of the history of this ancient people:

"They are a peculiar class of people. They originally followed the Makkathayom Law and with the manners and customs of those people who followed that Law. But emigrating into a country where the Marumkkathayam prevailed they gradually imbibed the manners and the customs of the people of their land of adoption till they become to all intents and purposes followers of Marumakkathayam Law." The Nanchinndians are not complete Marumakkathyees. They in this adoption of the Marumakkathayam Law did not relinquish their claim to the father's property altogether. The son of a Nanchinadian begotten as he is of his wedded wife and bound to perform his funeral rites stands in a very different position from that of an ordinary follower of Marumakkathayam Law. He is legally entitled to a share of his father's possessions (family or self acquired) after the death of the latter and not before that event. The statement made in the Census Report of Travancore for 1901 that it is a further rule that in the case of a divorce, the wife and children should be given this Ukanthudamai *(உகந்துடமை)* at the time of her (wife's) separation is wrong and cannot be supported by a single instance, the death day of the father being the birthday of the son's right of Ukanthudami *(உகந்துடமை)*. This right will not be taken away by the absence of male issue. It is claimable both by male and female children of the deceased and the assets available for Ukkathudamai *(உகந்துடமை)* are to be divided among them equally. If a Nanchinadian has more than one wife and also children by all of them his family property does not stand liable to be charged with as many Ukanthudmai as there are wives. Only one Ukanthudmai can be claimed on account of one member out of this Tarawad property and that is subject to division according to the number of wives a particular man has.

The father is incompetent to disinherit his children by any alienation to take effect after his death nor the Seshakars defeat the same by any collusion. The sons and daughters have a first claim on their father's property left at the time of his death had every alienation made thereafter will take effect necessarily subject to the charge of Ukanthudamai right. The method adopted for calculating the

Ukanthudami due to the children of a Nachinadian is one ordinarily followed in the partition of a Makkathaya family. All the estate and effect of the father at the time of his death are thrown together in one lump and the full saleable or market value in them settled and divided equally among the equal claimants, every female being left out of account. For this purpose the family is treated as one following the Makkathayam Law. Ukanthudami is really that portion of the ancestral property which would have descended to the son of a Nanchinadian had his family followed the Makkathayam Law of inheritance. Further it is also held "by partly of reasoning any gift made by the father during his life-time ought not among people of this description to be permitted to affect a claim which as regards the children is as much the incident of legitimacy as among any other class of legitimate offspring. Ukanthuadmai is an indefeasible official inheritance of legitimate offspringship among these people as is the inheritance of legitimate children among people who follow the direct line and indeed of the Seshakars who follow the indirect course" (O.S.No,42 of 1049 N. Z. Court). Before now it has been said that the right to Ukanthudamai could not be exercised by the children during the life-time of their father. But by mutual consent an arrangement is generally come to by which the father. Becomes an adopted member of his children's family and dies as it were a civil death so far as his own family is concerned. He will be given property for his maintenance to be after wards inherited by his sons and daughters in satisfaction of their Ukathudamai claims. This is known as Yappia Ukanthundamai *(யாப்பிய உகந்துடைமை)*. Nangudamai *(நாங்குடைமை)* is the property inherited by Nankai or women. This is an alimony or maintenance allowance granted to a childless widow. If the deceased has more than one wife - say - two if one of these has children and the other not, the Nangudamai for the latter will be given out of the Ukanthudamai portion due to the children.

All these are peculiar institutions prevalent among the Nanchi nadians and are the results of following the Makkathayam and Marumakkathayam Laws at the same item. In operation of this mixed system of inheritance it is also clearly seen that the Makkathayam element predominates over that of the Marumakkathyam and that the Nanchinadians have great affinity to the Pandi Velalars than to the Malayali Sudras.

10. *Intermarriage and inter dining with Pandi Velalars:* The question of intermarriage between the Nanchinadians and the Pandi Velalars has already been treated of in connection with the topics of Ukanthudamai and Nankudamai. The matter of

interdining between these people does not require any elaborate discussion. It is one of daily occurrence and a marriage feast affords ample proof of the same.

Now as a result of the above enquiry we find that the Nanchi nadians belong to the Tamill Velala community; that their ancestors colonised Nanchinad from the adjacent Tamil districts of Madars and Tinnevelly and that they afterwards adopted the Marumakkathayam Law and the custom of widow-marriage prevalent in Malabar.

The total population of Nanchinadians in Travancore is 18,000. Their chief center is Nanchinad although they are scattered all over the country especially the Taluks of Tirvandrum, Mavelikara and Vaikom. There are also a few families in the neighbouring State of Cochin. It is a melancholy fact that the Nanchinadians of the present day have considerably fallen from the high estate of their forefathers who were well known throughout Travancore for their thrift, industry and mathematical acumen. The community as a whole has sunk in the estimation of the public[4]. It is growing poorer and poorer day by day. All the lands have either been hypothecated or mortgaged to the money lenders. The modern Nanchinadian is a spendthrift, a drone and a dullard. There is no household in Nanchinad without a family dispute nor village without a faction. He makes the lawyers rich and becomes himself bankrupt and wrecks his whole family - wife, children, sister, nephew, niece, and all. His unnatural law of inheritance also proves a very profile source of litigation. Educationally the Nanchi nadian occupies a very backward place in the state. The number of Nanchinadian students attending the colleges or High Schools all over Travancore can be counted on one's fingers. He is conservative to a degree and is consequently far behind the time. He knows no trade but agriculture and that only in the methods and with the implements worthy of an ante-diluvian age. His devil-dancing propensities show the low standard of his civilization. To him the world does not extend beyond the bounds of his own village. He has grown intensely clannish and his ambitions are pitched at so low a key that one would take him for a man of fourth century B.C. His educational ideal is that his boy should learn to that extent as would enable him to read a Kacharth and his highest aim in public service is to fill the place of a *proverticar* or a Taluq *sampruthy*[5]. On the whole the present-day Nanchinadian has lost ground in the interracial struggle and if he does not wake up betimes and work for the social uplift of his community he is sure to go to the wall at no distant date.

S. Desi Vinayakam Pillai

Notes

1. In the preparation of this paper I have received much help from Mr.M. Soobramonia Pillai of Therur, South Travancore.

2. Whatever may be the differences between the Pandi Velalas, Nachinad Velalas and the Nairs there is little doubt that they all belong to one stock - the Dravidian. (Ed.M.Q.R.)

3. A person who is entitled to perform the ceremonies is known as the Kartha.

4. In an Anthropological study as the present paper purports to be, it will surely be out of place to embody reflections on the characteristics of the present day Nanchinadians which are likley to be mis-interpreted. These strictures, if they may be given so strong a name, come from a writer who is himself a Nanchinadian and a staunch lover of his class and as such will not carry with them that sting which they would otherwise have carried. As for the extremely backward condition of the modern Nachinadians, we think variety of causes have contributed to bring the community to the state so pathetically deplored by the writer. The stay-at-home-tendency of the Nachinadian, his ignorance of English education, his apathy to his own mother tongue Tamil, his following a profession which does not call forth in to exercise the best of his intellectual powers, his peculiar almost unnatural law of property devolution, his social isolation from the two great communities the Pandi Vellalas and the Nairs have each had no small amount of influence in keeping him immobile to this age of progress. It is also not an encouraging circumstance that even the few educated members of this community possesses do not seem to have the public spirit to come forward and work for the social amelioration of their class; we hope the present wirter will try to stir them up in another contribution of his, dealing with this aspect of the subject (Ed.M.Q.R.)

5. A tax receipt is *olai* given by the Proverticar which has now been replaced by a paper receipt.

Malabar Quarterly Review 1909

Vol VIII No - 3 PP 259 - 278
Edited by
Pandit Ganesa Pillai & Aandarama Iyer
Trivandrum.

7. NANCHINAD VELLALA REGULATION VI of 1101

A Regulation Relating to Marriage, Succession and Partition Among the Nanchinad Vellalas

Passed by Her Highness the Maharani Regent of Travancore, under date the 20th June 1926, corresponding with the 6th Mithunam 1101, under section 14 of Regulation II of 1097.

Preamble: Whereas it is expedient to define and amend the law relating to marriage, succession and partition among the Nanchinad Vellalas: It is hereby enacted as follows:

CHAPTER I

PRELIMINARY

1. *Short title:* (1) This Regulation may be called "the Nanchinad Vellala Regulation of 1101."

(2) *Application*: It shall apply to all Nanchinad Vellalas domiciled in Travancore, and to such Nanchinad Vellalas not so domiciled as have or shall have marital relation with Nanchinad Vellalas domiciled in Travan-core.

(3) *Commencement:* It shall come into force on the 1st Chingom 1102.

2. *Definitions:* In this Regulation, unless there is something repugnant in the subject or context.

(1) *"Marumakkathayam":* "Marumakkathayam" means the system of inheritance in which descent is traced in the female line.

(2) *"Taravad":* "Taravad" means and includes all the members of a Marumakkathayam family with community of property.

(3) *"Thavazhee of a female":* "Thavazhee of a female" means a group of persons consisting of that female and her issue how-low-so over in that female line, or such of that group as are alive.

(4) *"Thavazhee of a male":* "Thavazhee of a male "means the thavazhee of his mother.

CHAPTER II

MARRIAGE AND ITS DISSOLUTION

3. *Marriage:* Theconjungal union of a Nanchinad Vellala male, subject to the restrictions of consanguinity and affinity according to custom, with a Nanchinad Vellala female, openly solemnised according to recognised custom and usage, whether before or after this Regulation comes into force, shall be deemed to be a valid marriage for all legal purposes:

Provided that no conjugal union, so solemnised after the date on which this Regulation comes into force, in the case of a male who has not completed eighteen years of age, or of a female who has not completed sixteen years of age, shall be deemed to be valied marriage unless it takes place with the consent of his or her legal guardian or unless such conjungal union is adopted and continued after the attainment of eighteen or sixteen years of age, as the case may be, by the party or parties concerned.

Illustrations

(a) C, a male, commits adultery with B, who has married A, or entices away B, Whom he know, has married A.C is liable to punishment under Section 500 or 501, Travancore Penal Code.

(b) C, a male, marries B, who has married A, during the continuance of A's marriage. Such marriage being void under Section 4, B and C are liable to punishment for bigamy under Section 497, Travancore Penal Code, and abetment thereof respectively.

(c) A, a Male, having sufficient means, neglects or refuses to maintain B whom he has married. B is entitled to apply for maintenance under Chapter XXXV, Criminal Procedure Code.

(d) B, a female, who has married A, refuses to cohabit with latter without just cause. A may bring a civil suit for restitution of conjugal rights.

4. *Subsequent marriage when void:* The subsequent marriage of a male or of a female during the continuance of a prior marriage and performed after coming into forces of this Regulation shall be viod.

5. *Dissolution of marriage:* A marriage may be dissolved only in one of the following ways, that is to say,

(i) by the death of either party; or

(ii) by mutual consent evidenced by a registered instrument :or

(iii) by a formal order of dissolution, as hereinafter provided, on any of the following ground, namely,

(a) adultery, or

(b) bigamy, or

(c) change of religion, or

(d) incurable disease, physical or mental, or

(e) habitual cruelty to wife.

Explanation:- "Habitual cruelty" shall include wilful desertion for a period of two years or more and shall also include persistent neglect on the part of the husband to maintain the wife.

6. *Petition for dissolution of marriage:* (1) A husband or wife may present a petition for dissolution of the marriage under section 5, clause (iii), stating the facts on which the claim to have such marriage dissolved is founded, in the District Court within the local limits of whose jurisdiction the respondent resides, carries on business, or personally works for gain, or, if the respondent resides, carries on business, or personally works for gain in any place outside Travancore, in the District Court within whose Junrisdiction the petiotioner resides.

(2) A wife, though a minor, shall be competent herself to apply for dissolution of marriage if she has completed sixteen years of age.

7. *Notice to be given to respondent:* A copy of such petition as aforesaid shall be served on the respondent at the expense of the petitioner, and in the manner provided for the survice of summons on a defendant in the Code of Civil Procedure.

8. *Notice to be given to respondent:* Three months after the service of the copy as aforesaid-

(1) if the petition is not withdrawn in the mean time, and if the respondent does not agree to the dissolution of the marriage, the court shall and enquire into the petition and shall allow or dismiss the petition as it thinks fit:

(2) if the petitioner is the husband and his prayer is granted, the court shall in cases falling under Sub-clause (d) of Clause (iii) of Section 5, award such compensation to the wife or such monthly allowance until her remarriage as would be proper under the circumstances having regard to his position, means and circumstances;

(3) if the petitioner is the wife and her prayer is granted the court shall award such compensation to the wife or such monthly allowance until her remarriage as would be proper under the circumstances, having regard to the position, means and circumstances of the husband.

9. *Provisions of the Civil Procedure code applicable to enquiry:* The provisions contained in the Code of Civil Procedure shall as far as possible, apply to an enquiry under Section 8:

Provided that all proceedings under Section 8, either before a Court or before a commission appointed by a Court, shall be held in camera, and that the publication of any account of such proceedings, except the final order and the decree thereon, shall be punishable with simple imprisonment for a term of six months or with fine which may extend to one thousand rupees or both.

10. *Order appealable to High Court:* Subject to the provisions of the Code of Civil Procedure and the Limitation Regulation applicable to appeals from original decrees, an appeal shall like to the High Court from an order granting or refusing dissolution of marriage, or payment of compensation or monthly allwoance under the provisions of Section 8.

11. *Order awarding compensation, etc., executable as a degree:* In so far as it awards payment of compensation or monthly allowance or costs, an order of the District Court or an order passed on appeal shall, subject to the provisions of the Limitation Regulation relating to the execution of decrees, be executable as a decree:

Court fee to be levied: Provided, however, that an order of the District Court awarding compensation, or monthly allowance, shall be executable only on payment of Court fee on the sum adjudged.

CHAPTER III

MAINTENANCE AND GUARDIANSHIP

12. *Maintenance of wife and minor children:* The wife and minor children, except married daughters under the guardianship of their husbands, shall be entitled to be maintained by the husband or father as case may be:

Provided that the wife shall not be entitled to maintenance if she lives in adultery or refuses to live with the husband without just cause, or has changed her religion.

13. *Guardianship of minor wife and children:* (1) The husband shall be the legal guardian of his minor wife, and, save as regards married daughters under the guardianship of their husbands, the father the legal guardian of his minor children in respect of their person and property. On the death of the father, the mother shall be the legal guardian of the minor children.

(2) Where a female has minor children by a former husband, deceased or divorced, she shall be the legal guardian in respect of their person as also of the separate property belonging to them.

CHAPTER IV

INTESTATE SUCCESSION

14. *Property in respect of which a Nanchinad Vellala is considered to have died intestate:* For the purpose of this Chapter, Vellala is considered to die intestate in respect of property of which such person has not made a testamentary disposition which is capable of taking effect.

15. *Where intestate male has left children or lineal descen dants of dece ased children or both:* On the death of an intestate male leaving him surviving children or the lineal descendants of deceased children or both, they shall be entitled to the whole of his property subject to the right of the widow or widows of the intestate for maintenance until their death or remarriage.

16. *Rules of distribution of estate under Section 15:* The distribution of the estate under Section 15 shall be according to the

following rules:-(i) Sons and daughters shall take the property in equal shares:

Provided that, if a son or daughter shall have predeceased the intestate, the lineal descendants of such child shall take the share which such child would have taken had it survived the intestate.

(ii) Grandchildren shall take in equal shares what their father or mother would have taken had he or she survived the intestate. In like manner, the property shall go to the surviving lineal descendants of the intestate where they are all in the degree of great-grand-children to him or in a more degree.

Illustrations.

(1) Z dies intestate leaving a son A, a daughter B, and the lineal descendants of a deceased son C. A and B each gets a third of the estate and the lineal descendants of C together get a third of the estate.

(2) Z dies intestate leaving a son A, a daughter B, two grandchildren by a deceased daughter C, and two grandchildren and one great grandchild by a deceased son D. A and B each gets fourth of the estate; each of the grandchildren by C gets one-eighth; each of the grandchildren by D gets one-twelfth; and the great-grandchild by D gets one-twelth of the estate.

17. *Where intestate male has left widow and mother only:* (1) On the death of an intestate male leaving him surviving no children or the lineal descendants of deceased children but only his widow or widows and his mother, the widow or widows shall enjoy the whole of his property until her or their death or remarriage without any power of alienation, provided, however, that if the income from the property is insufficient even for bare maintenance, the widow or widows may alienate such property.

(2) On the death or remarriage of the widow or widows, the property shall devolve on the mother.

18. *Where intestate male has left mother only:* On the death of an intestate male leaving him surviving neither his widow nor his children nor the lineal descendants of deceased children, but only his mother, his property shall devolve on his mother.

19. *Where intestate male has left father only:* On the death of an intestate male leaving him intestate male has surviving neither, his widow, nor his mother, nor his children nor the lineal descendants of deceased children, but only his father, his property shall devolve on his father.

20. *Where intestate male has left none of the heirs mentioned in sections 15 to 19:* On the death of an intestate male leaving him male has left none surviving none of the heirs mentioned in Sections of the heirs men 15 to 19 his property shall devoive on his mother's lineal descendants.

21. *Where intestate female has left children or lineal descendants of deceased children:* On the death of an intestate female leaving her surviving her children or the lineal descendants of deceased children, or both, they shall be entitled to the whole of her property.

22. *Where intestate female has left husband only:* On the death of an intestate female leaving her surviving no children or the lineal descendants of deceased children, but only her husband, the husband shall enjoy the whole of her property until his death or remarriage without any power of alienation.

23. *Where intestate female has left mother's lineal descendants only:* (1) On the death of an intestate female leaving her surviving no children or lineal descendants of deceased children or husband, or on the death or remarriage of the husband succeeding under Section 22, her property shall devolve on her mother's lineal descendants.

(2) Where intestate female has left father only: In the absence of her mother's lineal descendants, her father shall take the whole.

24. *Where intestate male or female has left none of the heirs mentioned in the preceeding section:* On the death of an intestate male or female leaving him or her surviving none of the heirs mentioned in the preceding Sections, but only the widow or the husband, as the case may be, such widow or husband shall be entitled to the whole of his or her properties.

25. *Provisions of section 16 to apply to the distribution of estate in Sections 21, 20 and 23:* The provisions contained in Section 16 shall, as far as may be, apply to the distribution of the estate among the lineal descendants of the intestate female mentioned in Section 21 and among the mother's lineal descendants mentioned in Sections 20 and 23.

26. *Undivided share of a person in Taravad property treated as his or her property:* For the purpose of this Chapter, the undivided share of a male member of a Taravad, or of a female member of a Taravad dying without leaving her surviving any member of her Thavazhee, in his or her Taravad property, determined as at the time of his or her death, shall be treated as his or her property.

CHAPTER V

TESTAMENTARY SUCCESSION

27. *Nanchinad Vellala to have full testamentary power over separate or self or self acquired property:* Notwithstanding anything contained in the Wills Regulation, VI of 1074, a Nanchinad Vellala may dispose of by will the whole of his or her separate acquired property.

CHAPTER VI

ADOPTION

28. *Adoption by mutual consent of husband and wife:* A husband may, with the consent of his wife, adopt an unmarried male child, if they have no issue, and the adopted son shall have all the rights of a natural born son.

29. *Adoption by widow or widower alone:* A widow or widower may also take in adoption an unmarried male child, but such adopted son shall succeed only to the separate or self-acquired property of the adoptive mother or father, as the case may be.

CHAPTER VII

PARTITION OF TARAVAD PROPERTY

30. *Right to claim Partition:* Subject to the claims, if any, of the heirs arising under Chapter IV, to the undivided share of any deceased member of a Taravad determined as at the time of his or her death, every member of a Taravad shall be entitled to claim his or her share of the properties of the Taravad.

31. *Share on partition:* Every member of a Taravad shall be entitled on division to so much of the properties of the Taravad as will fall to his or her share if-

(1) one-half of the properties were divided per capita among all the members of the Taravad living at the time of division, and

(2) the other half were divided per stirpes, i e., among all the male children then living of the common ancestress and their sisters, the Thavazhee of each daughter being entitled to the share of such daughter:

Provided that, if any daughter of the common ancestress were dead, the Thavazhee of such daughter will take what such daughter would be entitled to if she were alive at the time of division.

Provided further that, if the common ancestress were alive at the time of division, she would be entitled to a share equal to that of hers.

32. *Property acquired by gift or bequest from father or husband before or after the Regulation:* Property acquired by gift or bequest from the father or husband, whether before or after the commencement of this regulation, shall for the purpose of this Chapter, absence of evidence to the contrary, be treated as the Taravad property of the donees or devisees and of their Thavazhee.

CHAPTER VIII

SUPPLEMENTAL PROVISIONS

33. *Wife and children not entitled to Nankudama and Ukanthudama after commencement of this Regulation:* The wife and children of a Nanchinad Vellala dying after the commencement of this Regulation shall not be entitled to the customary rights of Nankudama and Ukanthudama.

34. Nothing in this Regulation shall-

(a) affect rights which have accrued according to custom before the date on this Regulation comes into force; or Saving

(b) affect the existing rules of law, custom or usage except to the extent herein before expressly provided for:

❍

Text taken from Social Change Among the Vellalas of Nanchinad by Dr. T. Pazhani (2003)

8. மருமக்கள்வழி ஒழிப்பிற்கு முன்நின்றவர்கள்

மருமக்கள்வழி ஒழிப்பிற்குச் சட்டரீதியாகவும், பிரச்சாரம் செய்தும் உதவியவர்கள் (இது முழுமையான பட்டியல் அல்ல):

மருங்கூர் அழகப்பபிள்ளை, வழக்குரைஞர்
பறக்கை வி.எஸ். ஆறுமுகம் பிள்ளை, வழக்குரைஞர்
நாகர்கோவில் பி. சிதம்பரம் பிள்ளை, வழக்குரைஞர்
சிறமடம் சிவதாணுபிள்ளை, வழக்குரைஞர்
வடிவீஸ்வரம் என். பூதலிங்கம்பிள்ளை, வழக்குரைஞர்
புத்தேரி குளத்தூரான் பிள்ளை
புத்தேரி ஏ. நடராஜபிள்ளை
கடுக்கரை திருச்சிற்றம்பலம் பிள்ளை
தாழக்குடி குளத்தூரான் பிள்ளை
தாழக்குடி பரதேசியா பிள்ளை
தாழக்குடி எஸ். சிதம்பரதாணு பிள்ளை
ஈசாந்திமங்கலம் பாண்டியன் பிள்ளை
ஆரல்வாய்மொழி அகஸ்தியலிங்கம் பிள்ளை
தோவாளை டி.எம். சிதம்பரதாணுபிள்ளை
மருங்கூர் தாணுமாலையன் பிள்ளை
இரவிபுதூர் அய்யாவு
இரவிபுதூர் நடராசன்
இரவிபுதூர் பரதேசியாபிள்ளை
ஒழுகினசேரி டாக்டர் அழகப்ப பிள்ளை
ஒழுகினசேரி டாக்டர் சுந்தரம்பிள்ளை
பறக்கை கொச்சப்பன்

பறக்கை எம்.பூதலிங்கம் பிள்ளை
பறக்கை பத்மநாப பிள்ளை
தாமரைக்குளம் சுப்பிரமணிய பிள்ளை
பத்மநாபபுரம் ராமகிருஷ்ண பிள்ளை
வெள்ளமடம் ஆறுமுகம் பிள்ளை

9. நாட்குறிப்புச் செய்திகள்

(மருங்கூர் தாணுமாலயன்; 1921)

2   224   **Monday 21st March 1921**   80

ரௌத்திரி௵ பங்குனிமீ 8உ திங்கள்

రౌద్రి సం॥ ఫాల్గుణ శుద్ధ ౧౨ సోమవారము

1096 മീനമാസം 8൹ തിങ്കളാഴ്ച

ರೌದ್ರಿ ಸಂ॥ ಫಾಲ್ಗುನ ಶುದ್ಧ ೧೨ ಸೋಮ

शके १८४२ फाल्गुन शुक्ल १२ चन्द्र

---

109 Tuesday 19th April 1921 253

துர்மதி௵ சித்திரைமீ 7உ செவ்வாய்

దుర్మతి సం॥ చై[illegible]ద్ధ ౧౨ మంగళవారము

1096 മേടമാസം 7ൻ- ചൊവ്വാഴ്ച

ದುರ್ಮತಿ ಸಂ॥ ಚೈತ್ರ ಶುದ್ಧ ೧೨ ಮಂಗಳ

शक १८४३ चत्र शुक्ल १२ मंगल

[illegible]

[illegible]

260 **Tuesday 26th April 1921** 116

துர்மதி௵ சித்திரைமீ ௧4௳

దుర్మతి సం॥ చైత్ర బహుళ ౪ మంగళవారము

1096 മേടമാസം 14നു- ചൊവ്വാഴ്ച

ದುರ್ಮತಿಸಂ॥ ಚೈತ್ರ ಬಹುಳ ೪ ಮಂಗಳ

शक १८४३ चैत्र कृष्ण ४ मंगल

[illegible]

119 Friday 29th April 1921 263

துர்மதி௵ சித்திரைமீ 17உ வெள்ளி

దుర్మతి సం॥ చైత్ర బహుళ ౭ శుక్రవారము

1096 മേടമാസം 17ന്നു വെള്ളിയാഴ്ച

ದುರ್ಮತಿ ಸಂ॥ ಚೈತ್ರ ಬಹುಳ ೭ ಶುಕ್ರ

शके १८४३ चैत्र कृष्ण ७ शुक्र

121 **Sunday 1st May 1921** 265

துன்மதி௵ சித்திரை மீ 19உ ஞாயிறு

దుర్మతి సం॥ చైత్ర బహుళ ౯ ఆదివారము

1096 മേടമാസം 19നു ഞായറാഴ്ച

ದುರ್ಮತಿ ಸಂ॥ ಚೈತ್ರ ಬಹುಳ ೯ ಆದಿ

शके १८४३ चैत्र कृष्ण ९ रवि

[illegible]

[illegible]

265 **Thursday 22nd September 1921** 409

துர்மதி௵ புரட்டாசிமீ 7௳ வியாழன்

దుర్మతి సం॥ భాద్రపద బహుళ ౫ గురువారము

1097 കന്നിമാസം 7ന- വ്യാഴാഴ്ച

ದುರ್ಮತಿ ಸಂ॥ ಭಾದ್ರಪದ ಬಹುಳ ೫ ಗುರು

शके १८४३ भाद्रपद कृष्ण ५ गुरु

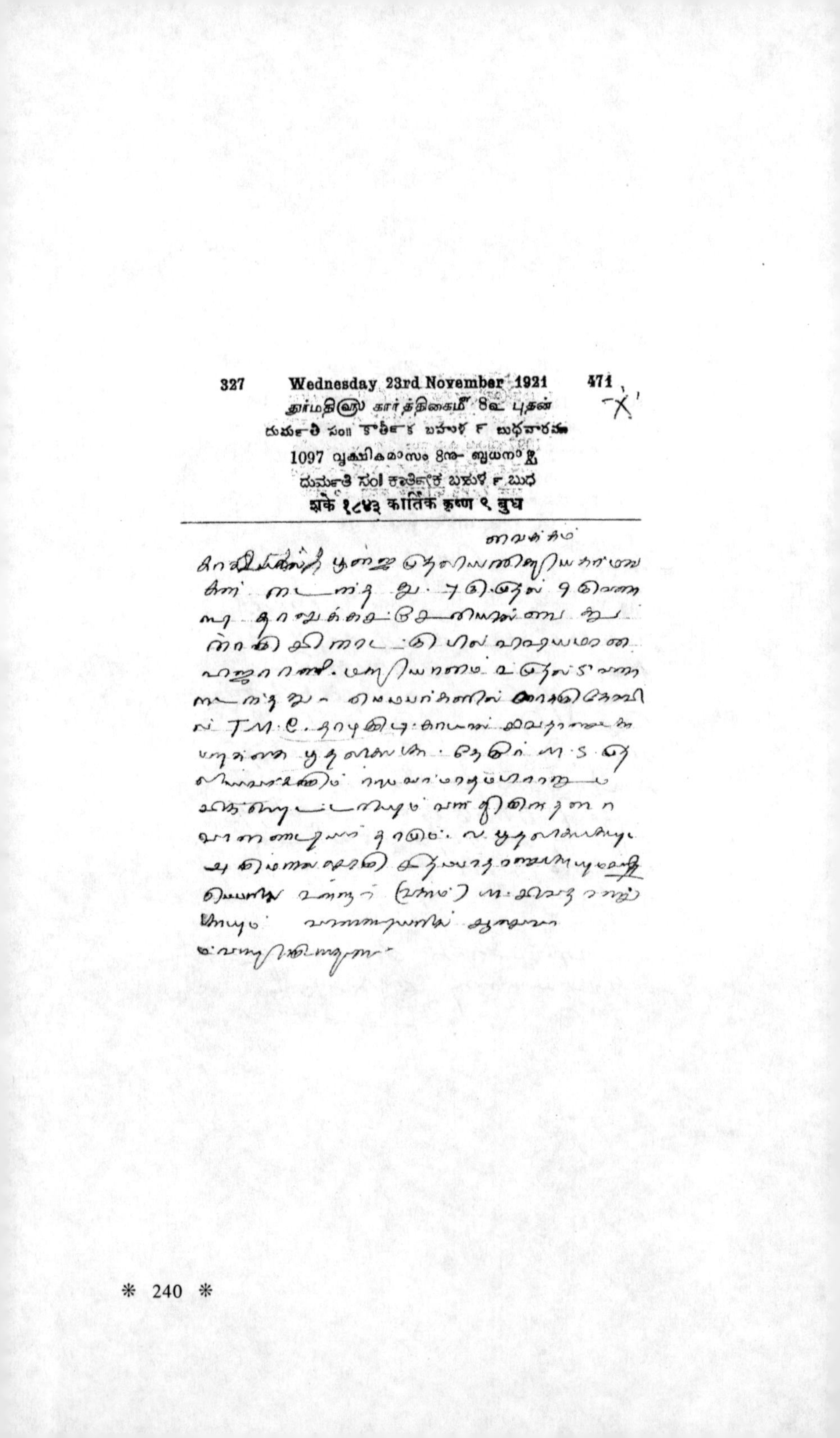

துர்மதி௵ கார்த்திகைமீ 8௳ புதன்

దుర్మతి సం॥ కార్తీక బహుళ ౯ బుధవారము

1097 വൃശ്ചികമാസം 8നു- ബുധനാഴ്ച

ದುರ್ಮತಿ ಸಂ। ಕಾರ್ತೀಕ ಬಹುಳ ೯ ಬುಧ

शके १८४३ कार्तिक कृष्ण ९ बुध

[illegible]

VIII

உதவிய நூற்கள்

1. அம்மு அ.ப., **மருமக்கள் வழி மான்மியத்தில் சமுதாயத் தாக்கம்**, எம்ஃபில் ஆய்வேடு, ம.சு. பல்கலைக்கழகம், திருநெல்வேலி, 2006.
2. சண்முகம் பிள்ளை மு., **கவிமணி ஆராய்ச்சி**, பாரி நிலையம், சென்னை, 1977.
3. சிவன் பிள்ளை எஸ்., **புயலின் நடுவே ஒரு பயணம்**, சர்வோதய மண்டலக் கைத்தொழில் பவன், நாகர் கோவில், 1990.
4. நாஞ்சில்நாடன். **நாஞ்சில்நாட்டு வேளாளர் வாழ்க்கை**, காலச்சுவடு, நாகர்கோவில், 2005.
5. நீலகண்டன் வ., **கவிமணியின் நாஞ்சில் நாட்டு மருமக்கள்வழி மான்மியம்**, திருமந்திர ஆஸ்ரமம், சென்னை, 1998.
6. பாலசந்திரன் க., **கவிமணி தேசிக விநாயம் பிள்ளை**, அணியகம், சென்னை, 1978.
7. பாவா எம்.கே., **கவிமணி தேசிக விநாயகம் பிள்ளை**, சாந்தி நிலையம், கோட்டாறு, 1946.
8. பெருமாள் அ.கா., **முதலியார் ஆவணங்கள்**, **தமிழினி**, சென்னை, 2006.
9. பெருமாள் அ.கா., ஸ்ரீகுமார் எஸ்., **கவிமணியின் கவிதைகள்**, ஸ்ரீ செண்பகா பதிப்பகம், சென்னை, 2002.

10. பெருமாள் தெ.பா., **கவிமணி மலர்**, கவிக்குயில் நிலையம் கோட்டாறு, 1942.

11. பெருமாள் தெ.பா., **தளவாய் வேலுத்தம்பி**, நீலா நூலகம், சென்னை, 1962

12. வேலப்பன் தெ., **கவிமணியின் பன்முக ஆளுமை**, ரோகினி ஏஜென்சீஸ், நாகர்கோவில், 1996.

1. Augur C.M., **Church History of Travancore**, Asian Education Services, Madras 1990.

2. Chellam C, **The Nancinad Vellalar**, M.Phil Thesis, N.M.S.S.V.N. College Madurai.

3. Chidambara Thanu .L, **A Collection of Reflection**. Hindecon, S.T. Hindu College, Nagercoil, 1989.

4. Desikavinayaham Pillai, **The Nanchinad Vellalar**, Malabar Quaterly Review, Vol VII No.3 Editior Paditha Ganesa Pillai. Trivandram, 1909.

5. Krishna Ayer L.A., **Social History of Kerala** Vol II, Madras 1970.

6. Krishna Ayer K.V, **A Short History of Kerala**, Eranakulam 1966.

7. Kunjan Pillai Elankulam, **Studies in Kerala History**, National Book stall, Kottayam, 1970.

8. Mahadeva Ayer, **Marumakkal vali manmiam**. The Hindu, Madras Dec. 1942.

9. Nelson J.H., **The Madurai Country** (Madurai Manual) Madras 1937.

10. Nagam Aiya V., **The Trivancore State Manual** Vol II Asian Education - Services, Madras 1989.

11. Padmadaba Menon K.P., **A History of Kerala** Vol II Madras 1993.

12. Padmanaban K., **A Great poet of Tamil Nadu**, Swaraj Number Madras 14 August 1949.

13. Pazhani.T, **Social Change Among the vellalar of Nanchinad**, Pen Book, Aluva, 2003.

14. Sreedhara Varier K., **Marumakka Thayam and Allied System of Law in the Kerala State**, Cochin 1969.

15. Stuart H.A., **Madras Census Report** Part XIII 1891 Page 231.

16. Shunguni Menon P., **A History of Truvancore**, Asian Education Service, Madras 1983.

17. Thurston Edgar, **Casts and Tribes of South India** vol V and VII, Asian Educational Services Madras 1987.

18. Velu Pillai.T.K., **Trivancore State manual vol. II**, Trivandrum. 1943.

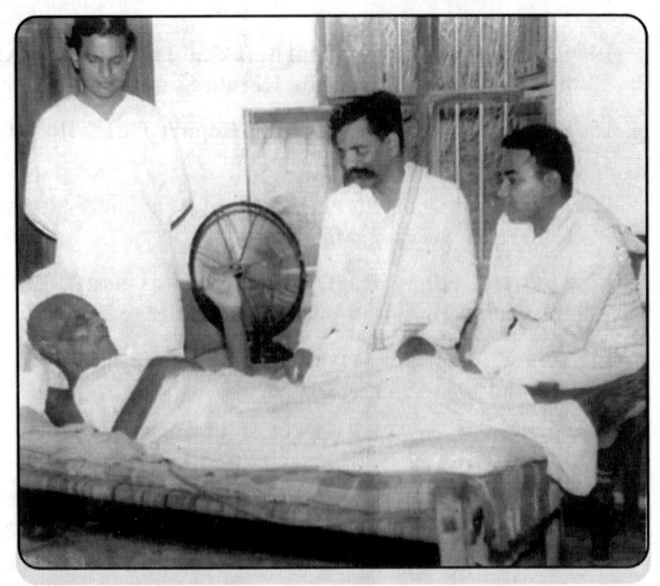

கவிமணியுடன் ம.பொ.சி. (1954)

நாஞ்சில் நாட்டு வாலிபர்களுடன் கவிமணி,
நாமக்கல்லார் (1944)

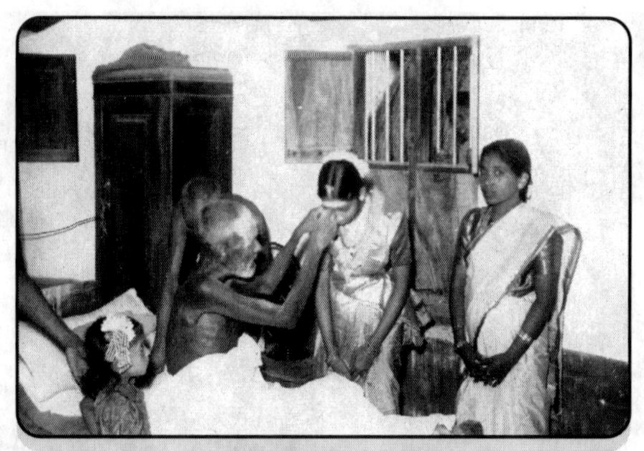

கவிமணி மணப்பெண்ணுக்கு
ஆசி வழங்கல் (1954)

மனைவியுடன் கவிமணி

மருமக்கள்வழிப் பாகப்பிரிவினை முடிந்தபின்
கவிமணி - ஒரு குடும்பத்துடன் (1926)

கவிமணி அ.இ. வானொலிப் பேச்சு

கவிமணியும் நாமக்கல்லாரும்

கவிமணி கவிதை எழுதல்

தென் திருவிதாங்கூர் மணியங்கரம் மாநாட்டுப் பந்தல் (1955)

மருமக்கள்வழிக் குடும்ப மணமக்கள் (1923)